साहस, कल्पकता, तत्त्वज्ञान यांचं अनोखं मिश्रण म्हणजे टैपी. अनोख्या कथनशैलीने अमेरिकी साहित्यजगतावर अधिराज्य गाजवणारी एकमेवाद्वितीय कादंबरी.

— द गार्डियन

टैपीची समीक्षा करू नये. एखाद-दुसऱ्या कोट्समधून तिच्या सबंध मांडणीला संकुचित करायचा प्रयत्नही करू नये. आताच्या सामाजिक स्मृतिभ्रंशाच्या काळात या कादंबरीला पुन्हा जिवंत करायला हवं. ती पुन्हा पुन्हा वाचायला हवी.

— हफिंग्टन पोस्ट

लेखकाच्या आयुष्याचं प्रतिबिंब उतरलेली कादंबरी. वास्तव घटनांना दिलेला मुक्त आणि कलात्मक कथनाचा साज हे या कादंबरीचं वैशिष्ट्य आहे. हाच या कादंबरीचा गाभा आहे. मेलव्हिलने मांडलेल्या संवेदनशील आणि रोमहर्षक अनुभवांची नाळच वाचकांना या कादंबरीशी बांधून ठेवते.

— केंब्रिज युनिव्हर्सिटी प्रेस

समुद्रसफरीतील रंजक कादंबरी...

– दैनिक लोकमत ५-५-२०१९

'पाचूचे बेट' हे पुस्तक एका आदिवासी जमातीचं सखोल चित्रण करणारं रंजक अनुभवकथन आहे.

– दिव्य मराठी नाशिक, ४ मार्च

– लोकमत, २८ फेब्रुवारी, २०१९

'Typee' या इंग्रजी पुस्तकाचा अनुवाद

पाचूचे बेट

हर्मन मेलव्हिल

अनुवाद
भानू शिरधनकर

मेहता पब्लिशिंग हाऊस

Please contact us at **Mehta Publishing House,** Pune 411030.
© +91 020-24476924 / 24460313 / Mob. No. 9545000513
Email : production@mehtapublishinghouse.com
Website : www.mehtapublishinghouse.com

◆ *या पुस्तकातील लेखकाची मते, घटना, वर्णने ही त्या लेखकाची असून त्याच्याशी प्रकाशक सहमत असतीलच असे नाही.*

TYPEE by HERMAN MELVILLE
Translated into Marathi Language by Bhanu Shirdhankar

पाचूचे बेट / अनुवादित कादंबरी

अनुवाद : भानू शिरधनकर

Email : author@mehtapublishinghouse.com

प्रकाशक : सुनील अनिल मेहता, मेहता पब्लिशिंग हाऊस,
१९४१, सदाशिव पेठ, माडीवाले कॉलनी, पुणे ४११०३०.

मुद्रक : ट्रिनिटी ॲकॅडमी फॉर कॉर्पोरेट ट्रेनिंग लिमिटेड

मुखपृष्ठ : चंद्रमोहन कुलकर्णी

प्रकाशनकाल : १९६६ /
मेहता पब्लिशिंग हाऊस यांची द्वितीय आवृत्ती : फेब्रुवारी, २०१९

किंमत : ₹ २४०

P Book ISBN 9789353171964
E Book ISBN 9789353171971
E Books available on : amazonkindle Apple Books Google Play Books

---

पाचूचे बेट

१

सहा महिने, बाहेर दर्यावर? होय. गेले सहा महिने मी बाहेर दर्यावर वावरत आहे. या सहा महिन्यांत जमीन कशी ती एकदाही नजरेच्या टापूत आली नाही. भाजून काढणाऱ्या कडक उन्हात, वाघबीर माशांच्या मार्गांवर आम्ही हिंडतो आहोत. पॅसिफिक महासागराच्या जबरदस्त लाटांवर हेलकावे खातो आहोत. वर आकाश, भोवताली पाणी! बस्, हेच जीवन होऊन राहिले आहे.

बोटीवरील अन्नसामग्री संपून गेली त्याला आता कित्येक दिवस, का आठवडे, होऊन गेले. रताळी किंवा काटेकणगाचा एक तुकडाही आता शिल्लक उरलेला नाही. सुकाणूंच्या वरच्या बाजूस व वरच्या माचणीच्या छतास लटकावून ठेवलेले ते लालीलाल रसाळ केळ्यांचे घड केव्हाच संपले. आणि डोलकाठीस आणि शिडाच्या पदरास टांगून ठेवलेली नारिंगं, त्यांनी पण केळ्यांच्या मागोमाग दडी मारली. आता मिठात ठेवलेलं घोड्याचं मांस आणि खारवलेले मासे यांशिवाय बोटीवर खाण्याचा अन्नाचा कण असा उरला नाही.

ते प्रवासी जहाजांवरील खलाशी! अटलांटिका महासागरावरील आपल्या चौदा दिवसांच्या प्रवासाची ते किती भडक वर्णने करतात! लाटांचे तडाखे आणि उपासमारी यांबद्दल किती लंब्याचवड्या गप्पा ते सांगत असतात! सकाळची न्याहरी, दुपारचे जेवण, सायंकाळची छोटी हजेरी, रात्रीचे जेवण, नंतर फळफळावळ आणि कॉफीपान. नंतर गप्पा, पत्ते, शॅम्पेनचा छोटा चषक! उत्तम लखलखीत पॉलिश केलेल्या महोगनीच्या खोल्यांतून, उबदार पांघरुणात गुरफटून काढलेली दहा तासांची झोप! वाहवा! त्यांच्याशी आमची तुलना करता? करा बापडी!

गेल्या सहा महिन्यांत आम्हाला जमीन कसली ती दिसलीच नाही. सागराच्या पृष्ठावर दुरून तरंगत आलेली हिरव्या गवताची एखादी काडीसुद्धा नजरेला किती आल्हाद देत आहे. मधूनमधून दिसणाऱ्या गवतांच्या काड्यांशिवाय हिरवा पदार्थ आसमंतात कुठे दिसत नाही. होय, आमच्या बोटीला आतल्या बाजूने हिरवा रंग चोपडलेला आहे. पण तो रंगसुद्धा आता झडून चालला आहे. रंगच का, जहाजाच्या

आतल्या अंगची फळीही झडत चालली आहे. तिचा निखळून पडणारा सालपा, कॅप्टनसाहेबांनी पाळलेल्या डुकराने खाऊन फस्त केला आणि नंतर कॅप्टनसाहेबांचे ते डुक्करही आम्ही खाऊन फस्त केले.

कोंबड्यांच्या खुराड्यात एक वेळ कितीतरी तलंगा (तरुण गुबगुबीत कोंबड्या) होत्या; पण हळूहळू त्यांतील एकेक कमी होत गेली. आणि आता तिथे फक्त एकटा एक तुरेवाला कोंबडा उरला आहे. तो पण आता खुराड्यातील एकांतवासाला कंटाळला आहे. एका पायावर उभा राहून तो सारखा पंख फडफडवीत असतो. त्याच्या आरवण्यातील डौल नाहीसा झाला आहे आणि पुढ्यातील दाण्यांकडे तो ढुंकूनही पाहत नाही. आपल्या नाहीशा झालेल्या प्रियकरणींसाठी दुःखात तो जणू चूर होऊन गेलेला दिसतो.

पण त्याचेही विरहाचे दिवस आता जवळजवळ संपत आले आहेत. येत्या रविवारी त्याची सागुती, कॅप्टनसाहेबाच्या जेवणासाठी, तयार करण्यात येईल, असे आमच्या काळ्या बबर्जीने सगळ्यांना सांगून टाकले होते. त्याला सागुतीसाठी मारण्यात यावे, असे कुणालाही वाटत नव्हते. पण करता काय? त्याला आता कुणाचाच इलाज उरला नव्हता. चांगली चमचमीत मेजवानी झाल्यावाचून काही कॅप्टनसाहेब जहाजाचे नाक किनाऱ्याकडे वळवायला तयार नव्हते. आणि अशी चमचमीत मेजवानी, पीटरला मारल्याशिवाय काही होण्यासारखी नव्हती. मला पीटरची दया येत होती. पण करणार काय? त्याच्या जातभाईंप्रमाणे कधी ना कधी तो कटवला जाणारच होता आणि त्याला कटवल्यामुळे जर आमचे जहाज किनाऱ्याकडे वळवण्यात येणार असले, तर त्याला शक्यतो लवकर कटवावे, असे माझ्या मनात सारखे घोळत होते. जहाजाचे टोक किनाऱ्याकडे वळवण्यासाठी आमचा सुकाणूवाला जॅक तर अगदी अधीरच झाला आहे. आणि परवा एकदा विचारात गढून जाऊन त्याने तेही किनाऱ्याकडे वळवले होते. पण कप्तानसाहेबांनी अशी खरड काढली त्याची म्हणता!

त्यावर जॅक लुईस म्हणाला, ''कॅप्टनसाहेब, तुम्ही काही म्हणा, पण आता हे बारकस (जहाज) इतकं जुनाट झालं आहे की, ते धडपणे हाकारणे कुणालाही शक्य नाही. इतक्या वर्षांच्या सवयीनेच मी ते कसेबसे हाकारले आहे. मी ते दर्यावर आत घालण्याचा प्रयत्न करतो, तो ते अधिकाधिकच किनाऱ्याकडे वळते बघा.''

'गरीब, बिचारे पडाव,' जॅक आपल्याशी पुटपुटे. 'काय दशा झाली आहे बघा त्याची. ते दिसतंय तरी कसं? त्याच्या दोन्ही बाजूंचा रंग उन्हाने जळून गेला आहे. जागजागी त्याच्या खवड्या निघाल्या आहेत आणि कुठेतर फळ्यांना भेगाही पडल्या आहेत. पाण्यातील शेवाळ आणि गजेरी (वनस्पती, काड्या, लाकडांचे तुकडे

वगैरे) त्या फाटक्या फळ्यांना अडकून जहाजाबरोबर प्रवास करतात आणि त्याच्या नालेच्या बाजूस तर कालवे, शंख आणि शिंपल्या चिकटून बसल्या आहेत. आणि ज्या वेळी लाटेवर चढून तिचा पुढचा भाग वर येतो, त्या वेळी ते शंख, शिंपले आणि फाटून गेलेले सगळे लाकूडसामान उघडे पडते आणि अंगावर शहारे येतात.

गरीब बिचारे पडाव! गेले सहा महिने ते सारखे लाटांवर हेलकावे खात आहे, क्षणभर कशी ती त्याला उसंत माहीत नाही. 'पण धीर धर. आमच्या जुन्या पडावा, थोडा धीर धर! तुझं नष्टचर्य आता संपत आलं आहे. लवकरच जमीन तुझ्या पल्ल्यात येईल. आणि वाऱ्याच्या सोसाट्यातून वारवून न् बंदराच्या आडोशास स्वस्थ नांगर टाकून पडशील.

'शाबास पठ्ठे! जवानांनो, पुढल्या टप्प्यात आपण नक्की जमीन गाठू. मारकेससचा किनारा आता आपण गाठलाच आहे. मारकेसस, काय विचित्र नाव! ते नाव कानांवर पडताच, आपल्या डोळयांसमोर जी चित्रे उभी राहतात ती पऱ्यांची, अर्धवट अंग झाकलेल्या व त्यामुळेच अधिक विलोभनीय वाटणाऱ्या सुंदरींची, नरमांसभक्षक जंगली लोकांची, नारळीच्या बनांची, प्रवाळांच्या खडकांची, अंगावर चित्रविचित्र आकृत्या गोंदून घेणाऱ्या राजांची, झाडांची खोडे पोखरून बनविलेल्या होड्यांची, जादूटोण्याची आणि नरबळींची!'

जमीन जसजशी जवळ येऊ लागली, तसतशी माझ्या मनात जी चित्रे उभी राहू लागली, ती अशी! मारकेसस बेट पाहण्याची आणि त्यावर उतरण्याची माझ्या मनाला मोठी उत्सुकता लागून राहिली होती. त्या बेटाची मजेदार वर्णने पूर्वीच्या कितीतरी खलाश्यांनी केलेली मी ऐकली होती.

त्या द्वीपसमूहांपैकी ज्या बेटाच्या दिशेने आम्ही आता चाललो होतो, त्या बेटावर अजूनही रानटी लोकांचे वास्तव्य होते. त्यांच्या चालीरीती व राहणी विचित्र होती. त्या बेटावर धर्मप्रसाराच्या कामासाठी पाठवण्यात आलेले धर्मोपदेशक पाद्री पूर्वी त्या बेटाचे आजूबाजूस उतरले होते; पण तिथे धर्मप्रसाराच्या फंदात न पडता, त्या रानटी लोकांना आपल्या दगड-मूर्तींची पूजा करण्यास मुभा देऊन त्यांनी तिथून निसटता पाय घेतला होता.

सोन्याच्या खाणींच्या शोधासाठी निघालेल्या 'मेंडोना' जहाजावरील पहिल्या खलाश्यांना ही बेटे खूप चमत्कारिक रीतीने आढळून आली. त्या जहाजावरील स्पॅनियर्ड खलाश्यांना आपले सोन्याच्या खाणींचे स्वप्न साकार झाल्यासारखे वाटले. पेरू देशाचे त्या वेळचे सत्ताधिकारी मार्क्विस ड मेंडोना यांच्या साहाय्यामुळे ती सफर निघाली असल्यामुळे, त्या खलाश्यांनी त्या बेटांना मार्क्विसस हेच नाव देऊन टाकले, आणि सफरीवरून परतल्यावर त्यांनी त्या नव्या बेटाची रसभरित

वर्णने सर्वत्र प्रसृत केली.

पण त्यानंतर पुन्हा कोणी नवे दर्यावर्दी त्या बेटांच्या बाजूला न वळल्यामुळे, ती बेटे पुन्हा विस्मृतीच्या पडद्याआड लपली गेली आणि त्यानंतर अलीकडे-अलीकडे त्यांच्याबद्दल काही माहिती नव्याने जगासमोर येऊ लागली. गेल्या अर्धशतकात काही धाडसी दर्यावर्दींनी त्या बेटाच्या किनाऱ्याजवळ नांगर टाकण्यात यश मिळविले आणि त्या बेटावरील लोकांची झापड उडवण्याचा प्रयत्न केला. त्या बेटावरील निसर्गाचे मनोरम सौंदर्य पाहून ते आनंदाने फुलून गेले आणि त्या बेटांचा आपणच नव्याने जणू शोध लावला, अशा कल्पनेने ते हुरळून गेले.

पॅसिफिक महासागराच्या दूरदूरच्या प्रदेशांतून मासेमारीसाठी जाणारे अमेरिकन व इंग्लिश मासेमार, गेल्या काही वर्षांपासून, जहाजांवरील अन्नसामग्री अगर पाण्याचा साठा संपल्यावर, या बेटांचा अधूनमधून आश्रय घेत आले आहेत. पण त्या बेटांवरील लोकांबद्दल पूर्वापार चालत आलेल्या चमत्कारिक वार्ता त्या मासेमारांनी व खलाश्यांनी ऐकलेल्या असल्यामुळे तिथे उतरून त्या लोकात मिळण्या-मिसळण्याचे धारिष्ट्य त्यांनी कधीच केले नाही. त्यामुळे त्या लोकांचे जीवन आणि रीतिभाती यांबद्दल विशेष काही माहिती उपलब्ध झालेली नाही.

या बेटांवरील जंगली जमातींना त्यांच्या अश्मयुगातील जुनाट धार्मिक संस्कारांतून मुक्त करून त्यांना सुधारण्याचे प्रयत्न प्रॉटेस्टंट धर्मोपदेशकांनी कितीदा तरी केले; पण त्याचे प्रायश्चित्त त्यांना असे काही भोगावे लागले की, विचारू नका. या मिशनऱ्यांपैकी ताहिती मिशनने त्या लोकांना सुधारण्याचे जे प्रयत्न केले, त्यांची मोठी मजेदार हकिगत एलीस नावाच्या एका पाद्र्याने आपल्या 'पोलिनेशियाचा शोध' या पुस्तकात दिली आहे. या द्वीपसमूहातील काही बेटांवर त्यांनी आपले धर्ममठ उघडण्याचा यत्न केला. मार्क्विस बेटावर आम्ही उतरण्यापूर्वी, त्यांच्या मिशनमध्ये एक मजेदार पण गंभीर प्रसंग घडून आला होता; तो इथे सांगितल्यावाचून काही मला राहवत नाही.

त्या अज्ञानी लोकांना सुधारण्याच्या प्रयत्नांत अयशस्वी झालेल्या जुन्या धर्मोपदेशकांचे अपयश पाहून, नाउमेद न होता एक हडकुळासा मिशनरी पुन्हा एकदा त्या कामात आपणहून पुढे झाला. इतरांनी ज्या रीतीने या कामी प्रयत्न केले होते, त्यापेक्षा काहीतरी अन्य रीतीने आपण प्रयत्न करावेत, असे त्याच्या मनाने घेतले. स्त्रियांच्या मोहकपणाचा व सौंदर्याचा या कामी उपयोग होईल, असे वाटून त्याने आपल्या पत्नीसही या प्रयत्नात बरोबर घेतले. त्या प्राचीन बेटावर उतरणारी तीच पहिली गोरी तरुणी असावी.

अतिशय निराळ्या तऱ्हेचा पोषाख केलेली ती गोरीपान तरुण बाई पाहून, त्या बेटावरील जंगली लोक प्रथम तर आश्चर्याने स्तिमितच झाले. ती कोणीतरी

अतिमानवी, जलदेवी असावी, अशी त्यांची कल्पना झाली. पण हळूहळू नित्य दर्शनामुळे आणि निकट परिचयामुळे, त्या जंगली लोकांच्या डोक्यातही ती देवता नसून आपल्या बायकांसारखीच पण गोरी बाई असावी, अशा शंका डोकावू लागल्या. तिच्या शरीराचा बांधा आणि उठून दिसणारे भाग यांमुळे त्यांच्या या शंका वाढीस लागल्या. ते त्या बाईच्या हळूहळू जवळ येऊन निरखून पाहू लागले. ती देवता नसून त्या पाद्र्याची बायको आहे, हे त्यांच्या लक्षात येऊ लागले. आपल्या झालेल्या फसगतीबद्दल त्यांना चीड आली आणि तिच्या देवपणाबद्दल खात्री करून घेण्यासाठी एकदा त्या दांडगटांनी तिला मध्ये घेरले आणि चोहीकडून गिल्ला करून तिची वस्त्राभरणे ओढण्याचा त्यांनी प्रयत्न चालवला. नव्या धर्माची दीक्षा देण्याच्या कामी नवऱ्याला साहाय्य करण्यासाठी आलेली ती तरुण स्त्री, आपल्या सौंदर्याच्या मोहिनीने त्या रांगड्यांचे मतपरिवर्तन तर करू शकली नाहीच; पण उलट, संकटात मात्र सापडली. आपणास वाटलेली ती जलदेवता देवता नसून आपल्याच बायकांसारखी एक साधी स्त्री आहे, ही खात्री होताच ते रानटी लोक थुंक्या टाकीत मागे सरले. आणि दुसऱ्याच दिवशी नवऱ्याच्या धर्मप्रसाराच्या कामात साहाय्यास आलेल्या त्या तरुण स्त्रीने नवऱ्याला चक्क बजावले की, 'झालं तेवढं पुरे, याउपर हा वेडेपणा सोडून नाही दिलात नि परतला नाहीत, तर मी काडीमोड घेतल्यावाचून राहणार नाही.'

करतो काय बिचारा पाद्री बायकोपुढे? धर्म कसला नि प्रसार कसला? पळाला झालं दुसऱ्या दिवशी बायकोसह!

त्या द्वीपसमूहाचा आसरा घेणाऱ्या पूर्वीच्या अनेक प्रवाशांनी लिहून ठेवलेल्या आठवणी अशा मजेच्या आहेत. आणि आता आम्ही त्या बेटाकडे वळत आहोत. पॅसिफिक महासागरातील हिरव्यागार पाचूच्या बेटाकडे!

२

त्या अठरा-वीस दिवसांची आठवण माझ्या मनात कायमची राहिली आहे. हलक्या व्यापारी वाऱ्यांच्या तडाख्यात सापडून, आम्ही त्या बेटाकडे ढकलत चाललो होतो. गॅलिपागोसच्या पश्चिमेकडे साधारण वीस अंशांवर आम्ही गळ टाकीत सरळ रेषेत जात होतो. व्हेल माशांच्या मागावर होतो आम्ही त्या वेळी. दिशा ठरली होती, जहाज मार्गाला लागले होते. शिडे किंचित आवरून वाऱ्याच्या झुळकीचा फायदा घेत आम्ही पाणी कापीत होतो. काम असे काही उरले नव्हते. सुकाणूचे चाक हातात धरून बसलेला सुकाण्या स्वस्थ होता. कावा घेण्याची त्याला जरूरच उरली नव्हती. बसल्याबसल्या तो मधूनच डुलक्याही घेत होता. आमचे जहाज 'डॉली' आपल्या नावाला जागत होते म्हणायचे. आपल्या स्वभावाप्रमाणे ते हुंदडत, खिदळत पाणी कापीत होते.

वेळ किती आळसात, मजेत चालला होता! काम काही उरलेच नव्हते. वऱ्याकडील आमच्या जागा सोडून, आम्ही नालेच्या बाजूस आलो. एक मोठी थोरली ताडपत्री ताणून वर बांधून टाकली आणि तिच्या सावलीखाली स्वस्थ पडलो, खाणेपिणे सुरू केले, पत्ते पिसले आणि गप्पा झोडल्या. आम्हीच का? छोटेमोठे अधिकारी, ज्यांना आपल्या जागी बसून राहिल्यावाचून गत्यंतर नव्हते, तेसुद्धा कंटाळून गेले. बसल्याबसल्या ते जांभया देऊ लागले. पुस्तक हाती घेण्याची तर सोयच नव्हती. पुस्तक उघडून वाचायला सुरुवात केली, की डोळे मिटलेच त्यांचे!

कंटाळवाण्या प्रवासामुळे डोळ्यांवर येणारी झापड व सुस्ती उडवण्याचा मी अधूनमधून प्रयत्न करीत होतो. भोवतालचे संथ शीतल सौंदर्य न्याहाळीत होतो. वर आकाशाचा नितळ निरभ्र पडदा पसरला होता. क्षितिजाजवळ काही भुरकट फिके ढग जमून राहिले होते. त्यांचा रंग बदलेना, ना आकार! लाटा उठत होत्या, फुगत होत्या, सळसळत पुढे येत होत्या आणि नंतर फुटून त्यांचा फेसाळ पसारा पुन्हा सागराशी एकजीव होऊन जात होता. त्यांच्या फेसाचे फुगे उन्हात चमकत

होते. मधूनमधून मासळीचे थवे पाण्यावर अलगद उड्या मारताना दिसत. थोडा वेळ ते उन्हात चमकत आणि मग पुन्हा पाण्यात कोसळत. असे वाटे की, रुप्याचा चुरा करून तो कुणी पाण्यात फेकीत आहे. मधूनच एखादी सुरमई पाण्यातून वर येई व तीरासारखी दूर जाऊन पडे. तिच्या पोटाकडचा पांढरा भाग सणकन चमकून जाई. दूरवर एखाददुसऱ्या बळकट व्हेल माशाचे नाक पाण्यातून वर आलेले मधूनच दिसे, तर एखाददुसऱ्या मुशीचे अस्तित्व जवळच जाणवे. एखादा गाढा मासा पाण्याच्या वर येई, गोलांट्या खातखात जवळ येई आणि आमची चाहूल लागताच डुबकन खाली जाई. माशांची एवढी चाहूल सोडून दिली, तर भोवती दर्यावर व वर आकाशात सर्वत्र निःशब्द शांतता नांदत होती. बोटीवर आपटणाऱ्या लाटांच्या आवाजाखेरीज आसमंतात दुसरा कसला आवाज कानांवर येत नव्हता.

जसेजसे आम्ही जमिनीच्या जवळजवळ येऊ लागलो, तसेतसे किऱ्यांचे नि पाणबदकांचे थवेच्या थवे पाण्यावर उतरताना आणि पाण्यावरून उठून वर उडताना नजरेस येऊ लागले. ती पाखरे शीळ घालीत होती, किंचाळत होती, हवेत गोल-गोल धिरट्या घालीत होती. हळूहळू ती आमच्या जहाजाभोवती घिरट्या घालू लागली. जहाजाच्या मागोमाग उडत येऊ लागली आणि त्यांतील काही तर डोलकाठीवर, शिडांवर आणि डोलखांबांच्या आडव्या काठ्यांवर येऊन बसली. पाखरांचे दर्शन म्हणजे जमीन अगदीच जवळ आल्याचे चिन्ह होय. आनंदाने माझे मन भारावून गेले. जहाजावर उतरलेल्या त्या पक्ष्यांमध्ये एक ससाणा होता. त्याच्या चेहऱ्यावर एखाद्या दर्यावर्दी चाच्यासारखा भाव दिसून येत होता. तो पांख फडफडावीत वर उठे आणि तळपत आकाशात जाई आणि वर्तुळे घेत पुन्हा खाली येऊन जहाजाला वळसा घाली.

जहाज हळूहळू पुढे सरकत होते आणि जमीन जवळजवळ येत होती. थोड्याच वेळाने वरच्या मजल्यावरून टेहळ्याची तारस्वरातील साद ऐकू आली,

'जमी ऽ ऽ न हो ऽ ऽ !'

कॅप्टनसाहेब आपल्या केबिनमधून धावत बाहेर आले. आणि डोळ्यांना दुर्बीण लावून त्यांनी खात्री करून घेतली आणि टेहळ्यापेक्षाही अधिक मोठ्याने ओरडून ते म्हणाले, 'खूप दूर–खूप दूर.' स्वयंपाक्याने आपल्या झरोक्यातून बाहेर डोकावले. पडाववाला, सुकाण्या आणि कितीतरीजणांनी, 'ज मी ऽ ऽ न' म्हणून त्यांची री ओढली. जहाजावरील पहारेदार कुत्रासुद्धा मोठमोठ्याने भुंकून ओरडू लागला. जणू जमीन जवळ आल्याची त्यालाही जाणीव झाली होती. जमीन, जमीन. होय, जमीन जवळ येत होती. दूरवर तिच्या धूसर काळसर कडा दिसून येऊ लागल्या होत्या आणि त्याही पलीकडे नूकूहेवाचा डोंगर आपला माथा हळूच वर उचलून

डोकावीत होता.

नजरेच्या टापूत आलेले ते बेट जरी मार्किसस द्वीपसमूहातील असले, तरी काही नाविकांच्या मते त्याचा समावेश बेटांच्या दुसऱ्या एका गटात होतो. हा गट म्हणजे राहूका, रोपो, नूकूहेवा या बेटांचा गट होय. या गटाला काही नाविकांनी वॉशिंग्टन गट असे नाव देऊन टाकले आहे. ही बेटे एका त्रिकोणात असून ग्रीनिचच्या ८°-३८ आणि ९°-३२ दक्षिण अक्षांश आणि १३९°-३० व १४०°-१० पश्चिम रेखांश अशा ठिकाणी आहेत. या बेटांचा एक निराळाच गट मानणे खरे नाही. या बेटांवरील लोक मार्किसस भाषेचीच एक उपबोली बोलतात आणि त्यांचे कायदे, धर्म व रीतिभाती या मार्केसस बेटांवरील लोकांप्रमाणेच आहेत. या बेटांचा निराळा गट मानण्याचे कारण एवढेच, की कित्येक वर्षे म्हणजे सुमारे १७९१ पर्यंत ही बेटे कुणा दर्यावर्दी लोकांच्या आढळातच मुळी आलेली नव्हती. त्या वर्षी बोस्टन बंदरातील कॅप्टन इंग्रहॅम यांनी ही बेटे प्रथम शोधून काढली. पहिल्या स्पॅनिश खलाश्यांना या द्वीपसमूहांचा शोध लागल्यानंतर सुमारे दोनशे वर्षांनी ही घटना घडून आली होती. या तीन बेटांच्या समूहाला इतर दर्यावर्दी जरी अलग गट मानीत असले, तरी मी मात्र त्यांना मार्केससचा एक अविभाज्य भाग मानतो.

या बेटांपैकी नूकूहेवा हे अत्यंत महत्त्वाचे बेट आहे. अधूनमधून, जवळून जाणारे खलाशी या बेटाचा आसरा घेतात. तिथे थांबतात. आणि इंग्लंड आणि अमेरिका यांच्या युद्धात त्या वेळचे साहसी कॅप्टन पोर्टर यांनी याच ठिकाणी आपल्या जहाजाची डागडुजी करून घेतल्यामुळे, त्या ठिकाणाला आता ऐतिहासिक महत्त्वही आलेले आहे. आणि भोवतालच्या सागरपृष्ठावर शत्रूच्या जहाजांचा संचार चालू असतानासुद्धा कॅप्टन पोर्टर हे याच ठिकाणाहून मासेमारीच्या मोहिमेसाठी बाहेर पडत असत. हे बेट सुमारे वीस मैल लांबीचे व जवळजवळ तेवढ्याच रुंदीचे आहे. त्याच्या किनारपट्टीवर तीन चांगली बंदरे आहेत. यांपैकी जे सर्वांत मोठे व सुरक्षित असे बंदर आहे, त्याला आजूबाजूचे लोक 'ट्योही' या नावाने ओळखतात. कॅप्टन पोर्टर हे 'मॅसॅच्युसेट्स' राज्यातील नागरिक असल्यामुळे, त्यांनी मात्र या बंदराला मॅसॅच्युसेट्सचा उपसागर असे नाव दिले होते. इतर दर्यावर्दी व भोवतालच्या बेटांतील रहिवासी हे सर्व जण त्या बंदराला आणि बेटाला 'नूकूहेवा' याच नावाने ओळखतात आणि संबोधतात. या बेटावरील रहिवाशांचा आता युरोपियन लोकांशी रोजचा संबंध येऊ लागल्यामुळे त्यांची नीतिमत्ता बिघडत चालली आहे हे खरे; पण त्यांची राहणी, जीवन हे अजूनही तसेच पुरातन काळचे आहे. बेटाच्या दूरच्या अंतर्गत भागात राहणारे लोक तर अजूनही अर्धवट नग्न स्थितीत राहत असतात. आधुनिक सुधारणेची पुसट सावलीही तिथे अजून पोचलेली नाही.

याच नूकूहेवा बेटाच्या उपसागरात जाऊन नांगर टाकण्याचा आमचा इरादा होता. सायंकाळी सूर्यास्ताच्या वेळी त्या बेटावरील एका पर्वताचे शिखर आम्हाला पुसटसे दिसले होते. आणि रात्रभर झुळझुळणाऱ्या वाऱ्याचा फायदा घेऊन आम्ही तेवढे अंतर काटले आणि सकाळी आम्ही त्या बेटाच्या अगदी जवळ येऊन पोचलो. पण नांगर टाकण्यासारखी सुरक्षित जागा किंवा बंदर, बेटाच्या पलीकडच्या किनाऱ्यालगत असल्यामुळे आम्हाला त्याला वळसा घालूनच पुढे जावे लागले. तो वळसा घालीत असताना त्या बेटाचे नैसर्गिक व भौगोलिक स्वरूप आम्हास नीट न्याहाळून पाहता आले. आणि ते सौंदर्य पाहून आम्ही चकित झालो. वृक्षराजींनी भरलेल्या दऱ्या, खोलखोल जाणारी खोरी, पांढरेशुभ्र धबधबे, झाडांच्या रांगाच रांगा, मधूनच वर डोकी करणारे डोंगरांचे सुळके आणि छाती फाडून टाकणारे उंच खडक पाहून आम्ही खूष झालो.

दक्षिण सागराच्या त्या परिसरात पहिल्याप्रथमच जे खलाशी पदार्पण करतात, ते या बेटांचे नैसर्गिक सौंदर्य पाहून स्तिमितच होत असतात. समुद्रातून दूरवरून ज्यांनी या बेटांचे दर्शन घेतले आहे, त्यांच्या समजुतीप्रमाणे ही बेटे साधारण सपाट, डोंगरकडे नसलेली अशी आहेत. पण वस्तुस्थिती मात्र आहे निराळीच! या बेटाची किनारपट्टी उंच खडकाळ डोंगरांनी वेष्टिलेली आहे. त्या खडकांवर सागराच्या लाटांचा मारा सतत चालू असतो आणि काही ठिकाणी तर जमिनीचा भेद करून सागराने अंतर्भागात चंचुप्रवेश केलेला आहे. या खाड्यांच्या काठाने दाट गवताने व घनदाट वृक्षांनी व्यापलेली जंगले आहेत. या बेटांचे नैसर्गिक व भौगोलिक स्वरूप हे असे आहे.

दुपारच्या सुमारास आम्ही पलीकडील खाडीच्या तोंडाशी येऊन पोचलो. आणि वाऱ्याच्या झुळकीबरोबर ढकलतढकलत नूकूहेवाच्या किनाऱ्यास येऊन बसलो! बंदरावरून समोर दिसणाऱ्या निसर्गाचा देखावा आणि सौंदर्य यांचे वर्णन करणे खरोखर अशक्यच वाटले मला. पण दुर्दैवानं त्या सौंदर्याचा आनंद लुटणं आम्हाला त्या वेळी शक्यच झालं नाही. कारण बंदरात शिरताच आम्हाला प्रथम जे दृश्य दिसलं ते म्हणजे सहा-सात बळकट जहाजांचा एक काफिला! त्या काफिल्यात एक अजस्र कोठ्या होता. ती सारी जहाजे नाविक दलाची असावीत, असे त्यांच्याकडे दृष्टिक्षेप टाकताच कुणालाही कळून आले असते. काफिल्यातील मुख्य कोठ्यावर फ्रेंचांचे निशाण फडकत होते. ती लढाऊ जहाजे तिथे कशी काय दाखल झाली असावीत, हे आमच्या लक्षात येईना. पण मग कळले की, फ्रेंच सेनानी ड्यू पेरी थावर्स यांनी फ्रेंच राष्ट्राच्या वतीनं ती बेटं नुकतीच ताब्यात घेतली आहेत.

फ्रेंचांनी ही बेटे नुकतीच ताब्यात घेतल्याची बातमी आम्हाला एका अगदी विचित्र माणसाने सांगितली. हा मनुष्य दक्षिण सागरावर भटक्यासारखा वावरत

असे. आम्ही त्या बेटाजवळच्या उपसागरात प्रवेश करताच तो आपल्या पडावातून आमच्या जहाजाजवळ आला. त्या वेळी त्याने दारू चांगलीच झोकलेली दिसत होती. खरं म्हटलं तर तशा अवस्थेत तो आपला पडाव कसा हाकारीत होता, त्याचे त्याला ठाऊक! कारण आमच्या जहाजावर चढताना व डेकवरून चालत येताना त्याचा तोल त्यालाच सावरत नव्हता. तरीही आमचे जहाज वळवून त्या अनोळखी किनारपट्टीस लावण्याचे काम त्याने आपणहून आपल्या अंगावर घेतले. आमच्या कॅप्टनसाहेबांचा त्याच्यावर मुळीच विश्वास बसला नाही आणि त्याच्या डुंगीपणाखाली (जहाजे, गलबते वळवून बंदरात नेणारा माणूस) जहाज किनाऱ्यास नेण्याचे त्यांनी नाकारले. तरीही तो माणूस, नालेजवळ कठड्यास धरून उभा राहिला आणि हातवारे करून आम्हास सूचना देऊ लागला. अर्थातच त्याचे हुकूम कुणी मानले नाहीत हे खरे; पण त्याला गप्प करणे मोठे कठीण काम होते, यात शंका नाही. बंदरात उभ्या असलेल्या फ्रेंच जहाजांच्या काफिल्याच्या बाजूने आम्ही बंदरात शिरलो. आमच्याकडे पाहत उभ्या असलेल्या फ्रेंच अधिकाऱ्यांसमोरून आम्ही जात होतो आणि आमच्या जहाजावर समोर उभा राहून तो झिंगा हातवारे करीत होता.

नंतर आम्हाला कळले, की तो झिंगलेला माणूस पूर्वी इंग्लिश आरमारात लेफ्टनंटच्या हुद्द्यावर होता. दारूच्या नशेत खुद्द इंग्लंडच्याच एका मोठ्या बंदरात त्याने आपल्या नौकेवरील ध्वजाचा उघडउघड अपमान केला. त्याच्यावर त्याबद्दल खटला भरण्यात आला होता. पण त्यातून निसटून तो कित्येक वर्षे स्वतंत्रपणे व बेफाटपणाने पॅसिफिक महासागरातील या बेटांजवळ एकटाच वावरत असे. इतकी वर्षे तो तिथे जगला कसा, त्याचे त्यालाच ठाऊक! फ्रेंचांनी जेव्हा 'नूकूहेवा' बेट ताब्यात घेतले, तेव्हा त्यांच्या जहाजांना वाट दाखविण्यासाठी व बंदरात सुरक्षित आत घेण्यासाठी म्हणून तो पुढे झाला व फ्रेंचांनी त्या कामावर त्याची नेमणूकही करून घेतली.

आम्ही खाडीतून आत जाऊ लागलो, तशा जवळपासच्या किनाऱ्यावरून अनेक लहानलहान होड्या खाडीत उतरताना, आम्हाला दिसून आल्या. त्या बेटावरील रानटी लोकांच्या होड्या होत्या. लवकरच त्या सगळ्या होड्यांचा एक काफिला तयार झाला आणि मासेमारीसाठी निघालेले ते सगळे जंगली लोक एकमेकांच्या होडीस होडी घासून पुढे सरकण्याचा प्रयत्न करू लागले. त्यांच्या तसल्या भाऊगर्दीत होड्यांच्या उलंड्या एकमेकांत गुंतत होत्या. त्यामुळे त्यातील कित्येक होड्या गुरफटून पाण्यात डुबत होत्या. एखादी होडी डुबू लागली की, पाण्यात पडणारे त्यावरील खलाशी अशा काही विचित्र आरोळ्या देत व ओरडत की आम्हाला वाटे, हे आता एकमेकांच्या गळ्यास चावा घेणार. पण तसे काहीच घडत नसे.

त्यांच्या हाकाआरोळ्यांचा अर्थ होड्यांची, त्यांच्या उलंड्यांची गुंतागुंत सोडवणे एवढाच असे.

या होडक्यांच्या घोळक्यात मधूनच कुठेकुठे सुक्या नारळांचा एखादा पुंजका पाण्यावर तरंगताना दिसून येत असे. नारळांचा हा पुंजका आकाराने वाटोळा असे आणि लाटांच्या हेलकाव्याबरोबर वरखाली नाचत असे. कसे कुणास ठाऊक; पण नारळांचे हे पुंजके आमच्या जहाजाकडेच पुढे सरकत येत असलेले आम्हास आढळून आले. हे नारळांचे प्रकरण काय असावे, याचा तलास लावण्यासाठी मी बाहेर ओणवून बारकाईने पाहू लागलो, तेव्हा त्यातील सर्वांत पुढे असलेल्या एका पुंजक्याकडे माझे लक्ष वेधले गेले. त्या पुंजक्याच्या मध्यभागी मधेच एक मोठा नारळ ठेवल्यासारखा दिसत होता. पण आश्चर्य हे की, तो मधला नारळ इकडेतिकडे वळताना दिसून येत होता. नारळांचा तो पुंजका अधिक जवळ आल्यावर मला दिसून आले की, त्या मधल्या नारळाला डोळे आहेत. मी लागलीच ओळखले की, मध्यभागी दिसणारा नारळासारखा गोलाकार हा नारळ नसून ते बेटावर राहणाऱ्या माणसांपैकी एकाचे डोके आहे.

नारळांचे ओझे एकीकडून दुसरीकडे नेण्यासाठी त्यांनी अमलात आणलेली ती एक अजब पद्धती होती. नारळांच्या शेंब्या काढून त्यांनी ते एकत्र बांधले होते आणि त्यात मध्येच डोके खुपसून वर काढले होते. नारळांचे ओझे असे त्याच्या मानेभोवती हाराप्रमाणे बसले होते आणि नारळ पाण्यावर तरंगत असल्यामुळे तो माणूस आपोआपच त्यांच्याबरोबर पाण्यावर तरंगत होत्या. पाण्याखाली आपल्या हातापायांचा वल्ह्यांसारखा उपयोग करून तो माणूस पुढेपुढे सरकत होता.

आमच्या सभोवतालच्या खाडीच्या भागात त्या बेटावरची जी माणसे वावरत होती, त्यात एकही स्त्री नव्हती याचे मला मोठे आश्चर्य वाटले. त्या लोकांच्या रीतिभातींचे आम्हाला त्या वेळी काही ज्ञान नव्हते. पण नंतर कळले की, स्त्रियांनी होड्यांतून प्रवास करणे किंवा होडीत पाऊल ठेवणे हे तिथे निषिद्ध समजले जात असे. स्त्रियांनी खाडीतून प्रवास करायचा झाला, तर त्यांनी तो पोहूनच केला पाहिजे, असा त्यांचा निर्बंध असे. आणि म्हणूनच तेथील स्त्रिया पट्टीच्या पोहणाऱ्या असल्या, तरी दूरवरचा प्रवास करणे त्यांना शक्य होत नसे.

खाडीतून पाणी काटीत आमचे जहाज सुमारे मैल-दीड मैल आत शिरले असेलनसेल तोच, आमच्या पुढे चाललेल्या काही होडीवाल्यांनी समोर पाण्यात चाललेल्या गडबडीकडे आमचे लक्ष वेधून घेतले. पाण्यात चाललेली ती गडबड म्हणजे माशांचा एखादा थवा असावा, असेच प्रथम मला वाटले होते. मासे पाण्याच्या पृष्ठावर येऊन खेळत असावेत. पण आमच्या मागेपुढे चाललेल्या त्या बेटांवरील होडीवाल्यांनी सांगितले की, ती गडबड माशांची नसून तरुण पोरींची

आहे. त्या पोरी पाण्यातून तरंगत आमच्या स्वागतासाठी येत आहेत. त्या पुढे येऊ लागल्या, तसे त्यांच्या शरीरांचे आकार पाण्यात वरखाली नाचू लागले. त्यांचे लांबसडक काळेभोर केस त्यांच्या मागोमाग तरंगत येत होते. दूरवरून त्या तरुण मुली जलपऱ्यांसारख्या दिसू लागल्या आणि त्यांची वागणूकही जलपरींना शोभेशीच होती.

आम्ही अजूनही किनाऱ्यापासून काही अंतरावर होतो आणि पाणीही अगदी हळूहळू कापीत जात होतो. त्या जलपरींच्या घोळक्यात आमचे जहाज आल्यावर चारी बाजूंनी त्यांनी जहाजाला वेढा घातला. जहाजाच्या अंगाला लटकणारी दोरखंडे, बोये आणि लाकडाच्या ढिमऱ्या त्यांनी पकडल्या व त्या जहाजाला लटकू लागल्या. आम्ही कठड्यांवरून वाकवाकून त्यांच्या उघड्या सौंदर्याची डोळे भरून लूट करीत होतो. त्यांच्या गुबगुबीत शरीरांवरून पाण्याचे ओघळ खाली सरकत होते. त्यांचे लांबसडक काळेभोर केस पाण्याने भिजून चिंब झाले होते नि ते त्यांच्या पाठीवर, मानेवर, खांद्यावर चिकटून बसले होते.

त्या तरुणींनी अखेर धडपडत, झडपडत जहाजाचे काठ पकडले. त्या स्त्रिया एकमेकांशी हसत होत्या. खिदळत होत्या. एकमेकींना हात देऊन, त्या सगळ्या जणी आमच्या जहाजाच्या तक्तपोशीवर उतरल्या. त्यांनी एकमेकींचे केस झटकून साफ केले, ते एकत्र करून त्यांचे बुचडे बांधले. कमरेभोवती त्या मुलींनी फक्त एकेक जाडे वस्त्र गुंडाळलेले होते आणि तेही आता भिजून चिंब झाले होते. अंगावरील पाणी निथळून जाताच, त्या मुली आमच्या जहाजावर सगळीकडे पसरल्या आणि मिस्कील हावभाव करीत त्या मुरकू लागल्या. स्त्रिया! मग त्या आधुनिक नखरेबाज रमणी असोत वा रानटी जमान्यातील साध्यासुध्या पण निसर्गाचा वरदहस्त असलेल्या असोत; पुरुषांना आकृष्ट करण्याची कला उपजतच त्यांना साध्य झालेली असते, हे खरे!

तारुण्याने व सौंदर्याने मुसमुसलेल्या त्या तरुणी आमच्या जहाजावर बिनदिक्कत वावरताना बघून आम्ही सगळेच जण दिङ्मूढ होऊन गेलो. पण किती थोडा वेळ! त्यांची उफळणारी जवानी, तुकतुकीत अंगकाती, नाजूक अवयव, भरीव बांधा यांमुळे आम्ही भारावून गेलो. त्यांच्या मोकळेपणामुळे आम्ही धीट बनलो.

खरे म्हणायचे तर आमचे जहाज 'डॉली' यांनी लढाई न करताच जिंकून आपल्या ताब्यात घेतले आणि जहाज ताब्यात घेतल्यावर त्यावरील आम्हा खलाश्यांना गुलाम बनवणे काही त्या जलपरींना विशेष कठीण गेले नाही. 'डॉली' त्या बंदरात नांगरून पडली आणि आम्ही त्या पऱ्यांच्या बाहुपाशात खुषीने कैद होऊन राहिलो.

त्या रात्री 'डॉली' वर जो जल्लोश उडाला, त्याच्या आठवणीने ऊर कसा अजूनही वर येतो. त्या रात्री जहाजावर असंख्य कंदील लावण्यात आले होते.

आणि त्या कंदिलांच्या लखलखीत पण शांत प्रकाशात त्या जलसुंदरी हरतऱ्हेच्या फुलांनी आपले केशपाश सजवून सज्ज राहिल्या होत्या. हरतऱ्हेच्या रंगीत टप्प्यांनी (कटिवस्त्र) त्यांनी आपला कटिभाग भूषवला होता आणि उल्हसितपणाने त्या नृत्यासाठी एकवटल्या होत्या.

त्यांचा तो नाच जंगली खरा; पण त्यातील आवेश, भावनांचा आवेग, आणि आवाहन मोठे थरारक होते, यात शंका नाही. त्या नाचाची सर आमच्या सुधारलेल्या नाचाला मुळीसुद्धा येणार नाही. त्या नृत्यातून त्या तरुणींनी आपल्या सौंदर्याचा आणि ज्वानीचा केलेला आविष्कार यांचे वर्णन करणे मला खरोखरच शक्य वाटत नाही.

जहाजावरील बहुतेक खलाशी बेभान होऊन त्या तरुणींच्या बाहुपाशात जखडले गेले. त्यांच्या श्वासांत आमचे श्वास मिसळले गेले. हळूहळू एकेक कंदील मालवला गेला. जहाजावर प्रशांत शांतता पसरली.

पॅसिफिक महासागराच्या पोटात इतस्ततः विखुरलेल्या त्या बेटांवरील स्थानिक आदिवासीयांच्या जीवनाला हा एक शापच आहे. त्यांच्या किनाऱ्यास लागणारे गोरे खलाशी आपल्या दुर्गुणांचे, आपल्या व्यसनांचे, आपल्या रोगांचे वरदान तेथील लोकांना नेहमीच देत आले आहेत. ज्या द्वीपसमूहांस गोऱ्यांचे पाय अजून लागले नाहीत, तेथील रहिवासी खरोखरच नशीबवान म्हणायचे!

३

त्या बेटावर आम्ही उतरलो, ते १८४२ सालच्या उन्हाळ्यात. त्याच्या अगोदर काही आठवडे फ्रेंचांनी त्या बेटांचा कब्जा घेतला होता. आम्ही गेलो त्या वेळी बेटावर ठिकठिकाणी त्यांनी पाचशेपेक्षा अधिक सैनिक उतरवले होते व पेरून ठेवले होते. त्या सैनिकांनी खंदक खणून व आडोसे बांधून बचावाची तयारी सुरू केली होती. न जाणो तेथील आदिवासी हल्ला करतील, ही भीती त्यांना वाटत होती.

हे लोक आपल्या भूमीवर अनाहूतपणे येऊन ठाण देणाऱ्या या परक्या लोकांकडे भीती आणि नापसंतीच्या मिश्र भावनांनी पाहत असत. मनातून ते त्यांचा द्वेष करीत; पण तो द्वेष ते मनातल्या मनात गिळीत. त्यांचा नाइलाज होता. पाण्यात दूरवर तरंगणाऱ्या त्यांच्या जहाजांवरील त्या लांबरुंद नळ्यांना ते भेदरत असत. त्यातून उडणारे जलाल गोळे जमीन, खडक आणि डोंगरमाथे उद्‌ध्वस्त करून टाकीत. मग बिचाऱ्या त्या लोकांच्या, नारळीबागेतील झापांच्या खोपटांचं काय विचारता?

तसेच सेनानी ड्यू पेटीट यांचे शौर्य तर विचारूच नका! चार बलाढ्य दुमजली युद्धनौका त्यांच्या दिमतीला होत्या. शिवाय तीन लहान मचवे! त्या बेटांवरील जंगली लोकांच्या झापांच्या झोपड्या मोडण्यासाठी, सात-आठ पौंडी तोफा त्यांच्या जहाजांवर सज्ज होत्या. शिवाय त्यांची होडकी जिथे नांगरून ठेवण्यात येत, तेथील झोपड्या जाळून टाकण्यासाठी अग्निबाण जय्यत होते, ते निराळेच! मग त्या जंगली लोकांना शरण आणायला सेनानी ड्यू पेटीटसाहेबांना वेळ तो कितीसा लागणार!

नूकूहेवा येथे शंभरएक शिपाई उतरविण्यात आले होते. जहाजांची शिडे काढून त्यांचेच त्यांनी तंबू बनवले होते. तंबूंच्या मध्यभागी त्यांनी तोफांचे मोर्चे बांधले होते आणि छावणीच्या भोवताली खंदक खणले होते. एक दिवसाआड या सैनिकांना बाहेर काढण्यात येई व जवळच्या एका सपाट जागी त्यांची परेड

घेण्यात येई. ही परेड बघण्यासाठी बेटांवरील जंगली लोक सभोवताली जमत. सेनानी आणि त्यांचे दुय्यम, सोनेरी व जरीच्या वेलबुट्ट्या काढलेले पोषाख चढवून, त्या अजाण रानटी लोकांपुढे मिरवीत असत, त्यांना घाबरवून सोडीत असत.

परक्या लोकांच्या आगमनामुळे त्या बेटावर उडालेला गोंधळ आणि गडबड, आम्ही तिथे जाऊन पोचेतोवर कमी झालेली नव्हती. स्थानिक लोक अजूनही फ्रेंचांच्या त्या छावणीसमोर जमा होत व त्यांचे लेफ्टराइट मोठ्या कुतूहलाने बघत असत. हत्यारांची दुरुस्ती करण्यासाठी किनाऱ्याजवळ एक लोहाराची भट्टी लावण्यात आली होती. ती बघण्यास तर त्या जंगली लोकांची मोठीच झुंबड उडे. आणि त्यांना मागे हटवताहटवता तेथील संत्र्यांना मोठे मुश्कील होऊन जाई. पण हे तर काहीच नाही! 'ॲचिले' जहाजावरून फ्रेंचांनी आणलेला एक घोडा जेव्हा किनाऱ्यावर उतरविण्यात आला, तेव्हा तो बघण्यासाठी तेथील लोकांनी जी धमाल उडवली, तिचे वर्णन करता येणार नाही. छावणीच्या आत, नारळीच्या झावळ्यांचा एक मांडव उभारून घोडा ठाणबंद करून ठेवण्यात आला होता. अधूनमधून त्याला बाहेर काढण्यात येई. त्यावर रंगबेरंगी झूल व खोगीर चढवण्यात येई व एखादा अधिकारी त्यावर स्वार होऊन त्याला भरवेगाने दौडवीत असे. घोडा त्या बेटावर प्रथमच उतरलेले जनावर! त्यामुळे त्या बेटकरांना त्याचे मोठे नवल वाटे. जंगली डुक्कर हेच एक जनावर त्यांनी त्या वेळेपावेतो पाहिलेले होते आणि घोडा हेसुद्धा एक अतिशय मोठे डुक्करच असावे, असे त्यांना वाटे. आणि अशा मोठ्या बळकट डुकराच्या मुसक्या बांधून त्यावर स्वार होणाऱ्या या परक्या लोकांचे त्यांना नवल वाटे व भीतीही वाटे.

मार्किसस बेट कबजात घेण्यासाठी निघालेली फ्रेंचांची ती साहसी मोहीम, १८४२ सालच्या वसंत ऋतूमध्ये ब्रेस्ट येथून निघाली होती. मोहीम कशासाठी निघाली होती व जहाजांचा तो काफिला कुठे जाणार होता, याचे गुपित एकट्या मुख्याधिकाऱ्यालाच काय ते माहीत होते. पॅसिफिक महासागरातील त्या अज्ञात द्वीपसमूहावरील अजाण लोकांना आपल्या पंजाखाली आणून त्यांचे स्वातंत्र्य हिरावून घेण्याचा आपला दुष्ट बेत जगाच्या नजरेस येऊ नये, हा त्यांचा उद्देश होता. आणि त्यासाठी मार्केसन लोकांवर त्यांनी अनन्वित अत्याचारही केले. या अत्याचारांची वर्णने आणि उदाहरणे अनेक देता येतील. नूकूहेवाचा राजा भोवान्ना याला त्यांनी लालूच व आमिषे दाखवून, त्याची खुशामत करून आपल्या पंखाखालचे बाहुले बनवून ठेवले. त्यांनी त्याला त्या जंगली जमातींच्या अनेक शाखांचा एकच प्रमुख राजा बनवून टाकला. आजवर त्या जमाती सर्व स्वतंत्र होत्या. त्यांची भोवान्नाच्या एकछत्राखाली एकजूट घडवून आणण्यासाठींच जणू हे लोक फ्रान्समधून इथवर आले होते. भोवान्नापुढे गुडघे टेकून जे फ्रेंचांची सत्ता मानायला तयार नव्हते,

त्यांना त्या घोर कृत्याचे परिणाम भोगावे लागले. अशा एक ना हजार ढोंगांखाली फ्रेंचांनी दक्षिण सागराची राणी समजल्या जाणाऱ्या निसर्गसुंदर 'ताहीती' बेटावरसुद्धा असंख्य अत्याचार केले होते.

नूकूहेवा बेट जबरदस्तीने ताब्यात घेतल्यावर चार-पाच महिन्यांनी, फ्रेंच सेनानी ड्यू पेटीट यांनी पुन्हा आपले जहाज हाकारले आणि शेजारच्या दुसऱ्या बेटाकडे त्याने मोर्चा वळवला. तिथे उतरल्यावर दुसरे काही कारण सापडेना म्हणून त्याने आपल्या राष्ट्रध्वजाचा अपमान केल्याचा आरोप त्या द्वीपवासीयांवर केला आणि दंड म्हणून त्यांच्याकडे वीस हजार डॉलर्सची मागणी केली. आणि दंड न भरल्यास त्यांचे बेट, त्यांची मायभूमी, ताब्यात घेण्याची धमकी दिली.

ड्यू पेटीटच्या त्या जहाजाने त्या बेटाच्या किनाऱ्याजवळ नांगर टाकताच, किनाऱ्यावर तोफा रोखल्या. पपीटेचा– त्या बेटाचा– खाडीकाठ काहीसा वर्तुळाकार होता. त्यात आरमाराच्या हालचाली करणे ड्यू पेटीटला अगदी सहजसुलभ होते. तोफखान्याचा आधार घेऊन छोट्या होड्यांतून अनेक सैनिक उतरले व त्याने ते त्या बेटाच्या निरनिराळ्या भागांत पसरून दिले. कित्येक दिवस त्याने अधूनमधून त्या बेटावर तोफांचा मारा चालू ठेवला होता आणि त्यामुळे त्या बेटावर सगळीकडे भीतीचे वातावरण पसरून राहिले होते. केव्हा कुणावर मृत्यूची कुऱ्हाड कोसळून पडेल, याबद्दल खात्री राहिली नव्हती. एक-दोनदा तहांची व शरणागतीची बोलणी झाली. ताहीती लोकांपैकी बहुसंख्य लोकांचे मत शस्त्रझुंज द्यायची व हल्लेखोरांचा बीमोड करून त्यांना हाकलून द्यायचे, असे होते. पण त्यांच्यापैकी शांततावादी म्हणजेच दुबळ्या लोकांचे अखेर अधिकमत झाले. त्या लोकांची दुर्दैवी राणी पोमेर, फ्रेंच सैन्याच्या त्या उद्दामगिरीला व त्यांनी चालविलेल्या कत्तलीला घाबरून हताश झाली. निरुपायाने व निराशेने एका काळोख्या रात्री होडक्यात बसून तिने एमिओ बेटाकडे पोबारा केला.

फ्रेंचांनी तिथे उडवलेल्या त्या धुमाळीत एका वीर रमणीने प्रकट केलेल्या तेजस्वी कृत्याचे निवेदन केल्यावाचून मला राहवत नाही.

तेथील प्रसिद्ध धर्मोपदेशक पिचार्ड यांच्या आवारात घडलेली ती हकिगत आहे. पिचार्ड त्या वेळी लंडनला निघून गेलेले होते. तथापि त्यांच्या धर्ममठावर नेहमीप्रमाणे ब्रिटनचा ध्वज फडकत होता. मठ किनाऱ्यापासून अगदी जवळच एका टेकडीवर बांधलेला असल्यामुळे तिथे फडकत असलेला ध्वज किनाऱ्यावरील प्रत्येकाच्या सहजच नजरेस पडत असे. मान ताठ करून मोठ्या दिमाखाने फडकणारा तो ध्वज पाहून त्या फ्रेंच सैनिकांना, विशेषतः त्यांच्या सेनानीला मोठे वैषम्य वाटले. एकदा सकाळीच त्यांच्या जहाजावरील एक अधिकारी काही सैनिकांना बरोबर घेऊन पिचार्डच्या निवासस्थानी दाखल झाला. पिचार्डची पत्नी त्यांना पाहून

बाहेर आली. त्या फ्रेंच अधिकाऱ्याने तिला आपल्या सेनानीचा निरोप दिला की, 'धर्ममठाच्या शिखरावर मोठ्या ऐटीने तळपणारा तुमचा हा ध्वज खाली काढा.' तिची हरकत नसल्यास आपले जवान ते काम ताबडतोब करतील, असेही त्याने तिला सांगितले.

त्या अधिकाऱ्यांचे ते उर्मट शब्द ऐकताच ती बाई रागाने लाल झाली. ती म्हणाली, "जा चालता हो. तुझ्या त्या चाचेगिरी करणाऱ्या सेनापतीस सांग, की हिंमत असेल तर इथे येऊन स्वतःच्या हाताने हा ध्वज खाली उतरविण्याचा धीर करून पाहा. हा ध्वज खाली उतरविण्याचे काम येरागबाळ्याचे नाही. त्यासाठी त्याच्यासारखा मोठा सेनानीच पाहिजे. जा. सांग त्याला!"

त्या बाईचे ते बाणेदार शब्द ऐकून तो अधिकारी चरकलाच. काही न बोलताच तो मागे फिरला नि चालता झाला. जाताजाता त्याने एकदा मागे वळून पाहिले, तो ती बाणेदार बाई त्या ध्वजाचा दोर जिथे अडकवून ठेवलेला होता, तिथे निश्चयाने पण शांतपणे उभी राहिली होती. 'या, कुणाची हिंमत असेल तर त्याने ध्वज खाली उतरवा', असे आव्हानच जणू ती देत होती. सेनापती ड्यू पेटीट थावर्सची काही तो ध्वज खाली ओढायची हिंमत झाली नाही.

४

नूकूहेवा येथील बंदरात येऊन लागल्यानंतर थोड्याच दिवसांनी मी आमच्या जहाजावरून पळून जायचे ठरवले. तसे करायचे मी ठरविले त्याची कारणेही तशीच महत्त्वाची होती. मोडकळीस आलेल्या आमच्या 'डॉली' जहाजावरून पुन्हा एवढा लांबचा परतीचा प्रवास करण्याऐवजी, त्या रानटी लोकांत मिसळून आयुष्य घालवणे मला अधिक सुखाचे वाटले हे एक. अशा या कृत्याला आमच्या खलाश्यांच्या भाषेत फरारी होणे असे म्हणतात. आणि फरारी होणे हे फारसे चांगले कृत्य नसल्यामुळे मी ते का करायचे ठरवले, याचे इथे समर्थन केले पाहिजे. डॉली जहाजावर जेव्हा मी नोकरीसाठी प्रवेश केला, तेव्हा मला जहाजाच्या सक्तिपत्रकावर सही करून द्यावी लागली होती. त्या करारानुसार मला डॉलीची सफर पूर्ण होईपर्यंत तिच्यावर खलाशी म्हणून काम करणे कायद्याने भाग होते. जेव्हा आपण करारमदार करतो, तेव्हा त्यावर सह्या करणारे दोन्ही पक्ष काही अटींनी बांधले जातात. यांपैकी एखाद्या पक्षाने संबंधित अटी पाळल्या नाहीत, तर दुसरा पक्षही आपल्या अटी किंवा निर्बंध पाळण्यास बांधलेला राहत नाही. माझ्या कराराचेही तसेच होते म्हणा ना. आमच्या करारातील अनेक अटी जहाजावरील अधिकाऱ्यांनी पायदळी तुडवल्या होत्या. जहाजावर आम्हाला मिळणारी वागणूक जुलमाची होती. आजारीपणात आमच्याकडे कुणी लक्षही देत नसे. औषधपाणी दूरच राहिले; आम्हाला मिळणारे अन्न हळूहळू कमीकमी करण्यात आले होते आणि जहाजाची सफर कारण नसताना लांबवण्यात आली होती. या सर्व तक्रारींचे मूळ म्हणजे आमचे कॅप्टनसाहेब होते आणि त्यांची तऱ्हेवाईक वागणूक सुधारेल, अशी काही खात्री वाटेना. त्यांच्यापुढे तक्रार तर कुणाचीच चालत नसे. त्यांचा हात नेहमी कमरेस लटकावलेल्या बागनेटावर असे. त्यांच्याकडे कुणी कसली तक्रार नेली, तर आपोआप त्यांचा हात त्या बागनेटाकडे वळे.

अशा अवस्थेत तक्रार कसली करायची व कुणाकडे करायची, हा प्रश्नच होता. जहाजावरील खलाश्यांबद्दल तर विचारायची सोयच नव्हती. त्यात साऱ्या

गावचे गुंड व हलकट लोक भरलेले होते. त्यांच्यात आपसात नेहमीच भांडणे असत. एकजूट असे ती फक्त कॅप्टनचे जुलमी हुकूम पाळण्यात. कॅप्टनच्या विरुद्ध उभे राहण्याची जर एखाद्याने कधी हिंमत केलीच असती, तर त्याचे हे साथीदारच त्याचे पाय ओढण्यास तयार होते.

तथापि ती सफर लवकरच संपून आम्ही आमच्या गुलामगिरीतून एकदाचे मुक्त होऊ, अशी पुसटशी जरी आम्हाला आशा वाटती, तरी ते सगळे कष्ट आणि दुर्दशा सहन करायला आम्ही तयार झालो असतो. पण त्याबाबतही निश्चित असे काहीच नव्हते. केप हॉर्नजवळच्या मूशींच्या मासेमारीचा आदि-अंत काही ठरलेलाच नसतो. काही वेळा या मोहिमा चार-पाच वर्षे सतत चालत असल्याची उदाहरणे मला माहीत आहेत. या मोहिमेवर भरती झालेले अगदी कोवळे तरुण आपल्या आईचा निरोप घेऊन व तिने दिलेल्या खाद्य पदार्थांचे पुडके घेऊन जे दर्यावर रवाना झाले, ते पुन्हा परत आपल्या बंदरात आले, त्या वेळी अर्धम्हातारे झालेले होते.

अशा एखाद्या मोहिमेसाठी जी पूर्वतयारी करण्यात येत असे, ती बघूनच पाहणाऱ्याची छाती फाटून जात असे. या मासेमार बोटींवर इतर मालाचे भरवान काहीच नसल्यामुळे, खाण्यापिण्याचे सामान खूपच भरून घेण्यात येई. घोड्याचे व डुकराचे मांस मिठात खारवून मोठमोठाल्या पिंपांतून भरून घेण्यात येई. पिण्याचे पाणी सहासहा कप्प्यांच्या पिंपांतून भरून घेण्यात येई. रोज प्रत्येक खलाश्यास दोन लोटे या हिशोबाने हे पाणी पुरविण्यात येई. पाव इतका भरून घेण्यात येई की, शेवटी तो आंबून नासून जाई. या खाद्य वस्तूंचा दर्जा तपासण्याची तसदी न घेतलेलीच बरी. एखाद्या वेळी जहाजाच्या तळघरात मी उतरलो की, खाद्य पदार्थांच्या या उतरंडीकडे बघून आणि त्यांच्या कुजट वासाने मस्तक भिन्न होऊन मी वर येई आणि मग कित्येक दिवस काही खावे, असे मला वाटतच नसे.

व्हेल माशांच्या मारगिरीवर असताना कधीकधी त्या माशांचा एकही थवा अशा जहाजाच्या आटोक्यात येत नसे. आणि मग ते दुर्दैवी जहाज, अन्नसामग्री संपुष्टात येईपर्यंत विनाकारणच त्यांचा मागोवा घेत दर्यावर भटकत राहत असे. आणि अन्नाचा साठा संपण्यापूर्वीच त्यांना आपल्या बंदरात परत यावे लागे. पण या मोहिमांवर जहाजांवरील काही कप्तान जरा गरम डोक्याचे असत. माशांचा थवा आटोक्यात येत नाही असे दिसल्यावर परत फिरण्याऐवजी ते जवळच्या पेरू किंवा चिली देशातील एखाद्या बंदरात ओटवा करीत, सामानसुमान भरीत आणि पुन्हा नव्या दमाने दर्यात शिरत. मासेमारीसाठी गेला नि माशांशिवाय परत आला, असे त्यांना कुणी म्हटलेले खपत नसे. जहाजाचे मालक त्यांना दुसऱ्या मासेमारांबरोबर निरोप धाडीत, परत बोलावीत. विनाकारण दूरदूरच्या सागरप्रदेशात जाऊन आपले

जहाज धोक्यात घालू नये, म्हणून विनंत्या करीत. पण छे! त्या पट्टीच्या दर्यावर्द्यांना ते अपमानकारक वाटे. ते मनाशी निर्धार करीत– जहाज व्हेलमाशांच्या तेलाने, चरबीने व मांसाने भरून नेईन; नाहीतर पुन्हा म्हणून अमेरिकेच्या किनाऱ्यास जहाज लावणार नाही.

व्हेल माशांच्या मारगिरीवर गेलेल्या अशा एका कप्तानाची गोष्ट मी ऐकलेली आहे. मासेमारीवर गेल्यानंतर त्याची किंवा त्याच्या जहाजाची काहीच वार्ता पुन्हा कानी आली नाही आणि तो सागराच्या तळाशी कुठेतरी गडप झाला, अशीच लोकांची समजूत झाली. सुदूर पॅसिफिकमधील काही वाळूच्या बेटांजवळ त्याचे जहाज भरकटत असल्याचे काही खलाश्यांनी पाहिल्याचे सांगतात आणि त्यानंतर त्याचा पत्ताच नव्हता. त्या जहाजाचे नाव होतं, 'चिकाटी'. पुन्हा काही वर्षांनी ते जहाज पृथ्वीच्या टोकाशी बर्फाळ प्रदेशात रेंगाळताना काही खलाश्यांनी पाहिल्याचे सांगतात. त्या जहाजाची सारी शिडे फाटून त्यांची लक्तरे झाली होती व ती पुन्हापुन्हा शिवून, वाऱ्यावर धरण्याचा त्यावरील खलाश्यांनी प्रयत्न चालविला होता. दोरखंड तुटून गेले होते व त्यांचे तुकडेतुकडे जोडून त्यांनी काम चालू ठेवले होते. त्या जहाजावरील सगळे खलाशी ग्रिनिच बंदरातील अनुभवी व जाणते मासेमार होते. पण जहाजावरील सर्व साधनसामग्री इतकी जुनाट झालेली होती की, त्यांनी ते जहाज पाण्यावर तरते कसे ठेवले, याचेच कुणालाही आश्चर्य वाटावे.

जहाजाच्या बाहेरच्या अंगाला चारी बाजूंनी कालवे नि शिंपले यांनी पूर्णपणे घेरले होते. तीन शार्क मासे त्या जहाजाच्या अगदी परिसरात वावरत असत. त्या जहाजाबरोबरच ते प्रवास करीत आणि वरून खलाश्यांनी आपल्या खाण्यातील टाकलेले तुकडेताकडे वेचण्यासाठी ते आपसात झुंजत, धुमाकूळ उडवून देत. बोनेटा आणि आल्पाकोर माशांचे दोन मोठाले थवेही त्या जहाजाबरोबर सारखे भटकत असत.

त्या जहाजाची मी ऐकलेली हकिगत अशी होती. ती मनात आली की, मन चर्र होऊन जायचे. त्या गलबताचे अखेर काय झाले, ते मला कळलेच नाही. ते आपल्या बंदरात परत मात्र केव्हाच आले नाही. आणि माझा कयास असा आहे की, ते बगरी बेटाजवळ कुठेतरी अजूनही भरकटत असावे.

या वरच्या जहाजाच्या मानाने पाहिले, तर आमच्या जहाजाचा प्रवास आता कुठे सुरू झाला, असे म्हणायला हवे. आम्ही निघालो त्याला आता कुठे पंधरा महिने झाले होते. तथापि आमच्या नशिबी पुढे काय वाढून ठेवले आहे, याचा अंदाज कुणालाच घेता येत नव्हता. का कुणास ठाऊक, पण मला सुरुवातीपासूनच वाटत होते की, आमची ही सफर अगदी दुर्दैवी ठरणार आहे. आणि आतापर्यंत

आम्हाला जो अनुभव येत गेला, त्यावरून माझा हा अंदाज काही खोटा ठरला नव्हता.

आणि आता तर अशी स्थिती झाली होती की, मी 'डॉली'वर जरी चिकटून राहिलो असतो, तरी परत आपल्या बंदरी जाण्याची काही आशा नव्हती. मग राहा कशाला तिच्यावर? मी 'डॉली'वरून फरार होण्याचे ठरवले. जहाजावरून तसे पळून जाणे मानाचे मुळीच नव्हते. पण प्राप्त परिस्थितीत मला दुसरा मार्गच उरला नव्हता. मनाचा मी धडा केला आणि जहाज सोडायचे ठरल्यावर, त्या बेटावर राहायचे म्हणून त्या बेटासंबंधी व त्यावरील लोकांसंबंधी मिळेल ती माहिती मी जमवू लागलो. याबाबत मी जी चौकशी केली आणि जी माहिती मला मिळाली, ती इथे सांगण्यासारखी आहे.

नूकूहेवाच्या आखातात जिथे आम्ही नांगर टाकून राहिलो होतो, ते आकाराने घोड्याच्या नालेसारखे होते. त्याचा विस्तार साधारण आठ-नऊ मैलांइतका होता. त्याचे प्रवेशद्वार अरुंद होते. त्याच्या दोन्ही बाजूंना दोन लहानलहान बेटे होती. त्यांची उंची समुद्रसपाटीपासून साधारण पाचशे फूट इतकी होती. या बेटांत समुद्र आत शिरला होता आणि अर्धवर्तुळाकार पसरला होता.

पाण्याच्या कडेपासूनच जमिनीच्या उठावाला सुरुवात झाली होती. आणि या उठावाच्या शेवटी टेकड्या व डोंगरकपाऱ्या उभारलेल्या दिसत होत्या. दूरवरून त्यांच्या निळसर कडा स्पष्ट दिसून येत असत.

डोंगरकपारींकडून खाली समुद्रपट्टीकडे, हिरवीगार दरीखोरी उतरत आलेली होती. यांपैकी काही खोऱ्यांतून पाण्याचे ओहोळ खाली वाहत येत होते. वाटेत ते दरडींवरून कोसळत होते. आणि पांढरे धोप फेसाळ पाणी त्या पाणलोटांवरून खाली कोसळल्यामुळे धबधबे तयार झाले होते. अखेर ते ओहोळ एकेकट्याने अगर एकमेकात मिसळून निरनिराळ्या ठिकाणी समुद्राला येऊन मिळाले होते.

तेथील रहिवाशांची घरे पिवळ्या बांबूंची बनविलेली होती. बांबू वेतासारखा विणण्यात व वळण्यात आला होता आणि ती घरे ताडांच्या झावळ्यांनी शाकारलेली होती. घरे खोऱ्याखोऱ्यांतून विखुरलेली होती. त्यांच्या भोवताली नारळीची बने दाट लागलेली होती.

खाडीभोवतालच्या प्रदेशातील वनश्री अवर्णनीय होती. खाडीच्या मध्यभागी नांगरून राहिलेल्या आमच्या जहाजावरून भोवतालचा भाग द्राक्षांच्या मळ्यासारखा गर्द दिसून येत होता. कधीकधी त्या मनोरम वनश्रीकडे पाहत असताना मला असे वाटे की, ज्ञात जगापासून ही सुंदर बेटे अशी अज्ञात राहावीत, त्यांबद्दल कुणास काही माहीत नसावे, ही केवढी दुर्दैवाची गोष्ट बरे!

या खाडीच्या बाजूबाजूने, बेटाच्या किनाऱ्यावर दऱ्यांच्या पायालगत अनेक

रानटी जमातींची वस्ती आहे. त्यांच्या बोलभाषा, रीतिभाती, धर्म, कायदे जरी निरनिराळे असले, तरी त्यांचे मूळ मात्र पूर्वी एकच असावे. प्राचीन काळी कधीतरी एक असल्या, तरी आज मात्र त्या जमाती वैरभाव बाळगून होत्या. त्यांच्यात वंशपरंपरागत वैमनस्य चालत आलेले होते आणि त्यांची आपापसात युद्धेही सतत चालत असत.

मधल्या प्रदेशात उंचउंच पर्वतांच्या रांगा आहेत. त्यांची उंची कुठे दोन हजार तर कुठे तीन हजार फुटांइतकी आहे. या पर्वतांमुळे वरील दोन जमातींच्या प्रदेशाच्या सीमा नक्की झालेल्या आहेत. ही सीमा किंवा सरहद्द हे लोक सहसा कधी ओलांडीत नसत. अर्थातच लढाई किंवा लुटालुटीच्या प्रारंभी काय ती ही हद्द ओलांडली जायची. नूकूहेवाला लागूनच हप्पारची सुंदर दरी आहे. तेथील लोकांचे नूकूहेवाच्या लोकांशी चांगले सख्य आहे. हप्पारला लागून पलीकडे त्या भयंकर टैपी लोकांचा प्रदेश आहे. हे टैपी लोक, नूकूहेवा व हप्पार या दोन्ही प्रदेशांतील लोकांशी नेहमीच वैरभाव बाळगीत.

टैपी लोक स्वभावाने शूर, लढाऊ पण तितकेच क्रूर होते. त्यामुळे त्यांचा इतर जमातींवर मोठा वचक होता. इतर जमातींचे लोक त्यांना भिऊन असत. मार्केसन भाषेत 'टैपी' या शब्दाचा अर्थच मुळी 'नरमांसाचा भोक्ता' असा होता. वास्तविक पाहता, या भागात राहणाऱ्या सर्वच जमाती नरमांसभक्षक असूनसुद्धा, फक्त त्यांपैकी टैपी लोकांनाच ही पदवी बहाल करण्यात आली होती. यावरूनच ते लोक स्वभावाने कसे असावेत, हे स्पष्ट होते.

टैपी लोकांच्या शौर्याच्या अनेक कथा नूकूहेवा बेटावरील इतर लोक आम्हा खलाश्यांना हावभाव करून व हातवारे करून समजावून सांगण्याचा प्रयत्न करीत. कधीकधी ते, टैपींबरोबर झालेल्या त्यांच्या झटापटींत त्यांना झालेल्या जखमा व त्यांचे वण आम्हाला दाखवीत. कधी आम्ही किनाऱ्यावर उतरून हिंडू लागलो, तर ते आपल्यापैकीच एखाद्याकडे बोट दाखवून 'तो पाहा एक टैपी' म्हणून दाखवीत. आणि आम्ही त्या टैपीला बघून भिऊन पळून जात नाहीसे पाहून आश्चर्यही व्यक्त करीत. आपले दुश्मन 'टैपी' हे नरमांस अगदी अधाशीपणाने भक्षण करतात म्हणून ते त्यांची फार नालस्ती करीत. पण आपल्यातही ती प्रथा आहे, हे मात्र ते कधी कबूल करीत नसत.

आमच्या खाडीकाठचे लोक हे इतर सर्वांप्रमाणेच नरमांसभक्षण करतात, हे जरी मी समजून चुकलो होतो तरीही का कुणास ठाऊक, पण टैपी लोकांबद्दल मला खरोखरच जास्त घृणा वाटू लागली. मार्केसस बेटांवर येऊन उतरण्यापूर्वी-सुद्धा, तिथून जाऊन आलेल्या पूर्वीच्या खलाश्यांकडून या टैपी लोकांबद्दल मी अनेक भयंकर गोष्टी ऐकल्या होत्या. 'कॅथेराईन' जहाजाचे कॅप्टन या बेटावर पूर्वी

येऊन लागले होते व त्यांनी सांगितलेल्या आठवणी अजूनही माझ्या मनात ताज्या आहेत. काही दिवसांपूर्वी हे कॅप्टनसाहेब या बेटाच्या किनाऱ्यावर उतरले आणि उद्दामपणाने ते या खाडीनिकटच्या प्रदेशात घुसले. त्यांना वाटले होते, या जंगली लोकांशी दोन हात करून आपण त्यांना सहज नरम करू. पण कॅप्टनसाहेब त्यांना नरम करण्याऐवजी स्वतःच त्यांच्या हाती सापडले. त्या जंगली लोकांनी त्यांना कैद करून दूरवरच्या आपल्या खोऱ्यात नेले. आणि तिथे ते त्यांचा वधच करणार होते; पण एका तरुण मुलीने त्यांना सुटकेसाठी साह्य केल्यामुळेच केवळ ते बचावले. रात्री काळोखातून वाटचाल करून ते नूकूहेवाच्या किनाऱ्यावर येऊन जेमतेम पोचले.

दुसरे एक इंग्लंडचे जहाज असेच एकदा भरकटत बऱ्याच वर्षांपूर्वी या किनाऱ्याजवळ आले. दर्यावर अनेक दिवस भरकटल्यामुळे त्यावरील खलाशी अगदी कंटाळून गेले होते. त्यामुळे जमीन दिसताच ते जवळ येऊ लागले. खाडीच्या तोंडावर त्यांना स्थानिक लोकांचा एक मोठा पडाव दिसून आला. त्यांनी त्या जहाजवाल्यांना खाडीत सुरक्षित स्थळी घेऊन जाण्याचे कबूल केले. जहाजाच्या कप्तानाला आनंदच झाला. त्या अनोळखी पाण्यात वाटाड्याशिवाय जहाज घालणे धोक्याचे होते. तेव्हा त्या स्थानिक मंडळींनी आपणहून डुंगीपणा करायची तयारी दाखवल्याबद्दल त्यांना का आनंद वाटणार नाही?

पडाव चालू लागले व त्याच्या मागोमाग इंग्रजांचे ते बळकट जहाजही खाडीत शिरले. त्या स्थानिक मंडळींनी त्यांना खाडीत बरेच आत आणले व डोंगराच्या खालच्या अंगास आणून त्यांना नांगरण्यास सांगितले. त्या इंग्रज खलाश्यांनी त्यांच्यावर विश्वास ठेवून त्या अडचणीच्या जागी नांगर टाकला व रात्री जेवणखाण करून ते गाढ झोपी गेले. त्याच रात्री त्या लबाड टैपी लोकांनी त्यांच्या जहाजावर हल्ला केला. शेकडो टैपी डोंगराच्या दुसऱ्या बाजूने जहाजावर चाल करून चढले. इंग्रजांची धांदल उडाली; पण समोरच्या उभ्या डोंगरामुळे त्या बाजूला उड्या टाकून पळता येण्याचीही सोय नव्हती. शिवाय जहाजावर चढलेले ते लोक मारेकरी आहेत, ही त्यांना कल्पनाही नव्हती. काय होत आहे हे कळण्यापूर्वीच ते 'टैपी' त्यांच्यावर तुटून पडले आणि त्यांनी त्यांची कत्तल उडवली.

नूकूहेवाकडे जाताना त्या दरीच्या समोरून जेव्हा आमचे जहाज जाऊ लागले, तेव्हा आमच्यापैकी एक खलाशी तिकडे पाहून मोठ्याने ओरडला. त्याचे ते ओरडणे मी कधीही विसरू शकणार नाही. त्या दरीच्या दिशेने बघत आम्ही उभे असता, नेड एकदम म्हणाला, 'तो बघा. तो बघा. तो 'टैपी' प्रदेश. ते माणसे खाणारे लोक. या किनाऱ्यावर उतरायचे जर चुकून आपल्या मनात आले, तर त्या लोकांना काय मजेदार मेजवानी मिळेल. पण त्यांना खलाश्यांचं मांस आवडत

नाही म्हणतात. ते म्हणे फारच खारट असते.' आणि किंचित थांबून नेड मला म्हणाला, 'काय दोस्त, समज तुला एकट्याला या किनाऱ्यावर सोडून दिला तर!'

त्याचे ते शब्द ऐकून मी हादरलोच. माझ्या मनात आले, 'सोडून दिले कशाला? आठवड्याच्या आत मी होऊनच या किनाऱ्यावर उतरणार आहे. कदाचित मी पकडला जाईन. कदाचित मारला जाईन.'

फ्रेंच आरमारी तुकडीने त्या द्वीपसमूहाच्या निरनिराळ्या भागांत मुख्य-मुख्य ठिकाणी जरी आपले निशाण फडकावले होते, तरी अजून ते टैपीच्या खाडीत काही शिरले नव्हते. टैपी लोकांची ख्याती त्यांनी ऐकली होती. आपण त्या खाडीत शिरलो तर ते आपणास कडवा प्रतिकार करतील, याची फ्रेंचांना चांगली कल्पना होती आणि सध्या त्यांना तसा संघर्ष टाळायचा होता. कदाचित कॅप्टन पोर्टर याला झालेल्या प्रतिकाराची हकिगत त्यांना चांगली ठाऊक असावी. १८१४ सालच्या सुमारास कॅप्टन पोर्टरने त्या प्रदेशात उतरण्याचा व तेथील लोकांना हस्तगत करण्याचा प्रयत्न केला होता. नूकूहेवा व हप्पार लोकांना खूश करण्यासाठी कॅप्टन पोर्टरने तो वेडा प्रयत्न केला. पण टैपींनी त्याला असा काही तडाखा दाखवला, की त्याची आठवण पोर्टर कधी विसरला नाही. कॅप्टन पोर्टरच्या लोकांनी समुद्राकडे पुन्हा पलायन करताना टैपींवर सूड उगवण्याचा प्रयत्न केला. त्यांनी वाटेत लागणाऱ्या प्रत्येक घराला व देवळाला आग लावून दिली. त्या खोऱ्यातील प्रसन्न वातावरण त्यामुळे अगदी धुराने धुरकटून गेले. या विदेशी खलाश्यांनी कारण नसता आपल्या वसाहतींवर केलेल्या असल्या हल्ल्यामुळे, टैपी लोकांच्या मनात त्यांच्याबद्दल अगदी पुरेपूर विद्वेष भरून राहिला असल्यास नवल ते कसले?

त्यांना आपण क्रूर जंगली समजतो; पण त्यांना क्रूर आपणच बनविले आहे. तेव्हापासून ते लोक कुठलेही जहाज येऊन किनाऱ्यास लागले, की सहर्षपणे त्यावरील लोकांचे स्वागत करतात आणि बंधुभावाने त्यांना मिठ्या मारतात. पण त्यांची ही आलिंगने प्राणघातक असतात, असे नंतर आढळून येते. ते कपड्यांत आपल्या उराशी विषारी सर्प लपवून ठेवतात. आलिंगनाच्या वेळी हे साप अचानक दंश करतात. आणि त्या वेळी त्यांचा बंधुभाव आणि स्नेह यांमागे केवढे जलाल विष लपलेले असते, हे निदर्शनास येते.

दक्षिण सागरातील बेटांवरील या निष्पाप व अज्ञानी लोकांवर, युरोपियनांनी केलेले अत्याचार इतके अनन्वित आहेत की, ते खरेसुद्धा वाटणार नाहीत. या अत्याचारांच्या गोष्टी, ते परतल्यावर स्वदेशी काही कुणाला सांगत नसत. त्यामुळे त्यांना वाचा कशी ती फुटतच नसे. तरीही कधीकधी असल्या अत्याचारांच्या गोष्टी बाहेर आल्यावाचून राहत नसत. पण त्या खोट्या, कपोलकल्पित आहेत, असे

सांगण्यात येत असे. याउलट, आमच्या खलाश्यांवर जर कधी त्या जंगली लोकांनी काही अत्याचार केला तर, त्याचा केवढा गाजावाजा होई. फिजी लोकांनी जेव्हा 'होवोमाक' जहाजावरील खलाश्यांची कत्तल केली, तेव्हा त्या प्रकाराचा आम्ही किती गवगवा केला; पण अशा कत्तली या आपल्याच दुष्कृत्यांचा परिणाम आहे, उगवलेला सूड आहे, हे मात्र आम्ही सपशेल विसरून जातो. सुडाने भारावून आम्ही शस्त्रसज्जित सैनिकांनी भरलेली जहाजे त्यांना शिक्षा देण्यासाठी पुन्हा तिथे पाठवून देतो. पुन्हा कत्तली, पुन्हा जाळपोळ, पुन्हा नाश यांचे सत्र सुरू होते. आणि त्या अज्ञ, रानटी लोकांना धडा शिकवून परत आलेल्या या शूर सैनिकांचे, त्यांच्या शौर्याचे, धीराचे स्वगृही मोठे कौतुक केले जाते.

खरे सांगायचे, तर पोलिनेशियामध्ये ज्या ज्या वेळी तेथील लोकांनी काही दंगेधोपे व अत्याचार केले, त्या त्या वेळी त्याची कारणे म्हणजे युरोपियनांनी तिथे जाऊन केलेली आगळीक, कुरापतच होय, असे दिसून आले आहे.

ते असो. त्या लोकांतील आपसातील हेवेदावे व तंटेबखेडे यांकडे आता वळू. त्यांचे आपसातील वैमनस्य इतके विकोपास गेलेले असते की, ते एकमेकांच्या हद्दी ओलांडून पलीकडे जाण्याची कधीही हिंमत करीत नाहीत. आपल्याच खोऱ्यात आयुष्य कंठल्यामुळे डोंगरापलीकडच्या भागात काय चालले आहे, याचीही त्यांना कल्पना नसे. आपापल्या टीचभर प्रदेशात हे लोक आयुष्य कसे कंठीत, हे खरोखरच एक मोठे गूढ होते.

टिओरचे खोरे हे असेच एक न समजण्यासारखे गूढ होते. या खोऱ्यातील लोकवस्तीचा भाग सुमारे चार मैल लांबीचा होता. त्याची रुंदीही कुठे अर्धा मैल तर कुठे पाव मैल एवढीच होती. त्याच्या एका कडेला असलेले डोंगरकडे हजार फुटांपेक्षाही जास्त उंच होते. त्यांवर वेलीवल्लरी दाट माजलेल्या होत्या. दुसऱ्या बाजूलाही डोंगरांच्या रांगा लागून राहिल्या होत्या. या खोऱ्याच्या तोंडावर जर सागरकिनारा नसता, तर या खोऱ्यात प्रवेश करणे कुणालाच शक्य झाले नसते.

या खोऱ्याच्या निसर्गसौंदर्याचा माझ्या मनावर प्रथमदर्शनी मोठा अनुकूल परिणाम झाला होता. आमच्या जहाजावरील छोट्या होडक्यातून मी नूकूहेवाच्या बाजूने या खोऱ्याकडे आलो होतो. आणि जेव्हा आम्ही या खाडीत शिरलो, त्या वेळी दुपार झाली होती. उन्हं असह्य होते आणि वारा साफ पडला असल्यामुळे आमच्या अंगाची नुसती लाहीलाही उडाली होती. आणि होडक्यातून निघण्यापूर्वी आम्ही पिण्याचे पाणीही भरून घ्यायला विसरलो होतो. उन्हाने व तहानेने व्याकूळ होऊन किनाऱ्यावर उतरण्यासाठी आम्ही इतके अधीर झालो होतो की, किनारा जेव्हा जवळ येऊ लागला, तेव्हा मी उडी मारण्याच्या तयारीने उभा राहिलो. होडी किनाऱ्याला लागण्यापूर्वीच मी किनाऱ्यावर उडी घेतली. किनाऱ्यावर काही पोरे

उभीच होती. मी उतरताच ती लागलीच माझ्याभोवती गोळा झाली. मी लागलीच पुन्हा पाण्यात उडी घेतली. माझ्या मागोमाग त्या पोरांनीही पाण्यात उड्या घेतल्या. आणि आम्ही मनसोक्त पाण्यात डुंबलो.

उन्हाने करपून निघाल्यावर, नारळीच्या बागांच्या छायेखाली त्या खाडीत डुंबण्याची मजा और होती यात शंका नाही. तेथून समोर दिसणारा देखावा मोठा विलोभनीय होता. समोरच उंचउंच चढत जाणारे डोंगरकडे उभे होते. आणि त्यांवरील दाट गर्द वेली फुलाफुलोऱ्यांनी वेढून गेल्या होत्या.

आता गंमत अशी झाली की, ज्या दिवशी मी टिओर येथे आलो, त्याच दिवशी तो फ्रेंच सेनानी आपल्या काफिल्यातील सर्व पडाव घेऊन नूकूहेवाहून तिथे येऊन पोचला. त्याचा उद्देश त्या बेटाचा ताबा घ्यावा, असा होता. तो त्या खोऱ्यात दोन तास राहिला आणि त्या वेळी त्याने तिथल्या राजाची भेट घेतली.

टिओरचा राजा किंवा प्रमुख बराच वयस्कर होता. म्हातारपणामुळे तो कमरेत वाकला होता. तथापि त्याच्या चेहऱ्यावरील राजेपणाची झाक मात्र अजूनही कायम होती. तो हळूहळू पावले टाकीत पुढे आला आणि हातातील भाल्याच्या आधाराने सावरून उभा राहून त्याने हस्तांदोलनासाठी हात पुढे केला. कॅप्टनसाहेबही हात पुढे करून ताठ उभे राहिले. आणि हस्तांदोलन होताच ते दोघेहीजण बाजूबाजूला उभे राहिले. एक अत्यंत आधुनिक सुधारलेला माणूस आणि दुसरा अर्धवस्त्रावगुंठित अंगभर गोंदून घेतलेला माणूस! किती विरोधी दिसत होते ते चित्र!

मी मनात म्हटले, 'काय विचित्र घटना. पण या दोघांत सुखी कोण बरे? निसर्गाच्या सान्निध्यात राहणारा, अत्यंत थोड्या गरजा असणारा हा जंगली माणूसच त्या दोघांत अधिक सुखी नाही का?'

माझ्या मनातील ते विचार आणि तो प्रसंग अजूनही मला आठवतात. भोवताली पसरलेली वनश्री, त्यात रांगेने दुतर्फा उभे राहिलेले सैनिक, कॅप्टनसाहेबांचा रंगीबेरंगी फिती लावलेला पोशाख आणि माझ्या हातातील पिकल्या केळ्यांचा घड आणि त्यातील मी पिवळेधमकसे सोलून खाल्लेले केळे! सारेसारे काही मला आजही आठवत आहे.

५

संधी साधून जहाजावरून पळून जाण्याचा मी निश्चय केल्यावर आणि त्या खाडीकाठच्या प्रदेशाची जेवढी मिळेल तेवढी माहिती मिळवल्यानंतर मी निसटता कसे येईल, याचा मनाशी विचार ठरवू लागलो. माझ्या त्या प्रयत्नांत जर अपयश आले तर त्याचे काय भयंकर परिणाम होतील, याचा मी विचार केला. पळून गेल्यावर पुन्हा जर मुसक्या बांधून परत आणण्यात आले, तर ती किती नामुष्कीची गोष्ट झाली असती. आणि तसे घडू नये म्हणून कसल्याही तऱ्हेची घिसाडघाई न करण्याचे मी ठरवले.

आपल्या कॅप्टनसाहेबांचे आम्हा सर्व खलाश्यांवर पितृवत प्रेम असल्यामुळे मी पळून गेल्यास ते मला त्या जंगली लोकांच्या जबड्यात तसेच सोडून देऊन निघून जातील, असे वाटत नव्हते. पळून गेल्यास मला पकडून देणाऱ्यास बहुधा ते काही बक्षीस जाहीर करतील, याबद्दल मला खात्री होती. आणि त्या बेटावरील लोकांस काय? चार-सहा वार कपड्याचा तुकडा बक्षीस मिळाला तरी पुरे होता. कदाचित तेवढ्याने भागले नाही, तर कॅप्टनसाहेबांनी बक्षीस म्हणून एखादी बंदूकही जाहीर केली असती. आणि बंदूक बक्षीस मिळणार हे माहीत झाल्यावर त्या बेटावरील एकूण एक माणूस मला पकडून देण्यास तयार झाला असता. बंदूक ही त्यांच्या इतकी आवडीची व जरुरीची वस्तू होती.

त्या बेटावरील बेटकर दऱ्याखोऱ्यांतून खूप दूरवर राहतात आणि समुद्रपट्टीजवळच्या मोकळ्या व सपाट प्रदेशात फारसे फिरकत नाहीत. त्यांना टाळून सपाटीजवळच्याच डोंगरात जर मी दडून राहिलो तर जमण्यासारखे आहे, असे मला वाटले. बंदरातून आमचे जहाज निघून जाईपर्यंत डोंगरात सापडणाऱ्या फळांवर व कंदमुळांवर गुजराण करता येईल, असे मला वाटले. शिवाय त्या डोंगरावरून मला जहाजावर सहज लक्ष ठेवता आले असते; पण जहाजावरून मात्र मी त्यांना दिसू शकलो नसतो.

मनात ते विचार येताच मला मोठे समाधान वाटले. सुटकेचा तो बेत बराचसा

सुलभ व जमण्यासारखा आहे, अशी माझी खात्री झाली. माझ्या मनात आले, त्या डोंगरकपारींतून खाडीतील या जुनाट जहाजाकडे नजर टाकणे किती मजेचे होईल, नाही? त्या नुसत्या कल्पनेनेच मला कितीतरी धीर आला. त्या तिथे डोंगरपायथ्याशी नारळीच्या छायेत, हाताशी पिकल्या केळ्यांचे लोंगर घेऊन, खाडीबाहेर डुलत जाणाऱ्या आमच्या जुनाट जहाजाकडे मी पाहत बसलो आहे, असे रम्य चित्र माझ्या डोळ्यांसमोर उभे राहिले.

पण त्याबरोबरच, नरमांसभक्षक टैपींच्या मी हाती पडण्याचाही संभव होता. डोंगरकडे, सारखे चढउतरून नेहमीच बुभुक्षित राहणाऱ्या त्या लोकांच्या भक्ष्यस्थानी पडण्याची मोठीच भीती होती. पण त्याला काही इलाज नव्हता. सुटका हवी, तर धोकेही पत्करायला हवे होते. डोंगरकड्यांचा आश्रय घेऊन त्या लोकांना चुकविणेही काही मोठे कठीण नव्हते. शिवाय ते आपला प्रदेश सोडून बाहेर येतील, असाही फारसा संभव नव्हता.

पळून जाण्याचा माझा बेत मी जहाजावरील इतर कुणालाच कधी बोलून दाखवला नाही. आणि मजबरोबर पळून यायला मी कुणाला उद्युक्त करण्याच्याही भरीस पडलो नाही. पण त्याचं असं झालं एकदा रात्री वरच्या मजल्यात, पळून जाण्याचे विचार करीत मी उभा असताना, कठड्यावर रेलून राहिलेला एक तरुण खलाशी माझ्या नजरेस पडला. तो माझ्याच वयाचा होता आणि त्याच्याबद्दल माझे मतही बरे होते. त्याचे खरे नाव काय होते ते एकट्या त्यालाच ठाऊक! आम्ही सगळे जण त्याला टॉबी म्हणूनच हाक मारीत असू. तो एकंदरीत नावाला साजेसाच होता. कुठल्याही कामाला तो नेहमी तयार असे. तो उत्साही होता, उपकारी होता आणि प्रसंगी न डगमगणारा होता. त्याच्या उत्साही व धीट स्वभावामुळे तो अनेकदा अडचणीतही येत असे आणि अशा अडचणींच्या वेळी मी त्याला दोन-चारदा मदतही केली होती. यामुळेच की काय, त्याला माझी संगत इतरांपेक्षा अधिक आवडे. प्रवासात रात्रपाळीच्या वेळी आम्ही एकत्र आलो की, गप्पा मारीत असू, गाणी म्हणत असू, गोष्टी सांगत असू.

माझ्याप्रमाणेच, टॉबीच्या जीवनालाही अनेक तऱ्हेचे कप्पे होते. हे अनुभव तो मुद्दामहून कुणाला सांगत नसे, पण वेळी ते त्याच्याकडून ऐकायला मिळत. आपल्या घरादाराचा, कुटुंबाचा कुणालाही थांगपत्ता लागू न देता, बंदरोबंदरी भटकत राहणाऱ्या खलाश्यांच्या वर्गात टॉबी मोडत असे. जणूकाही त्यांच्या नशिबातील ही भटकंती टाळूनही टळत नसे.

टॉबीची चेहरेपट्टीही मला फार आवडे. बाकीचे सगळे खलाशी दिसायला ओबडधोबड व राकट चेहऱ्याचे होते, तर टॉबीचा चेहरा दिसायला सुरेख व नाजूक होता. डकची विजार व निळा तोकडा शर्ट त्याने अंगात चढवला की, तो

सगळ्या खलाश्यांत मोठा उठावदार दिसे. त्याची अंगकाठी नाजूक व सडसडीत होती आणि अवयव सगळे लवचीक होते. अनेक वर्षे उघड्या वाऱ्यावर उन्हात कष्ट केल्यामुळे त्याचा गौरवर्ण किंचित काळवंडला होता. त्याच्या दोन्ही कानशिलांवर केसांची झुलपे होती. त्याचा स्वभाव रागीट तर होता; पण रागावला की त्याला कसलीच भीती व भान राहत नसे.

टॉबीला तोंड भरून, मनमोकळेपणे हसताना कुणी कधी पाहिले नव्हते. त्याच्या चेहऱ्यावर अधूनमधून हास्य चमकताना दिसत असे, नाही असे नव्हे; पण ते हसे बहुतेक वेळा उपरोधाचेच असे. या बेटावर येऊन लागल्यावर टॉबी अधिकच विमनस्क झाल्याचे मला दिसून आले होते. तो जहाजावरून सारखा किनाऱ्याकडे बघत राही. बाकीच्या खलाश्यांप्रमाणे तो धिंगामस्ती करताना कधीच दिसत नसे. त्याला जहाजाचा व सफरीचा वीट आला होता आणि संधी मिळाल्यास जहाजावरून पळून जाण्याचे विचार त्याच्या मनात घोळत असावेत, हे माझ्या कानांवर आले होते. पण आता आम्ही ज्या ठिकाणी नांगरून राहिलो होतो, त्या ठिकाणाहून पळून जाणे इतके कठीण होते की, माझ्याशिवाय तसे विचार इतर कुणाच्या मनात वावरत असतील, असे वाटले नव्हते. पण टॉबीच्या बाबत ऐकल्यावर माझा तो अंदाज खोटा नव्हता, हे मला पटले.

टॉबीला त्या दिवशी मी कठड्यावर रेललेला पाहिला तेव्हाच मला वाटले की, त्याच्या मनात आपल्याप्रमाणेच पळून जाण्याचे विचार घोळत असावेत. आणि जर तसे असेल तर काय बहार होईल. 'अशा धाडसात बरोबर मित्र असावा तर असा' मी मनात म्हटले. कदाचित आठवडेच्या आठवडे मला त्या डोंगरकपारींत लपून काढावे लागतील आणि त्या वेळी एकट्याऐवजी जर आम्ही दोघे जण असलो, तर आपखुशीची ही कैद अगदी सुसह्य होईल, यात शंका नाही.

हे विचार माझ्या मनात झरझर येऊन गेले. मला वाटले, मला हे पूर्वीच कसे सुचले नाही बरे? पण जाऊ दे. अजून काही वेळ निघून गेलेली नाही. मी पुढे झालो आणि टॉबीच्या खांद्यावर हात ठेवला. त्या स्पर्शाने टॉबी आपल्या स्वप्नरंजनातून जागा झाला.

त्या साहसात भाग घ्यायला त्याची अगदी एका पायावर तयारी असल्याचे मला दिसून आले. एकमेकांचे मनोगत समजून घ्यायला आम्हाला वेळही लागला नाही. एका तासाच्या आत आम्ही आमच्या बेताची पूर्वतयारी केली. आणि बेत कसा तडीस न्यायचा, याचाही आराखडा आखला. आम्ही हस्तांदोलन केले व आपापल्या अंथरुणात जाऊन पडलो. डॉलीवरील सुखनिद्रेची ती शेवटची रात्र होती.

दुसऱ्या दिवशी खलाशांची एक तुकडी, पाय मोकळे करण्यासाठी किनाऱ्यावर

उतरणार होती. आमच्या दोघांचीही त्यात वर्णी लागणार होती. आणि याच संधीचा फायदा घेऊन आम्ही निसटण्याचा निश्चय केला. किनाऱ्यावर उतरताच, इतर खलाश्यांना चुकवून, दोघांनी पाय काढायचा व त्यांना संशय येऊ न देता दुसरीकडेच वळायचे व डोंगरकपारींकडे झुकायचे, असे आम्ही ठरवले. जहाजावरून पाहताना हे डोंगरकडे चढता येतीलसे वाटत नसे. पण खालून किनाऱ्यावरून पाहता ते तितके उभार नसलेले दिसले. यांतील डोंगराचा एक सुळका अगदी आटोक्यात वाटला आणि म्हणून त्या कड्यावर चढून जाण्याचे आम्ही ठरवले. जहाजावरून आम्ही हा सुळका नीट न्याहाळून त्यावरील खाणाखुणा ध्यानात ठेवल्या होत्या. उद्देश हा की, प्रत्यक्ष तिथे जाताना वाट चुकून आम्ही भलतीकडेच जाऊ नये.

आणि हे सर्व जर नीटपणे जमले तर आमचे जहाज त्या बेटाच्या किनाऱ्यावरून निघून जाईपर्यंत, कुणाच्याही नजरेस न पडता दडी मारून राहायचे आणि नंतर नूकूहेवाच्या स्थानिक मंडळींच्या आश्रयास जायचे. जमेल तितके दिवस त्या बेटावर राहायचे आणि नंतर मिळेल ती संधी साधून पुन्हा स्वदेशी परत जायचे.

६

दुसऱ्या दिवशी सकाळी खालच्या मजल्यावरील आम्हा खलाश्यांना, वरच्या माळ्यावर बोलावण्यात आले. आमचे सन्मान्य कॅप्टनसाहेब गॅंगवेसमोरच्या मोकळ्या जागेत उभे राहिले आणि त्यांनी आम्हांस दोन शब्द सांगण्याचा प्रयत्न केला. ते म्हणाले,

'हे बघा मुलांनो, आपण सफरीवर निघालो त्याला आता सहा महिने उलटून गेलेत आणि या बंदरातील मुक्कामात करायची सगळी कामेही आता आपण उरकली आहेत. तेव्हा एक दिवस सुटी घेऊन किनाऱ्यावर जाण्याची तुमची इच्छा काही गैर नाही. आज तुमच्या तुकडीला मी रजा देतो. तुम्ही लवकर तयारी करून फिरायला जा. पण माझा तुम्हाला असा सल्ला आहे की, तुम्ही किनाऱ्यावर भटकण्यासाठी न जाता इथेच जहाजावर राहावे हे बरे! त्या नरमांसभक्षक जंगली लोकांच्या तडाख्यातून सुटण्याचा तोच एक खरा मार्ग आहे. मला वाटते, तुम्ही किनाऱ्यावर उतरलात की काही ना काही कुरापतीत सापडाल आणि ते जंगली लोक तुम्हाला सफाचट करून टाकतील. पूर्वीसुद्धा अनेक गोरे खलाशी या किनाऱ्यावर भटकायला म्हणून गेले होते आणि ते परत कसे ते आलेच नाहीत, हे ध्यानात ठेवा. 'डिडो' जहाजाची कर्मकथा तुम्हाला ठाऊक आहे का? दोन वर्षांपूर्वी ते इथे या किनाऱ्याला ओटवा करून राहिले होते. त्यावरील खलाशीही असेच सुट्टी घेऊन खाली उतरले आणि नंतर आठवडा उलटला, तरी त्यांची काही बातमीच परत आली नाही. अखेर त्यांच्यापैकी फक्त तिघे जण जहाजावर परतले आणि त्यातील एकाचा चेहराही कायमचा कामातून गेल्यासारखा झाला होता; कारण त्या जंगली लोकांनी त्याच्या चेहऱ्यावर गोंदून आडवी उभी चित्रे काढली होती.

'पण मला वाटते,' कॅप्टनसाहेब पुढे म्हणाले. 'माझ्या या बोलण्याचा काही उपयोग होणार नाही. कारण तुम्ही किनाऱ्यावर गेल्यावाचून काही राहणार नाहीत. तेव्हा त्या लोकांनी तुमचा खिमा करून मेजवानी झोडली, तर मात्र मजवर ठपका

ठेवू नका, एवढंच! दुसरे, त्या फ्रेंच लोकांच्या छावणीजवळच भटकत राहिलात, तर जिवास धोका न होता तुम्ही परत येऊ शकाल. तसेच सूर्य मावळण्यापूर्वी परतलात तरच परत याल, एवढं तरी निदान लक्षात ठेवा. जा आता. घंटी झाली की तुम्हाला किनाऱ्याकडे घेऊन जाणाऱ्या होड्या तयार होतील. देव तुम्हाला सुबुद्धी देवो.''

कॅप्टनसाहेबांचे ते भाषण ऐकल्यावर काही जणांच्या मनात चलबिचल झाली. किनाऱ्यावर जावे की न जावे? पण अखेर पुष्कळ जण उतरण्याच्या तयारीने नालेच्या बाजूला जाऊ लागले. आणि त्यांचे पाहून मग सगळेच जण खाली उतरण्यास सज्ज झाले. कॅप्टनसाहेबांनी पाजलेल्या त्या उपदेशामृतावर काही जणांनी टीका सुरू केली. एक जण म्हणाला, ''साला लुच्चा कॅप्टन. याचा बाप पूर्वी जहाजावर स्वयंपाकी होता. स्वयंपाकीसुद्धा नाही, नुसता जेवण्या पोर. सहा महिन्यांनी एक दिवस कुठे जमिनीस पाय लागणार आहेत, तेही त्याला बघवत नाही. पण बच्चमजी, मी काही किनाऱ्यावर उतरल्यावाचून राहणार नाही. मग उतरल्याबरोबर त्या बेटकरांनी मला खाऊन टाकले तरी चालेल.''

त्याच्या त्या बोलण्याला सगळ्यांनी साथ दिली आणि आम्ही सगळे जण कॅप्टनचा उपदेश धुडकावून खाली उतरण्यास तयार झालो.

पण टॉबी आणि मी, आमचे दोघांचेही त्या खलाश्यांच्या गडबडीकडे लक्ष नव्हते. उलट, त्या गोंधळाचा फायदा घेऊन आम्ही निसटण्यापूर्वीची शेवटची तयारी करू लागलो. उतरल्यावर शक्य तेवढ्या झपाट्याने डोंगरकड्यावर जायचा आमचा उद्देश असल्यामुळे अंगावर विनाकारण भरमसाट कपडे चढवण्याचे आम्ही टाळले. आमच्या बाकीच्या खलाश्यांनी अंगावर तऱ्हेतऱ्हेचे कपडे चढवले. आम्ही फक्त जाड्या पाटलोणी, पायांत रबरी जुते, जाडी कुडती चढवली व डोक्यावर हॅट घातली.

आमच्या इतर सहकाऱ्यांनी याबद्दल आश्चर्य व्यक्त केले तेव्हा टॉबी म्हणाला, ''हे काय, सुट्टीवर जाताना कुणी कसलेही कपडे वापरावेत; त्यात काय आहे, आपण काही त्या लोकांना लष्करी सलामी द्यायला जात नाही!'' त्याचे ते बोलणे ऐकून सगळ्यांना हसू आले. आणि आमच्याबद्दल कुणाच्या मनात कसला संशय उरला नाही.

आमच्या स्वतःच्या सहकाऱ्यांबद्दल आम्ही इतके संशयी असल्याचे बघून काही लोकांना आश्चर्य वाटले. पण खरोखरच त्यांच्यापैकी कुणाला जर आमच्या हेतूबद्दल अगर बेताबद्दल काही कुणकुण लागली असती, तर त्यांनी मागचा-पुढचा विचार न करता क्षुल्लक बक्षिसाच्या आशेने लागलीच कॅप्टनना ती बातमी पुरवली असती.

दोन घंटा होताच सुट्टीवाल्यांना होड्यांत उतरण्याची परवानगी मिळाली. आमच्या जहाजाचे एकदा शेवटचे ओझरते दर्शन घ्यावे म्हणून मी जरा मागे रेंगाळलो. आणि नंतर होडीत उतरण्यासाठी मी वरच्या तक्तपोशीवर जाऊ लागलो, तो माझे लक्ष आमच्या पावाच्या व मटणाच्या पिंपाकडे गेले. त्यात थोडासा मालमसाला उरलेला आहे, हे माझ्या चटकन लक्षात आले. आम्ही जेव्हा निसटण्याचा बेत ठरविला, तेव्हा बरोबर खाद्यपदार्थ घेण्याचा काही विचार आमच्या मनात आला नव्हता. बेटावरील डोंगरात जी काही कंदमुळे व फळे मिळतील, ती खाऊन राहण्याचा आमचा विचार होता. पण आता पावाचे ते पिंप समोर दिसताच त्यातील नेता येईल तेवढे खाणे बरोबर घेण्याचा मोह काही मला आवरेना. त्याबरोबर दोन्ही हाताच्या बेचक्यात जेवढी म्हणून बिस्किटे मावतील तेवढी मी घेतली. आणि ती कुडत्याचे आत भरून घेतली. शिवाय अगोदरच मी काही तंबाखू व कपडा मिळवून ठेवला होता. तोही कुडत्याच्या आत दडपला. कपडा व तंबाखू यांच्या बदल्यात त्या बेटावरील लोकांकडून आम्हाला काही त्रास अगर उपसर्ग पोचणार नाही अशी व्यवस्था करून घेता येईल, अशी माझी खात्री होती. आणि आमचे जहाज एकदा त्या किनाऱ्यावरून निघून जाईतो आम्हाला त्या लोकांच्या साहाय्याची जरुरी होतीच.

पण कुडत्याच्या आत या सगळ्या वस्तू कोंबल्यावर माझे पोट भलतेच फुगल्यासारखे दिसू लागले. तेव्हा कुणाला संशय येऊ नये म्हणून हाताने दाबून दाबून त्या वस्तू कुडत्याच्या आत सगळीकडे सारख्या पसरून दिल्या.

ही सगळी जमवाजमव मी करतो न करतो, तोच होडीत उतरण्यासाठी माझे नाव पुकारले गेले. मी लागलीच तक्तपोशीवर चढलो आणि होडीत उतरलो आणि इतरांत मिसळून बसलो. वल्हेकरी वल्ही मारू लागले.

त्या वेळी पावसाचे दिवस होते आणि सकाळपासून जोराच्या पावसाची चिन्हे दिसून येत होती. जहाजावरून उतरल्यावर थोड्याच वेळात पावसाचे मोठमोठाले थेंब पडू लागले आणि दर्यावर भोवताली पाण्याचे बुडबुडे उठू लागले. आणि आम्ही किनाऱ्यावर उतरतो न उतरतो, तोच मुसळधार पावसास सुरुवात झाली. किनाऱ्यापासून थोड्या अंतरावर बेटावरील लोकांची होड्या ठेवण्याची झोपडी होती तिकडे आम्ही पळालो आणि वारा-पाऊस थांबतो केव्हा, याची वाट पाहू लागलो.

पण पाऊस थांबण्याऐवजी सारखा वाढतच गेला. आणि पावसाच्या त्या माऱ्याला कंटाळून आमच्यापैकी प्रत्येक जण आळसावला आणि तेथील लढाऊ पडावांवर अंग ताणून, बोलबोलता बहुतेक जण गाढ झोपी गेले.

आम्हाला तर हीच संधी हवी होती. आणि मी आणि टॉबी त्या होड्यांच्या झोपडीतून लागलीच निसटलो आणि मागील बाजूस असलेल्या झाडांच्या राईत

शिरलो. दहाएक मिनिटे पुढे चालल्यावर ज्या डोंगरकड्याकडे जायचे आम्ही ठरवले होते तो कडा, धुक्यात गुरफटून गेलेला आम्हाला दिसून आला. तो मैलभर लांब असावा, असे आम्हाला वाटले. तिथे जायला जवळचा रस्ता त्या लोकांच्या झोपड्यांवरून जात होता. आणि म्हणून भलतासलता प्रसंग ओढवून घेऊ नये, म्हणून जरा दूरचा वळणाचा रस्ता धरायचा आम्ही विचार केला.

पावसाची झोड सारखी चालूच होती. आमच्या या साहसात त्याचे आम्हाला साहाय्यच होत होते. पावसामुळे त्या बेटावरचे स्थानिक लोकही आपापल्या झोपड्यांत जाऊन बसले आणि आम्हाला कोणी वाटेत भेटतील, अशी भीती उरली नाही. आमची जाड कुडती लवकरच भिजून चिंब झाली. त्यात लपवून ठेवलेले कापडही भिजून गेल्यामुळे जड झाले आणि आम्हाला धड चालता येईनासे झाले. पण तिथे थांबणे आम्हाला शक्यच नव्हते. कारण घरी परतणाऱ्या तेथील जंगली मंडळींशी जर आमची गाठ पडती, तर तिथल्या तिथेच आमच्या साहसाचा शेवट झाला असता.

ती झोपडी सोडून बाहेर आल्यापासून आतापर्यंत आम्ही आपसात एक शब्दसुद्धा बोललो नव्हतो. पण झाडी सोडून पुन्हा मोकळ्या जागी येताच मी टॉबीचा हात हातात घेतला आणि समोरच्या कड्याकडे बोट दाखवून अगदी हलक्या आवाजात मी त्याला म्हटले, "टॉबी, आता न बोलता किंवा मागे वळून न पाहता, त्या समोरच्या डोंगरात जाऊन पोचेपर्यंत पाय म्हणून थांबवायचा नाही. एकदा का त्या डोंगरात जाऊन आपण पोचलो की, मग अगदी पोटभर हसू. तू शरीराने बारीक व चपळ आहेस, तेव्हा तू पुढे हो. मी तुझ्यामागून चालतो."

"चालेल," टॉबी म्हणाला. "आपण पाय उचलू या." त्याने वाटेतील एका पन्हळावरून उडी मारली आणि आम्ही झपाझप पावले टाकू लागलो.

त्या डोंगरकड्याच्या जवळ येऊन पोचलो, तेव्हा आम्हाला वाटेत पिवळ्या रंगाच्या बोरूंचे दाट बेट लागले. ते अगदी दाट आणि ताठ काड्यांचे होते आणि ते थेट वरच्या कड्यापर्यंत माजून पसरलेले होते. आम्ही आजूबाजूला दुसरा एखादा जाण्यासारखा रस्ता आहे की काय, ते पाहू लागलो. पण तशी वाट कुठेच नसून बोरूच्या झुपाटात शिरल्यावाचून गत्यंतर नाही, अशी आमची तेव्हाच खात्री झाली. आता मी पुढे झालो, कारण मी अंगाने जाडजूड व वजनदार होतो. माझ्या वजनामुळे बोरू मोडून वाट होत जाईल व माझ्या मागोमाग टॉबीला येता येईल, असे मला वाटले.

पुढे सरून मी बोरूच्या झुपाटात शिरण्याचा एकदोनदा प्रयत्न केला; पण त्यातून वाट काढणे शक्यच होईना. शेवटी कंटाळून निराशेने मी माझ्या सगळ्या अंगाचा जोर टाकून त्या गवतातून चालू लागलो. माझ्या पायांखाली सापडलेल्या

बोरूच्या काड्या, पाय काढताच पुन्हा सपकन वर उचलत आणि चपकन् तोडावर बसत. माझी ती अवस्था बघून टॉबी पुढे झाला. पण वजनाने तो अगदी हलका असल्यामुळे त्याला त्या दाट गवतातून वाट काढणे शक्यच नव्हते. अखेर पुन्हा मला पुढे सरकावे लागले.

वाट काढताकाढता आम्ही घामाघूम होऊन गेलो. आमचे हातपाय थकले. आणि बोरूंच्या व बांबूंच्या शिपट्यांचा मार लागून लागून आमचे अंग फाटून, ओरबाडून निघाले. तरीही आम्ही कड्यापासून अर्ध्या वाटेवर येऊन ठेपलो. आणि नंतर पाऊस अचानक थांबला आणि उकाडा होऊ लागला. भोवताली दाट बोरूंची वाढ असल्यामुळे हवा फारशी लागत नव्हती. आणि त्यांच्या उंचीमुळे जवळचे किंवा दूरचे काहीच दिसत नव्हते. आम्ही ठरावीक दिशेने बरोबर जात आहोत की चुकून भलत्याच वाटेला लागलो आहोत, हेही आम्हाला कळेना.

केलेल्या वाटचालीमुळे व कष्टांमुळे मी तर पार थकून गेलो. आणखी वाटचाल किंवा कष्ट करणे मला मुळीच शक्य नव्हते. तहानेने व्याकूळ होऊन मी माझ्या कुडत्याचा एक हात पिळला आणि त्यातून गळलेले पाण्याचे थेंब मी पिण्याचा यत्न केला. त्या तेवढ्याशा पाण्यानेही मला कितीतरी बरे वाटले. आणि मी खाली बसलो. माझे डोके सुन्न होऊन गेले होते. पण त्या सुन्नपणातून टॉबीने मला हलवून जागे केले. पाहतो तो टॉबीने एक नवाच प्रयत्न चालविला होता.

येताना त्याने आपला मोठ्या पात्याचा सुरा बरोबर आणला होता. त्या सुऱ्याने तो भोवतालचे गवत, बोरू, बांबू सपासप कापीत होता. त्याने थोड्याच वेळात भोवती थोडी मोकळी जागा तयार केली. त्याचा तो प्रयत्न पाहून मलाही थोडा जोर आला आणि मी पण माझ्या कमरपट्ट्यातला चाकू काढून भोवतालचा बोरू कापून काढू लागलो. पण बोरू कापीत आम्ही पुढेपुढे सरकू लागलो, तो पुढे अधिकाधिक दाट व जाडजाड उंच बोरूंचे जणू कुंपणच समोर उभे राहू लागले. आता माझा धीर पार सुटला. मी मनात म्हटले, ‘छे, पंख लावल्याशिवाय काही या गवतातून आपली सुटका होणार नाही.’

पण इतक्यात एकाएकी माझ्या उजव्या अंगास, बोरूंच्या फटींतून मला प्रकाशाचा एक ओझरता कवडसा दिसून आला. मोठ्या उत्साहाने तो प्रकाशकिरण मी टॉबीला दाखवला. आम्ही बोरू कापून त्या प्रकाशकिरणाच्या दिशेने रस्ता पाडला आणि त्याच्या टोकापर्यंत चालून गेलो तो काय, त्या कड्याच्या अगदी लगतच आम्ही जाऊन पोचल्याचे दिसून आले.

क्षणभर विसावा घेऊन आम्ही वर चढू लागलो आणि काही वेळ जोराने चालून गेल्यावर त्या कड्याच्या माथ्यावर जाऊन पोचलो. त्या कड्याच्या काठावर फार वेळ राहणे धोक्याचे होते; कारण खालच्या वस्तीतील लोकांना आम्ही तेथून

सहज दिसलो असतो आणि त्यांनी मनात आणले असते, तर आमचा पाठपुरावा करून हाकललेसुद्धा असते. यासाठी आम्ही एका बाजूला वळलो आणि गुडघ्यांवर सरपटत सापासारखे गवतातून पुढे सरकू लागलो. अशा तऱ्हेने सुमारे तासभर सरपटल्यावर आम्ही पुन्हा उठून उभे राहिलो आणि अगदी धिटाईने डोंगरमाथ्यावरून चालू लागलो.

वरचा डोंगरमाथा थोडेसे खाचखळगे सोडले तर साधारण सपाटच होता. येथून वरच्या पर्वतश्रेणीचा रस्ता स्पष्ट दिसत होता. येथील सर्व कडेकपारींवर मृदू हिरवळीने आच्छादन घातलेले दिसून येत होते. आणि त्यातील काही कडे तर केवळ हात-दीड हात रुंदीचेच काय ते दिसत होते.

आमच्या साहसाला आतापर्यंत जे यश येत गेले त्यामुळे आणि डोंगरमाथ्यावरील ताज्या स्वच्छ हवेमुळे आम्हाला मोठा उत्साह वाटला. टॉबी आणि मी जलद-जलद चालू लागलो. पण इतक्यात आमच्या दोन्ही बाजूंच्या दऱ्यांतून जोरजोराने बोलल्याचा आवाज कानांवर येऊ लागला. त्या कड्यांवरून चालताना, बहुधा त्या लोकांनी आम्हाला पाहिले असावे आणि आमच्या आकृतीवरून त्यांनी आम्हाला ओळखलेही असावे.

त्या दऱ्यांकडे नजर टाकताच, आम्हाला दिसून आले की, भीतीने त्या जंगली लोकांची धांदल उडालेली आहे. आम्हाला ते दुरून अगदी ठेंगू दिसत होते. त्यांची घरेसुद्धा दूरवरून अगदी छोटीछोटी घरट्यांसारखी दिसत होती. आम्ही खूप दूर व खूप उंचावर असल्यामुळे, आम्हाला त्यांची तशी भीती नव्हती. त्यांनी आम्हाला घेरण्याचे जरी ठरवले असते, तरी आम्ही इतक्या उंचीवर होतो की, ते त्यांना सहसा शक्य झाले नसते आणि ते पर्वतशिखरांवर इतक्या उंचीवर येण्याचा खटाटोप करतील, असे आम्हाला मुळीच वाटत नव्हते.

तथापि वेळ फुकट जाऊ नये म्हणून जिथेजिथे उतरण लागे, तिथे आम्ही जोराने धावत जाऊन अंतर काटीत असू. अखेर आम्ही एका उभ्या सुळक्याजवळ येऊन पोचलो. तो सुळका इतका उभा व उंच होता की, आम्हाला वाटले, इथेच आमचा मार्ग खुंटला. पण मोठ्या प्रयासाने आणि मान मोडून घेण्याचा धोका पत्करून अखेर आम्ही त्या सुळक्याला वळसा घातला व आणखी उंचावर दूरवर येऊन पोचलो. त्या दिवशी अगदी सकाळीच आम्ही समुद्रकिनारा सोडला होता आणि तेव्हापासून सारखे चालत आणि चढत सूर्यास्ताच्या अगोदर साधारण तीन तास, त्या पर्वतश्रेणींमधील सर्वांत उंच पर्वताच्या शिखरावर येऊन उभे राहिलो. त्या अवकाशात आम्ही एकदाही मागे वळून समुद्राकडे पाहिले नव्हते. आमच्या भोवताली आता निळसर रंगाचे खडकच खडक पसरलेले होते. आणि त्यांवर नाना तऱ्हेच्या वेली व गवते माजून राहिली होती. समुद्रसपाटीच्या वर आम्ही

निदान ३००० फुटांइतके तरी आलो असू. आणि त्या उंच शिखरांवरून सभोवताली आम्ही नजर टाकू लागलो तर तेथील वनश्री अतिशय रम्य, झळझळणारी वस्त्राभरणे ल्यालेल्या नववधूसारखी दिसत होती.

नूकूहेवाची खाडी दूरवर दिसत होती. फ्रेंच आरमारी दलाची गलबते, खाडीवर विखुरलेली होती. ती सुस्तपणे डोलत होती. ते दृश्य, तो देखावा खरोखर अविस्मरणीय होता. मी जर शंभर वर्षे जगलो तर मी तो देखावा, तेथवरसुद्धा विसरलो नसतो.

७

त्या डोंगरमाथ्यावर चढून गेलो की, पलीकडे हप्पार– टैपी प्रदेश व त्यांचा सागरकाठ आमच्या दृष्टीस पडेल, अशी आमची कल्पना होती. पण डोंगरमाथा चढल्यावर आमची निराशाच झाली. पलीकडे सपाट भूप्रदेश दिसण्याऐवजी आम्हाला तिथे उंच डोंगर, खोल दऱ्या आणि कडेच सगळीकडे दिसून आले. जिथवर नजर टाकावी तेथवर कडेच कडे! सगळीकडे झाडाझुडपांनी व्यापलेले आणि दाट रानांनी आच्छादलेले! पण मौज अशी की, फळझाडांचे त्यात नावनिशाणही दिसत नव्हते. आणि आमची मदार तर सगळी फळांवर होती.

समोरच्या त्या भूप्रदेशाकडे पाहताच आमची पार निराशा झाली. परत डोंगर उतरून नूकूहेवा प्रदेशात यावे, असा विचारही मनाला चाटून गेला. पण तसे केले तर तेथील लोकांशी गाठ पडण्याचा संभव होता. आणि त्यांनी इतर काही केले नसते, तरी कपड्यांच्या बक्षिसाच्या लालचीने त्यांनी आम्हास पकडून पुन्हा आमच्या जहाजावर रवाना केले असते.

काय करायचे? आम्हाला मोठा प्रश्नच पडला. आमचे जहाज 'डॉली' आणखी दहाएक दिवस तरी नांगर उचलणार नव्हते. हे दहा दिवस काढायचे कसे नि जगायचे तरी कसे? ...खरंच मोठा प्रश्न पडला आम्हाला.

बोटीवरून निघताना आणखी काही बिस्किटे वगैरे बरोबर न घेतल्याचा आता मला पश्चात्ताप वाटला. माझ्या कुडत्याच्या पोटात खुपसून घातलेल्या पावाची आता मला आठवण आली आणि डोंगरकपारीवरील या चढउतारात आणि पावसाच्या झोडीत त्याचे काय झाले आहे हे एकदा बघावे, असेही मनात आले. मी टॉबीला म्हटले, "आपण जहाजावरून कायकाय वस्तू बरोबर आणल्या आहेत, त्या तर एकदा तपासून घेऊ."

आम्ही दोघेही गवतात बसलो. मी माझ्या मित्रास म्हटले, "काढ पाहू बाहेर तू काय लपवून आणलेस ते."

त्याने कुडत्याच्या आत हात घातला आणि पहिल्याप्रथम तंबाखूचा पुडका

बाहेर काढला. तंबाखू एकत्र चिकटून त्याचा गोळा झाला होता व त्या गोळ्याला सगळीकडे पावाचा चुरा चिकटून राहिला होता. तंबाखूचा तो गोळा इतका चिकट नि ओला झालेला दिसला की, जणूकाही तो आताच पाण्यातून वर काढलेला आहे, असे कुणास वाटावे.

परंतु मी त्या तंबाखूकडे लक्षच दिले नाही. आमच्या सध्याच्या स्थितीत त्याचा आम्हाला काहीच उपयोग नव्हता. मी म्हटले, "आणखी काय आणले आहेस तू, पाहू या."

टॉबीने पुन्हा कुडत्यात हात घातला आणि त्याने कसलातरी लगदा बाहेर काढला. चिकट, लिबलिबीत, घाणेरड्या रंगाचा असा तो लगदा होता. पहिल्या प्रथम तो पदार्थ काय असावा, याचेच मला कोडे पडले. बऱ्याच वेळाने माझ्या लक्षात आले की, पावाचा भिजून लगदा झाला असावा व त्यात तंबाखू एकजीव झाली असावी. टॉबी म्हणाला, "सकाळी जहाजातून उतरताना मी दोन बिस्किटे, वेळ प्रसंगी वाट चालताचालता खाता यावीत म्हणून कुडत्यात कोंबली होती. घामाने आणि पावसाने भिजून त्या बिस्किटांचा हा लगदा झाला असावा."

त्याने पुन्हा कुडत्यात हात घातला आणि चार-पाच वार कॅलिकोचे कापड बाहेर काढले. त्या कापडावरील सुरेख छपाई आता मधूनमधून तंबाखूचे पिवळे डाग पडून आणखी छपाईदार झाली होती. हा चार-पाच वार कपडा जेव्हा टॉबी हळूहळू ओढून बाहेर काढू लागला, तेव्हा मला तर तोंडातून कागदाची न संपणारी सुरळी बाहेर काढणाऱ्या जादूगाराचीच आठवण आली. पण तो हसण्याचा प्रसंग नव्हता. त्यानंतर टॉबीने शिवणकामाची एक डबी बाहेर काढली. त्याने पुन्हा कुडत्यात हात घातला व वस्तऱ्याची पेटी बाहेर काढली. त्याने बरोबर आणलेल्या सर्व वस्तूंची तपासणी केल्यावर, मी आणलेल्या वस्तू बाहेर काढू लागलो.

टॉबीने आणलेल्या पावाची व बिस्किटांची स्थिती पाहिल्यावर, मी बरोबर आणलेल्या वस्तूंचीही तीच गत झाली असणार, हे मी ओळखून चुकलो. मी आणलेल्या वस्तूंमध्येही पावाचे काही तुकडे व खाण्याचा तंबाखू हेच प्रमुख होते. थोडेसे कापडही मी बरोबर आणले होते.

आमच्या दोघांच्याही वस्तू आम्ही एकत्र करून त्याचे गाठोडे बांधायचे व दोघांनी ते ओझे आलटूनपालटून वाहून न्यायचे, असे आम्ही ठरवले. पण आमच्या बिस्किटांच्या लगद्याचे काय करायचे? त्याचे काही गाठोडे बांधण्यासारखे नव्हते. बरे, तो लगदा टाकून द्यायचे म्हटले की, संपलेच! आमचे सगळे साहस व जीवन त्या बिस्किटांच्या लगद्यावरच अवलंबून होते.

आम्ही दोघांनीही खूपखूप विचार केला आणि ठरवले की, आमचे जहाज ते बेट सोडून जाईपर्यंत काही झाले तरी खाली उतरायचे नाही. आमच्याजवळ जो

काही अन्नसाठा होता, त्याचे आम्ही सहा सारखे भाग करून घेतले. यांपैकी एकेक भाग, रोज दोघांनी मिळून खायचा. मग पावाच्या लगद्यास चिकटून बसलेले तंबाखूचे कण किंवा काड्या टॉबी निपटून काढू लागला. पण मी त्याला तसे करण्याची मनाई केली. कारण तंबाखूच्या प्रत्येक काडीबरोबर पावाचाही थोडा-थोडा कण निघू लागला.

मी माझ्या गळ्यातील तागाचा दोरा काढला व त्याच्या साहाय्याने त्या लगद्याचे सहा सारखे भाग केले आणि मग आम्हास आढळून आले की आमच्या दोघांच्या मिळून रोजच्या वाट्याचे ते पिठले एखाद्या मोठ्या चमच्यात सहज मावले असते. नंतर ते सहा भाग आम्ही कापडात निरनिराळे बांधले व मग त्यांचे एक निराळेच गाठोडे बांधले. ते गाठोडे मी मोठ्या विश्वासाने टॉबीच्या स्वाधीन केले.

सकाळी जहाजावर फराळ केलेला असल्यामुळे मग त्या दिवशी काहीच खायचे नाही, असे ठरवले आणि मग उठून आम्ही सभोवताली पाहू लागलो. रात्री अंग टाकण्यापुरती कुठे सुरक्षित जागा दिसते की काय, ते हुडकण्याचा आमचा विचार होता. आभाळ काळवंडले होते. त्या दाट रानात रात्र पडताच भयाण काळोख पसरणार होता आणि रात्री मुसळधार पाऊसही पडण्याचा संभव होता.

जवळपास निवाऱ्याची जागा कुठेच दिसेना. आम्ही नूकूहेवाकडे पाठ फिरवून, डोंगरमाथ्यापलीकडील अज्ञात प्रदेशात उतरू लागलो. जेथवर आमची नजर पोचत होती तेथवर माणसांच्या तर सोडाच, जीवजंतूंच्या अस्तित्वाचीही काही खूण दृग्गोचर होत नव्हती. त्या भागात कोणी कधी राहून गेले असेल, अशीही काही खूण दिसली नाही. त्या भयाण भूप्रदेशात जगाच्या सुरुवातीपासून आजवर कुणाचा संचारच झालेला नसावा. त्या निर्जन रानातून जाताना आमचे स्वतःचेच आवाज आम्हास भेडसावू लागले. त्या साऱ्या शांततेचा भंग फक्त आसमंतातील धबधब्यांमुळेच काय तो होत होता.

रानात कंदमुळांचा व फळांचा पुरवठा होऊन आपण दिवस काढू, ही आमची अपेक्षा नष्ट झाली हे खरे; पण त्यामुळे या इथे आपणास जंगली लोकांचाही त्रास होणार नाही, याबद्दलही आमची खात्री झाली. कारण रानात कंद, मुळे, फळफळावळ नाही तर येतो कोण तिथे, कशाला?

आम्ही झाडेझुडपे न्याहाळीत खूपच दूरवर भटकलो. अखेर आम्ही एका उभ्या कड्यावर चढण्यात यश मिळवले. त्या तिथे माथ्यावर जाणाऱ्यायेणाऱ्यांच्या पायांनी तुडवल्यासारखी एक रुंद पायवाट आम्हास आढळली. ती पायवाट अखेर एका खोल रुंद पाणंदीत जाऊन उतरली होती.

ती पाऊलवाट पाहताच मला तर प्रथम असे वाटले की, ताबडतोब मागे

फिरावे व दुसऱ्या दिशेने चालू लागावे. पण ती वाट अखेर जातेतरी कुठे, हे पाहण्याची उत्सुकता मला स्वस्थ बसू देईना. आम्ही त्या वाटेने पुढे जायचे ठरवले. जसजसे आम्ही पुढे जाऊ लागलो, तसतशी ती वाट अधिक मळलेली स्पष्ट दिसू लागली. पण अखेर ती एका उंच कड्यावर जाऊन तेथे थांबली होती. त्या वाटेच्या टोकाला एक खोल पाणंद होती.

टॉबी त्या खोल दरीकडे बघून उपरोधिकपणे म्हणाला, "म्हणजे जो कुणी या वाटेने चालत येत असेल, त्याला अखेर या पाणंदीत उडी घेऊन कपाळमोक्ष करून घ्यावा लागत असणार."

पण मी तितक्याच शांतपणे त्याला उत्तर दिले, 'असेच नाही काही. कपाळमोक्ष करून घेतल्याशिवाय काही लोक या पाणंदीत उतरत असावेत. आपण तसा प्रयत्न करून पाहू या का?'

टॉबी म्हणाला, "तुझा मान मोडून घेण्याचा विचार असेल, तर माझी हरकत नाही. आपल्या जहाजाच्या तळाजवळच्या कोठीपेक्षाही, तिथे जास्त अंधार आहे आणि या धडाडणाऱ्या पाणलोटांचे आवाज तर आपल्या मेंदूचा चुराडा करून सोडतील बघ."

मी म्हटले, "टॉबी, असा एकदम एकेरीवर येऊ नकोस. ज्या अर्थी इथे वाट आहे, त्या अर्थी इथे माणसे नियमितपणे येत असावीत. आणि ज्या अर्थी इथे माणसे येतात, त्या अर्थी या पाणंदीत निश्चित काहीतरी आसरा अगर निवारा असावा. तिथे खाली काय असावे, हे मी शोधून काढणारच."

टॉबी म्हणाला, "वाटेतील प्रत्येक गोष्टीचा जर तू असा पाठपुरावा करीत बसलास, तर तू कशावर तरी आपले डोके आपटून घेणार, हे नक्की. आपण सरळ दुसरा मार्ग धरू या. आता सायंकाळही होत चालली आहे. निवारा शोधून काढणे भागच आहे आपणाला आता."

मी म्हटले, "तेच तर मी म्हणतो आहे. त्या पाणंदीत आपल्याला निवारा मिळेल असे मला वाटते. पाणीही आहे तिथे. शिवाय वाऱ्याचाही त्रास होणार नाही."

टॉबी म्हणाला, "होय, होय. आणि तिथे आपल्याला खोकलाही होईल आणि संधिवातसुद्धा होऊ शकेल!" त्याला माझी पाणंदीत उतरण्याची कल्पना मुळीच आवडली नसावी.

"बरे, बुवा," मी म्हटले. "तू जर मजबरोबर तिथे पाणंदीत यायला तयार नाहीस, तर मी एकटाच तिथे खाली उतरतो. तू मला सकाळी भेट म्हणजे झाले." मी वेळ न घालवता कड्याच्या टोकावर गेलो व झाडांची मुळे व वेलींचा आधार घेऊन पाणंदीत उतरू लागलो. मी उतरू लागताच टॉबीही मागोमाग आला

आणि एकाद्या खारीसारखा चपळाईने खाली उतरू लागला. मी अर्ध्यावर गेलो नाही, तोच तो खाली उतरलासुद्धा!

आम्ही खाली उतरून पाहतो तो काय? पाण्याचे पाच मोठमोठाले प्रवाह घोंघावत वाहत चाललेले दिसले. पाणंदीच्या दोन्ही काठांवरील खडकांतून असंख्य झरे पाझरत होते आणि त्यांचा थडाडथडाड आवाज कानठळ्या बसवीत होता. ते असंख्य झरे खाली कोसळताच एकजीव होऊन, फुगून वाहणाऱ्या त्या पाचही प्रवाहांत मिसळून जात होते.

वर नजर टाकून पाहिली तो दोन्ही बाजूंनी झाडांची असंख्य मुळे बाहेर येऊन ठिपकत होती. त्यांवर कोसळणाऱ्या पाण्यामुळे ती सारखी थरथरत होती. आता सूर्यास्त व्हायला आला होता आणि पाणंदीत पसरलेल्या अर्धवट अंधारामुळे झाडांची ती पाळेमुळे केस पिंजारलेल्या राक्षसांसारखी दिसत होती. त्या विचित्र दृश्याकडे बघताच आम्ही दोघेही हबकून गेलो. आणखी थोड्या वेळातच सूर्य मावळणार आणि या काळ्याकुट्ट अंधारात आपण अडकून पडणार, या कल्पनेने माझ्या अंगावर काटा उभा राहिला.

त्या पायवाटेने आम्हाला असे काळ्याकभिन्न अंधारात आणून सोडले. माझी फसगत झाली होती खरी; पण त्याबरोबरच इथे आपली जंगली लोकांशी गाठ काही पडणार नाही, अशी खात्री मात्र झाली. आणि या पाणंदीसारखा आम्हास कदाचित शोधूनही दुसरा आसरा सापडला नसता. या बाबतीत टॉबीचे माझ्याशी एकमत झाले आणि आम्ही आजूबाजूला पडलेल्या झाडांच्या डहाळ्या व फांद्या जमा करू लागलो. डहाळ्यांच्या साहाय्याने रात्र काढण्यापुरता आडोसा तयार करावा, असा आमचा उद्देश होता. हा आडोसा आम्हाला पाणंदीच्या अगदी कडेला बांधावा लागणार होता. कारण पाणंदीच्या मध्यभागी पाणी अगदी तुडुंब भरून वाहत होते. सूर्यास्ताला अजून थोडासा वेळ होता. पण तेवढ्या वेळात आम्हाला आडोसा बांधून तयार करायचा होता. त्यातल्या त्यात अगदी सरळ अशा सात-आठ फांद्या शोधून आम्ही त्यांचे एक टोक जमिनीवर व शेंडा कडेच्या खडकास अशा त्या टेकून उभ्या केल्या व त्यांवर बारीक बारीक डहाळ्यांचे आच्छादन घालून साधारणसा आडोसा व आसरा उभा केला. पाण्याचा ओहोळ त्या झोपडीपासून इतक्या जवळून धोधो करीत जात होता की, आणखी थोडा पाऊस पडता तर आमचे झोपडे त्यात तेव्हाच वाहून जाते. त्या ठेंगण्याशा आडोशात आम्ही कसेतरी सरपटत गेलो आणि आमची श्रांत झालेली शरीरे आम्ही कशीबशी एकदाची ताणली.

ती भीषण भयाण रात्र मी आयुष्यभर विसरणार नाही. बिचाऱ्या टोबीची स्थिती तर विचारूच नका! त्याच्या तोंडातून शब्दही फुटत नव्हता. ती सबंध रात्र तो

थंडीने सारखा कुडकुडत होता. खडकाच्या भिंतीला पाठ टेकून, मान गुडघ्यांत घालून तो रात्रभर बसला होता. रात्रभर अधूनमधून पाऊस सारखा कोसळतच होता. आमचा आडोसा म्हणजे नुसती थट्टा होती. एक खांदा भिजतो म्हणून वळतो, तो दुसरा खांदा भिजू लागे. खांदा बचावण्यास जावे तर पाठ भिजू लागे. वरच्या खडकांवरून पाणी येई, आडोशाच्या छपरातून पाणी येई, पायाजवळच्या ओहळातील पाणी आत येई. नको ती आठवण त्या भयाण रात्रीची!

आयुष्यात मी अनेक खडतर प्रसंग पाहिले आहेत. त्यांची मला कधी पर्वा वाटली नव्हती. पण त्या पाणंदीत काढलेली ती भयाण रात्र, तो निबिड अंधार, मरणाचा गारठा! नको, नको. ती आठवणसुद्धा नको!

दुसऱ्या दिवशी सकाळी आम्ही भल्या पहाटेस जागे झालो हे काय सांगायला हवे? पहाटेचा धूसर प्रकाश डोकावू लागताच मी माझ्या मित्रास हलवू लागलो आणि त्याला म्हटले, 'अरे, दिवस उजाडला बघ.' बिचारा टॉबी! त्याने कसेबसे डोके वर केले नि तो म्हणाला, "दोस्ता, दिवस फुटला खरा; पण माझ्या डोळ्यांतील उजेड मात्र मावळला. मी डोळे उघडलेत तरी मला भोवताली काळोखच पसरलेला दिसतो आहे."

मी त्याला म्हटले, "वेड्या, तुझ्या डोळ्यांवरची झोप अजून उडालेली दिसत नाही. चल उठ."

"झोप उडाली नाही?" टॉबी एकदम रागाने उसळून म्हणाला. "म्हणजे मी रात्रभर डाराडूर झोपलो होतो, असे तू समजतोस की काय? गाढव कुठला! या भयाण जागी तू झोपला होतास असे म्हणणे म्हणजे एखाद्याचा अपमान करण्यासारखे आहे, समजलास?"

टॉबीची समजूत काढेपर्यंत व त्याची माफी मागेपर्यंत दिवस आणखी जरा उजाडला. आम्ही आमच्या खोपटाच्या बाहेर आलो. पाऊस आता थांबला होता. पण सभोवतालची प्रत्येक वस्तू पाण्याने निथळत होती. आम्ही अंगावरचे ओले कपडे काढले व ते पिळून त्यांतील पाणी निपटून काढण्याचा प्रयत्न केला. अंगाला आळोखेपिळोखे देत आणि अंग घाशीत आम्ही शरीरात उबारा आणण्याचा प्रयत्न चालविला. थोडी हुशारी येताच आम्ही ओहळातील ताज्या पाण्याने अंग व हातपाय धुतले व पुन्हा ते ओलसर कपडे अंगात चढवले. आणि कालच्या सबंध दिवसाचा उपवास सोडायचे ठरवले. काल सकाळी फराळ केल्याला आता पुरे चोवीस तास झाले होते.

त्याप्रमाणे पहिल्या दिवसाच्या अन्नाचा वाटा आम्ही बाहेर काढला आणि एका उंचशा खडकावर बसून ते कसे काय खायचे, याचा आम्ही विचार करू लागलो. पहिल्या भागाचे प्रथम आम्ही दोन भाग केले आणि त्यांतील एक

संध्याकाळच्या भोजनासाठी ठेवून उरलेल्या अर्ध्या भागाचे आम्ही पुन्हा दोन तुकडे केले. माझ्या वाट्यास आलेला भाग माझ्या बोटाच्या टोकावर सहज मावला असता. पण तरीही मी तो तोंडात न कोंबता हळूहळू चघळीत राहिलो. माणसाला भूक लागलेली असली की, त्याला काहीही गोड लागते. म्हणतात ना 'भुकेला कोंडा'. अन्नाचा तेवढासा कणही मला त्या वेळी किती गोड वाटला. त्या कणावर, समोरून वाहणाऱ्या ओहळातील स्वच्छ गार पाणी आम्ही पोटभर प्यालो आणि नंतर किंचित हुशारी वाटून आम्ही वर उठलो आणि पुढे वाढून ठेवलेल्या संकटांना तोंड देण्यास सज्ज झालो.

रात्र ज्या ठिकाणी आम्ही काढली, ती पाणंदीतील जागा आम्ही नीट न्याहाळून तपासली. ओहळ ओलांडला आणि पलीकडे गेलो. ओढ्यापलीकडे गेल्यावर मात्र आमची खात्री झाली, की त्या ठिकाणी कुणीतरी नेहमीच येतजात असावे आणि आतासुद्धा आमच्या अगोदर थोडा वेळ कुणीतरी येऊन गेलेले असावे. अधिक बारकाईने पाहता आमच्या लक्षात आले की, तिथल्या एका वेलींची मुळे जमा करण्यासाठी ते जंगली लोक तिथे येत असावेत.

माणसांच्या येण्याजाण्याची तिथे चिन्हे दिसून येताच आम्ही तेथून लागलीच निघून जायचे ठरवले. नाहीतरी थोडासा आडोसा याशिवाय त्या पाणंदीचा आम्हाला तसा काही उपयोग नव्हता. आम्ही उभे होतो तेथून पुन्हा डोंगरमाथ्यावर चढून जाण्यासारखा कुठे रस्ता आहे की काय, ते आम्ही पाहिले आणि तसा चढून जाता येण्यासारखा एक खडक दिसताच आम्ही त्यावर चढलो. अर्ध्याएक तासाच्या प्रयत्नांनंतर आम्ही आदल्या दिवशी संध्याकाळी ज्या कड्यावरून खाली पाणंदीत उतरलो होतो, त्याच कड्याच्या माथ्यावर जाऊन आम्ही उभे राहिलो.

मी टॉबीला म्हटले, ''या बेटावर इकडेतिकडे भटकत राहण्यापेक्षा कुठेतरी सुरक्षित जागा धरून लपून राहू. निदान आपले अन्न सरेतोवर आपण लपून बसू. एखादे चांगले झोपडे बांधू.'' टॉबीने अर्थातच या बेताला लागलीच मान्यता दिली व तो बेत अमलात आणायला आम्ही सुरुवात केली.

त्या दिवशी दुपारपर्यंत वणवण फिरूनसुद्धा आम्हाला सोयीस्कर अशी जागा सापडली नाही. आकाश पुन्हा भरून आले. वादळ होणार, हे आम्ही जाणले आणि समोर दिसणाऱ्या दाट झुडपांकडे आम्ही आसऱ्यासाठी पळालो. त्या झुडपांखाली शिरून आम्ही बाजूचे गवत ओरबाडून काढले व ते अंगावर पांघरून घेतले.

तथापि पाऊस लागलीच कोसळला मात्र नाही. आणि काय आश्चर्य! टॉबी गवताच्या त्या पांघरुणाखाली बोलताबोलता गाढ झोपी गेला. माझ्या डोळ्यांवरसुद्धा हळूहळू झोपेची झापड येऊ लागली. पण तेवढ्यात पावसाने जोरात सुरुवात केली व झोपेचे विचार मला सोडून द्यावे लागले. त्या झुडपात गवताच्या पांघरुणाखाली

आम्हाला काहीसा आडोसा मिळाला असला, तरी थोड्याच वेळात आमचे कपडे पुन्हा भिजून चिंब झाले.

पावसाची झोड नंतर थांबली, तरी सुमारे तासभर त्याची बुरबूर चालूच होती. माझा मित्र टॉबी पावसाच्या त्या झोडीतही झोपला होता आणि पाऊस थांबल्यावर त्याला उठवणे माझ्या जिवावर आले. गवताच्या भाऱ्याखाली काढलेल्या त्या तासाभरात सर्दीचा माझ्या गळ्यावर व छातीवर परिणाम होत असलेला मला दिसून आला. थंडीने मी कुडकुडू लागलो आणि मला सपाटून तापही भरला. माझ्या एका पायाला इतकी सूज आली की, मला वाटले, बहुतेक एखाद्या विषारी सापाने मला दंश केला असावा. रानातील त्या भागात सापांचा काही तुटवडा नसावा.

माझा ताप वाढू लागला, तरी माझ्या मित्राची झोपमोड होऊ नये, म्हणून मी काळजी घेत होतो. त्याच्यापासून दोन-तीन हात दूर जाऊन मी बसलो. बसता-बसता माझा हात लागून समोरच्या झुडपाची एक डहाळी दूर झाली आणि मला समोर जे दृश्य दिसले ते पाहून, तापाने फणफणलेल्या स्थितीतही मी विस्मयाने चकित झालो.

बसल्या ठिकाणाहून मला नाकासमोर एक मोठे खोरे दिसत होते. ते उतरत-उतरत अखेर निळ्यानिळ्या दर्याला जाऊन भिडलेले दिसत होते. खोऱ्याच्या अर्ध्या भागापासून पुढे समुद्रपट्टीकडे तेथील गावकऱ्यांची झापांची ठेंगणीठुसकी पांढरीधोप घरे दिसून येत होती. ते हिरवेगार खोरे अर्धापाऊण मैल रुंद व मैलभर लांबीचे तरी असावे. खोऱ्याच्या दोन्ही बाजूंस उंचउंच डोंगरांचे कडे पसरलेले होते व ते डोंगर आता आम्ही जिथे बसलो होतो, तिथे येऊन एकवटलेले दिसत होते. खोऱ्यातील वृक्षवल्लरींचे सौंदर्य अवर्णनीय होते. मधूनच पाण्याचे झोत संथपणे वाहत जात होते. कड्यांवरून खाली उड्या घेताना त्या झोतांचे फेसाळ सौंदर्य अनुपम दिसे. कुडकुडवणारी थंडी व ताप पार विसरून जाऊन कितीतरी वेळ मी त्या खोऱ्याकडे बघत राहिलो. कसे हिरवेहिरवेगार, पाचूसारखे दिसत होते ते खोरे!

८

तो सुंदर भूप्रदेश बघून विस्मयचकित झालेला मी काही वेळाने भानावर आलो. मी टॉबीला जागे केले आणि मला दिसलेल्या त्या भूप्रदेशाची हकिगत त्याला सांगितली. आम्ही दोघेही मिळून त्या कड्याच्या काठावर गेलो आणि तो भूभाग व त्या झोपड्या पाहून माझ्याप्रमाणेच टॉबीलाही आता आश्चर्य वाटले. आम्ही आपसात विचार करू लागलो. नूकूहेवाच्या पलीकडील बाजूला तो भूप्रदेश असल्यामुळे तो हप्पार किंवा टैपींचा प्रदेश असला पाहिजे, हे खरे होते. पण तो नक्की कुठला असावा, ते कळायला काहीच मार्ग नव्हता. टॉबी म्हणाला, ''तो हप्पारचा भाग असावा.'' पण माझ्या मते 'तो भाग त्यांच्या शत्रूंचा म्हणजे टैपींचा असावा.' माझे म्हणणे अगदी खरे होते असे नव्हे; पण साधारण माझा तसा अंदाज होता.

पण टॉबीने खाली उतरून त्या प्रदेशात जाण्याची केलेली सूचना मात्र मला पटली नाही. विचार केल्याशिवाय त्या भागात जायचे आणि आयतेच त्या टैपींच्या हातात सापडायचे. मला काही पटेना. तो जर खरोखरच हप्पार लोकांचा भाग असला, तर तिथे आम्हाला आसरा मिळण्यासारखा होता. आमचे स्वागतही झाले असते. पण जर का त्यांच्याऐवजी तो भाग टैपींचा निघाला तर? तर आमची धडगतच नसती! आपण होऊन त्या रानटी लोकांच्या हद्दीत शिरणे शुद्ध वेडेपणाच होता.

उलट, टॉबीचे म्हणणे तो हप्पार लोकांचाच प्रदेश आहे. तिथे जायला तो इतका उत्सुक झालेला दिसला की, त्याचे मन कसे वळवावे, तेच मला कळेना. खरेच होते. तिथे गेल्याने आपणास भरपूर खाणेपिणे मिळेल, अशी त्याची कल्पना होती. मी म्हटले, ''आपण त्या खोऱ्यात उतरलो आणि दुर्दैवाने ते खोरे टैपींचेच वास्तव्यस्थान निघाले तर काय करणार?'' टॉबी त्यावर म्हणाला, ''निघालेच तर अधिक काय होणार? आताच्या आपल्या या केविलवाण्या स्थितीपेक्षा अधिक ते काय होणार आहे?''

टॉबीचे मन वळवणे कठीण आहे, हे ओळखून मी दुसरीकडे पाहू लागलो. त्या बाजूला झाडेझुडपे नसलेला एक बराच मोठा उघडा भाग दिसून येत होता. मी टॉबीला म्हटले, ''ते पाहा, त्या उघाडीच्या पलीकडे दुसरी एखादी निर्मनुष्य अशी दरी असावी आणि कदाचित त्या दरीत जंगली फळांची रेलचेल असू शकेल. अशा दऱ्या या बेटावर अनेक असल्याचे मी ऐकले आहे. आपण त्या दरीत जाऊन पोचण्याचा यत्न करू आणि तिथे जर खरेच रानफळांची झाडे असतील, तर आपण तिथेच वास्तव्य करू.''

कशी कुणास ठाऊक, पण टॉबीने माझी ती सूचना मान्य केली आणि आम्ही लागलीच त्या प्रदेशाची पाहणी सुरू केली. पण तिथे जाण्यासारखा रस्ता काही आम्हाला दिसून येईना. त्या बाजूला सगळे तुटके कडे, उभे सुळके व खोल पाणंदी दिसून येत होत्या. त्या मोकळ्या जागेकडे जायचे, तर या सर्व अडचणी ओलांडून जायला हवे होते.

मोठा कष्टांचा प्रवास होता; पण आम्ही तो करायचाच, असे ठरवले. मला स्वतःला हा कष्टकर प्रवास झेपेल, असे वाटेना. माझे सगळे अंग दुखत होते. ताप फणफणत होता. एक पाय सुजून दुखत असल्यामुळे मी लंगडत होतो. शिवाय पोटात अन्नाचा कणही नव्हता. या परिस्थितीत जोवर मला चालवत होते, तोवर एखाद्या सुरक्षित जागी जाऊन पोचणे मला श्रेयस्कर वाटत होते. म्हणूनच आम्ही एका सुळक्याच्या उतरणीवरून खाली झटझट उतरू लागलो. सुळक्यांवर गवत वाढलेले असल्यामुळेच खाली उतरणे आम्हाला शक्य होत होते. आम्ही खाली बसायचो व दोन्ही हातांनी दोन्हीकडचे गवत पकडून खाली घसरत जायचो. या रीतीने आम्ही इतक्या जलद गतीने खाली उतरलो की, आमचे आम्हालाच आश्चर्य वाटले.

सुळक्याच्या पायथ्याजवळ एक ओढा खळखळत वाहत होता. ओढ्याचे स्वच्छ गार पाणी पिऊन आम्ही पुन्हा वाटचाल करू लागलो. आता पुढची वाट तर मघापेक्षाही अधिक कठीण होती. मघा जितक्या झरझर आम्ही खाली आलो, तितकेच आता चढाव चढून वर जाणे कठीण होते. तरीही आम्ही धिमेपणाने पुढे सरकू लागलो. सुमारे तासभर गोगलगाईच्या गतीने वाट चालल्यानंतर आम्ही अर्धाअधिक कडा चढून गेलो आणि इतक्यात माझा उतरलेला ताप पुन्हा चढू लागला. तहान तर इतकी लागली की, चढून आलेल्या जागेवरून पुन्हा खाली उडी टाकावी व तेथील झऱ्याचे गार, स्वच्छ पाणी यथेच्छ प्यावे, असे मला वाटू लागले. परिणाम काही होवो, पाणी खूप प्यावे, ही एकच इच्छा मनात उफाळून येऊ लागली. मी टॉबीला म्हटले, ''असेच मागे फिरावे व पायथ्याजवळच्या ओढ्यावर तहान शांत करावी, असे माझ्या मनात येऊ लागले आहे.''

टॉबी आता मला, मागे पाय न घेण्याबद्दल विनवू लागला. तो म्हणाला, ''आता आपण एवढे वर चढून आलो आहोत, तर आणखी थोडी कळ सोसू आणखी पाचएक मिनिटांत आपण कड्यापलीकडे उतरू. तिथे आपणास पाणी नक्कीच आढळेल.''

माझ्या खांद्यावर हात ठेवून तो पुढे म्हणाला, ''खाली जाऊन या कड्यावर जर आपण नजर टाकली, तर पुन्हा वर चढण्याची आपणास हिंमतच होणार नाही.''

त्याच्या म्हणण्याकडे दुर्लक्ष करण्याइतका काही मी वेडा नव्हतो. मी म्हटले, 'बरे तर.' आणि आम्ही पुन्हा वर चढण्यास सुरुवात केली. तहानेने मी व्याकूळ झालो होतो. थोड्याच वेळाने पाणी सापडेल, या सुखकर कल्पनेने मी वर जाण्याचे कष्ट सहन करीत होतो.

अखेरीस आम्ही त्या कड्याच्याही शिखरावर जाऊन पोचलो. तिथे पोचताच सभोवतालचा प्रदेश दूरपर्यंत नजरेच्या टापूत आला. पण तो पाहून हर्षाऐवजी निराशाच माझ्या पदरात आली. सभोवार जिथे नजर टाकावी तिथे दाट रान, खोल दऱ्या, उंच सुळके आणि निसरडे कडे यांशिवाय दुसरे काहीच दिसून येत नव्हते. माझी स्थिती तर सोडा, पण टॉबीही तो देखावा पाहून मनात खचला.

त्या कड्यापलीकडे खाली पायथ्याशी पाण्याचा एक प्रवाह वाहत असलेला दिसत होता. त्या प्रवाहाशी कधी एकदा जाऊन पोचतो, असे मला झाले होते. पुढील दुर्धर संकटांचा कसलाही विचार न करता, त्या कड्यावरून पलीकडील खोल काळोख्या दरीत उतरण्यास आम्ही सुरुवात केली. त्या निबिड काळोख्या दरीतील शांतता भयाण होती. आमच्या प्रत्येक पावलागणिक खाली कोसळणाऱ्या दगडगोट्यांचा आवाज व त्यांचा प्रतिध्वनी इतक्या भयंकर तऱ्हेने उमटायचा, की भीतीने मनाला कापरेच भरावे! दोन्ही हातांनी झाडांची मुळे व गवत पकडून आम्ही घसरत खाली येत होतो. केव्हा चटकन तोल सुटेल नि खाली कोसळायला होईल, याचा भरवसाच नव्हता. नियतीच तर आम्हाला त्या खोल गर्तेकडे ओढून नेत नाही ना, अशीही शंका माझ्या मनाला कित्येकदा चाटून गेली.

अगदी थोड्या वेळात आम्ही त्या कड्यावरून खाली सुरक्षितपणे घसरत आलो. त्या प्रवाहाच्या काठावरील खडकांवर गुडघे टेकून मी ओणवलो आणि खळखळत जाणाऱ्या नितळ शीतल पाण्याचे मधुर घोट घेऊ लागलो. केवढा सुखाचा क्षण होता तो! त्या शीतल पाण्याच्या प्रत्येक घोटाबरोबर माझ्या थकलेल्या शरीरात नवी चेतना स्फुरत असल्यासारखे वाटले. तापाने फणफणणारे माझे शरीर त्यामुळे हळूहळू गार होऊ लागले. माझी तृषा शांत झाली. मी पुन्हा उभा राहिलो. पुन्हा मी समोरच्या डोंगरकड्यांकडे दृष्टिक्षेप टाकला आणि मघा खाली उतरण्याची

उत्कंठा जशी माझ्या मनात लागून राहिली होती, तशीच ती आता समोरचे डोंगरकडे चढून जाण्यासाठी लागून राहिली.

समोरचा तो कडा पहिल्यापेक्षाही चढून जाण्यास अधिक बिकट होता. सतत दोन तास खटपट केल्यानंतर आम्ही त्याच्या माथ्यावर येऊन उभे राहिलो. मागे वळून खाली नजर टाकली तो आम्ही तिथून चढून वर आलो आहोत, या गोष्टीचा आमचा आम्हालाच विश्वास वाटेना.

कड्यामागून कडे आम्ही सारखे चढत व उतरत होतो; पण सुटकेचा काही मार्ग मात्र दिसत नव्हता. आमचे जहाज निघून गेल्यावाचून पुन्हा म्हणून नूकूहेवाकडे परतण्याचे आमच्या मनातही येत नव्हते. आणि निराश होऊन आम्ही परतायचे ठरवले असते, तरी तेही शक्य झाले असते की कसे, याची शंका होती. आता चढून आलेला कडा पुन्हा उतरून पलीकडे जाण्याशिवाय आता काही गत्यंतरच उरले नव्हते. टॉबी आणि मी अगदी थकून जाऊन एकमेकांकडे पाहत तिथे उभे होतो. काही खाल्ल्याशिवाय आणि विसावा घेतल्याशिवाय पुढे पाऊल टाकणे शक्यच नव्हते. तिथेच थोडीशी मोकळी जागा बघून आम्ही बैठक ठोकली. टॉबीने आपल्या कुडत्यातून आमचा अन्नाचा किमती साठा बाहेर काढला. सकाळच्या फराळातून वाचवलेला अर्धा भाग आम्ही दोघांमध्ये सारखा वाटून घेतला. आपापल्या वाटणीचे खाणे आम्ही हळूहळू चवीने खाल्ले आणि नंतर अंग टाकण्याइतका आडोसा शोधून काढण्याचे कामगिरीवर आम्ही निघालो.

सुदैवाने आजचे हे ठिकाण कालच्या ठिकाणापेक्षा कितीतरी चांगले होते. साधारण सपाट असलेल्या एका ठिकाणचे गवत व बोरू आम्ही आम्ही ओरबाडून काढले. ते गवत वळून आम्ही त्याचे टोपलीच्या आकाराचे छोटे झोपडे तयार केले. जवळच्या एका झाडाची पाने व डहाळ्या काढून त्यांचे त्या झोपडीवर छप्पर घातले आणि आम्ही सरपटत त्या झोपडीत शिरलो.

उंच डोंगरमाथ्यावर वारा नेहमीच पिसाटासारखा पिंगा घालीत असतो. या वाऱ्यामुळे हिंवारा भरतो. हाडे मोडून येतात. आमच्याजवळ लोकरी कुडत्याशिवाय थंडीचे निवारण करण्याचे दुसरे काहीच साधन नव्हते. आणि म्हणून थंडीपासून बचाव व्हावा यासाठी भोवतालच्या झाडांची जितकी मिळतील तितकी पाने गोळा करून त्यांची आम्ही आमच्या झोपडीवर रास रचली. झोपडीत जमिनीवरही आम्ही खूप पालापाचोळा पसरला. नाहीतरी मोडून निघालेल्या आमच्या हाडांना दुसरे कुठले अंथरूण सोयीस्कर झाले असते?

अंगदुखीशिवाय त्या रात्री आम्हाला इतर कशाचा त्रास झाला नाही. झोपही बरी लागली. मला अधूनमधून जाग येत होती; पण टॉबी मात्र रात्रभर गाढ झोपी गेला होता. पाऊस पण त्या रात्री पडला नाही. सकाळी टॉबी माझ्या आधी जागा

होऊन मला उठवू लागला, तेव्हा मला जाग आली. रात्रभरच्या विश्रांतीमुळे टॉबी अगदी ताजातवाना झालेला दिसला, त्याच्या हातात झाडाची एक बारीकशी डहाळी होती व ती तो दातांनी चावीत होता. तो म्हणाला, 'या झाडाची साल खायला मोठी रुचकर आहे. भुकेवर तो उत्तम तोडगा आहे बघ.'

झोपून उठल्यावर मलासुद्धा थोडी हुशारी वाटली. माझा पाय अजूनही दुखत होता. पण टॉबीचा उत्साह व हुशारी यांवर विरजण पडू नये म्हणून मी माझे दुःख बोलून दाखवले नाही. उलट, मी ओढ्यावर जाऊन तोंड धुतले व त्याला प्रथम फराळाची तयारी करण्यास सांगितले. फराळ केल्यानंतर, पुढे काय करायचे याचा आम्ही विचार करू लागलो.

टॉबी जोराने म्हणाला, "काय करायचे दुसरे? ज्या घळीतून आपण काल वर आलो, त्याच घळीत पुन्हा परत जायचे. या इथे उगाच भटकत राहून आपण उपासमारीने मरून जाऊ. आणि त्या टैपींची जी भीती आपण घेतली आहे, ती तरी कशासाठी? ती खरी कशावरून?" तो पुढे म्हणाला, "या भूप्रदेशावरून व येथील निसर्गरम्य वातावरणावरून मलातरी असे खास वाटते, की इथे वास्तव्य करणारे लोक सुस्वभावी असावेत. निदान तितके क्रूर तरी नसावेत. त्यांच्या भीतीने इथे उपाशी मरण्यापेक्षा, मी तरी सरळ त्यांच्या प्रदेशात उतरून, येईल त्या प्रसंगाला तोंड देणे पत्करीन."

"पण, त्या टैपींच्या प्रदेशात जायचे तरी कसे? वाट कोण दाखवणार आपणास? की कालच्याप्रमाणेच आजही डोंगरावर चढउतार करीत राहायचे?" मी म्हटले.

टॉबी मान खाली घालून विचार करीत बसला. थोड्या वेळाने त्याला काही कल्पना सुचली असावी. तो एकदम उद्गारला, "बरोबर, आपण असे करू या. हे बघ, सगळ्या नद्या, नाले, ओढे शेवटी वाहत वाहत खोऱ्यातून समुद्रास जाऊन मिळतात. आपण या ओढ्याच्या काठाने चालू लागलो की, अखेर त्या खोऱ्यात जाऊन उतरू!"

"बरोबर, बरोबर! टॉबी, तू म्हणतोस ते खरे आहे! या ओढ्याच्या काठाने आपण खोऱ्यात जाऊन पोचू आणि तेही लवकर! ओढा बघ किती जोराने खळखळत खाली जात आहे तो! रस्ता उतरणीचा असावा."

आपली कल्पना मला पटल्याचे पाहून टॉबीला आणखीन उत्साह वाटला. तो म्हणाला, "चल तर, आपण लागलीच चालायला सुरुवात करू. टैपींची भीती दे सोडून! आपण हप्पार लोकांच्या मुलखातच जाऊन पोचू कदाचित."

टॉबी उत्साहाने उठला आणि वाट चालू लागला. आपला सोबती तापाने आजारी आहे आणि त्याचा एक पाय दुखतो आहे, हेही तो जणू विसरून गेला होता!

९

टॉबीचा आत्मविश्वास दांडगा होता. आपण हप्पार प्रदेशातच पोचणार, असे तो सारखे घोषित करीत चालला होता. हळूहळू त्याच्या त्या घोषाचा माझ्याही मनावर परिणाम होऊ लागला. ओढ्यांच्या काठाकाठाचा सुरुवातीचा प्रवास हलका व सुखकारक वाटला. पण हळूहळू तोही बिकट होऊ लागला. ओढ्याचा प्रवाह खडकाळ, तीक्ष्ण टोकांच्या कातळांतून पुढे जात होता. मध्येच पाणी साठून त्याचे डोह झाले होते, तर कुठे एकदम उंचावरून खाली कोसळून त्याचे धबधब्यातही स्वरूप पालटत होते. काही ठिकाणी तर त्याच्या काठाने चालण्यासारखी जागाही नसे. त्या ठिकाणी त्याच्या पात्रातूनच पाणी तुडवीत जावे लागे. आणि पाण्याखाली लपलेल्या खडकांना अडखळून, ठेंचाळून सारखे कोलमडावे लागे. झाडांची मुळे नि ओढ्यावर लोंबकळत राहिलेल्या झाडांच्या फांद्या चुकवताचुकवता नाकी दम येत होता. कधी वाकून, कधी ओणवून, कधी उभ्याने पडतझडत, खरचटत, चेचत आम्ही चालत होतो. भिजून चिंब झालो होतो. थंडीने काकडत होतो. सारखे पुढे चालत राहणे हाच एक सुटकेचा मार्ग आहे, हे आम्हाला माहीत होते.

सायंकाळी एके ठिकाणी आम्ही थांबलो. रात्रीच्या निवाऱ्याची काही सोय करायला हवी होती. इथेही कालच्यासारखेच एक झोपडे आम्ही तयार केले आणि त्यात शिरून आम्ही आमची सगळी दुःखे, त्रास विसरण्याचा प्रयत्न करू लागलो. माझा सोबती नेहमीप्रमाणे रात्रभर गाढ झोपला. पण दुसऱ्या दिवशी मात्र माझ्या दुखण्याने जोर केला व मला चालणे अगदीच अशक्य झाले. तथापि रोजच्यासारखा आम्ही फराळ केला. आणि आम्ही चालू लागलो. नूकूहेवा सोडल्यानंतरचा आजचा आमचा चौथा दिवस होता. भुकेने तर आम्ही अगदी कावून गेलो होतो. आणि आता झाडांच्या नाजूक उहाळ्या व साली चावून खाण्याइतकी आमच्या मनाची तयारी झाली होती.

आमची वाटचाल हळूहळू चालली होती. दुपारपर्यंत आम्ही जेमतेम एक मैलपर्यंत चालून गेलो असू. इथे ओढ्याची वाटचाल संपली होती व तो तेथून

खाली एकदम शंभरएक फुटांवर धडाडधाड कोसळत होता. या इथून खाली उतरणे आम्हास शक्यच नव्हते. दूरचा वळसा घेऊन कुठे उतार मिळतो का, पाहणे क्रमप्राप्त झाले.

मी म्हटले, "टॉबी, आता काय करायचे बरे?"

टॉबी म्हणाला, "आता मागे तर फिरायचे नाही. मग भले या प्रवाहातून खाली उडी घेण्याची पाळी आली तरी चालेल." तो हळूच त्या कड्याच्या काठावर जाऊन उभा राहिला व डोकावून खाली पाहू लागला.

तो मागे येताच मी त्याला म्हटले, "काय रे, उतरण्यासारखा काही मार्ग दिसतो का कुठे?"

टॉबी म्हणाला, "मार्ग आहे. पण प्रश्न एकच आहे की, आपणांपैकी प्रथम कोणी मान मोडून घ्यायची."

"मग खाली उतरणे अशक्यच आहे म्हणतोस तर!" मी म्हटले.

"अगदीच तसे नव्हे," टॉबी म्हणाला. "सुटकेचा मार्ग आहे. चल माझ्या मागून."

आम्ही दोघेही त्या कड्याच्या काठावर जाऊन उभे राहिलो. खाली दरी खोल होती. पण कड्याच्या अंगाला, झाडांची असंख्य मुळे खालपर्यंत लटकत असलेली दिसत होती. दोन-दोन, तीन-तीन फूट लांबीची ती मुळे एकमेकांत गुरफटून गेली होती. चांगली जाडजूड असून ती मुळे आमचे वजन सहजगत्या पेलतील, अशी होती. पण ओलाव्यामुळे त्यांतील पुष्कळशी निसरडी झालेली होती.

खडकातून बाहेर येणाऱ्या त्या मुळांच्या आधाराने हळूहळू खाली उतरण्याचा टॉबीचा धाडसी बेत होता. तो मजकडे वळून म्हणाला, "हा मार्ग स्वीकारण्याची तुझी तयारी आहे?"

"आहे." मी ताडकन उत्तर दिले. कारण त्या एका मार्गाशिवाय दुसरा मार्गच काही उरलेला नव्हता.

मी 'होय' म्हणताच टॉबीने लागलीच गुडघे टेकले. हळूहळू सरपटत तो पुढे गेला. हात पोचवून त्याने खाली लोंबणारे एक मूळ पकडले व ते दाबून वाकवून पाहिले. त्याच्या हातातून सुटताच ते मूळ छडीसारखा छमकन आवाज करून जसेच्या तसे पूर्ववत् ताठ झाले. मुळे लवचीक व ताठ आहेत अशी खात्री करून घेताच, टॉबीने त्यांतील एक मजबूत मूळ घट्ट पकडले व आपले अंग अगदी सावकाशपणे सावरून तो कड्याच्या भिंतीवरून घसरू लागला.

पण टॉबीला जे साधले ते मला साधेलच असे नव्हते. त्याच्यापेक्षा मी वजनाने कितीतरी अधिक होतो. त्याची चपळाईही मजजवळ नव्हती. पण दुसरा इलाज काही उरला नव्हता. अधिक विचार न करता मी त्याच्यामागोमाग खाली

लटकू लागलो. मी सरळ त्याच्या डोक्यावरच होतो. माझ्याकडे एक वेळ नजर टाकून टॉबी आपल्या नेहमीच्या चेष्टेखोर आवाजात म्हणाला, ''मित्रा, तुला जर खाली कोसळायचेच असेल तर इतक्यात मात्र कोसळू नकोस. मी थोडा बाजूस सरलो, की मग तुला वाटल्यास कोसळ.''

टॉबी हळूहळू खाली सरकत होता. मी पण सावधपणे एकेका मुळाची ताकद चाचपून, पडताळून घेऊन खाली येत होतो. इतक्यात एकाएकी माझ्या एका हातातील मूळ ताडकन उपटून निघाले. मी खालींच कोसळायचा, पण दुसऱ्या हातातील मूळ मजबूत असल्यामुळेच बचावलो. केवढ्या संकटातून मी बचावलो, या कल्पनेनेच मला गिरकी आल्यासारखे झाले. पण जगण्याची इच्छा बलवत्तर असल्यामुळे मी त्या प्रसंगातून वाचलो म्हणायचा. खाली खोल गर्तेकडे नजर टाकल्यास पुन्हा गिरकी येईल, या कल्पनेने नंतर मी काही वेळ डोळेच मिटून घेतले.

टॉबी खालून म्हणाला, ''शाब्बास पठ्ठे! मला वाटले होते त्यापेक्षाही तू अधिक चपळ आहेस की! चांगला खारीसारखा उतरत आहेस.''

तिथून खालचा प्रवास बराचसा सुका वाटला. खालच्या भागात मुळे अगदी दाट होती. मजबूतही होती. शिवाय पाय टेकण्यासाठी अधूनमधून बाहेर आलेल्या खडकांची टोकेही विपुल होती. टॉबीचा उत्साह व हिंमत अमर्याद होती. त्या मानमोड्या कड्यावरून खाली येतानाही तो सारखा बोलत होता. माझी हिंमत खचू नये, हाच त्याचा उद्देश होता.

सुमारे तासभर खाली उतरल्यानंतर आम्ही त्या धबधब्याच्या पायथ्याशी येऊन पोचलो. पण इथूनही आणखी एक कडा खाली उतरून गेल्याशिवाय त्या खोऱ्याच्या तळाला आमचे पाय लागणार नव्हते. टॉबीने भोवतालचा सगळा भाग धुंडाळला व तो म्हणाला, ''खाली उतरण्यासारखा कमी धोक्याचा मार्ग या खडकातून आहे खरा.''

आम्ही लागलीच त्या खडकातून खाली जाऊ लागलो. कोसळणाऱ्या धबधब्याचा आवाज कानठळ्या बसवीत होता. बराच वेळ आम्ही त्या खडकातून खाली उतरलो. पण सोपा वाटणारा हा मार्ग मध्येच एका ठिकाणी इतका अरुंद व निमुळता झाला होता की, तो पार करणे आम्हाला अशक्यच झाले. आम्ही तिथेच थांबलो आणि विचार करू लागलो.

टॉबी बराच वेळ काही बोलला नाही. तो काहीतरी विचारात गुंग होऊन राहिला होता. अखेर पुटपुटला, ''या अडचणीतून बाहेर तर पडलेच पाहिजे.''

''पण इथून वाट कशी काढायची, ते तर सांगा ना.'' मी म्हटले.

''ही बघ अशी.'' टॉबी म्हणाला. आणि लागलीच त्याने खडकाच्या त्या

सुळक्याला वळसा घातला आणि खाली झेप घेतली. बाप रे! माझ्या तर हृदयाचे पाणीच झाले. मला वाटले, झाले! तो दरीत कोसळला! पण पाहतो, तो टॉबी खालच्या एका ताडाच्या झाडाच्या फांद्यांच्या पसाऱ्यात उतरला. आम्ही जिथे उभे होतो, त्या जागेपासून ताडाचा शेंडा साधारण वीसएक फुटांवर होता. मी आ वासून माझ्या मित्राकडे बघत राहिलो. ताडाच्या झावळ्यांत तो जरासा अडकल्यासारखा झाला व तेथून खाली कोसळून तो पुन्हा खालच्या फांदीवर आदळला. तथापि फारशी इजा न होता तो उठून उभा राहिला. ताडाच्या एक-दोन झावळ्या बाजूस करून तो आनंदाने ओरडला, "चल ये, दोस्त. त्या कड्यावरून उतरण्याचा हाच एक मार्ग उपलब्ध आहे." झावळ्यांच्या झुपाटातून बाजूस होऊन तो त्या ताडावरून खाली जमिनीवर जाऊन उतरला.

त्याने 'चल ये' म्हणून केलेले आव्हान माझ्या कानात घुमत होते. मी त्याबाबत अधिक वेळ विचार करीत राहिलो, तर त्या ताडाच्या झाडावर उडी घ्यायची काही मला हिंमत झाली नसती. मी आणि ते झाड यांमधील अंतराचा मी एकदा अंदाज घेतला. आणि काय व्हायचे ते होवो, या विचाराने त्याच्या शेंड्यात उडी घेतली. माझ्या वजनाने, ताडाच्या झावळ्या वाकल्या, मोडल्या. मी खाली घसरलो; पण सावरून ताडाचे खोड तर पकडले. थोड्याच वेळात मी पण खाली उतरून ताडाच्या बुंध्याशी उभा राहिलो. अंगाला कुठे मारबीर तर लागला नाही ना, म्हणून चाचपून पाहिले. तसे काही विशेष लागले नव्हते. आम्ही दोघेही हसलो आणि चालू लागलो. पुढील उतार उतरणे इतके काही कठीण नव्हते. एका तासाभरात आम्ही तो उतार उतरलो. आमचे जेवण केले, रात्रीच्या विसाव्यासाठी झोपडी बांधली आणि काळोख पडण्यापूर्वी तीत शिरून झोपी गेलो.

दुसऱ्या दिवशी सकाळी जागे झालो, तेव्हा आम्हाला खूपच थकवा आला होता. भुकेने तर आम्ही नुसते वखवखलो होतो. पण आम्ही एकमेकांजवळ ते कबूल करीत नव्हतो. आमचा पुढील प्रवास आम्ही सुरू केला. रस्ता तसाच अडचणीचा व बिकट होता. संध्याकाळपर्यंत वाटचाल केल्यावर आम्हाला पाण्याच्या झोताचा पुन्हा आवाज ऐकू येऊ लागला. जवळच कुठेतरी एखादा पाण्याचा धबधबा असावा, हे आम्ही ओळखले.

आम्ही उभे होतो तिथून समोरचे खोरे आम्हाला दिसून येत होते. पण त्यात उतरण्यासाठी वाट कशी ती नव्हतीच. गेल्या चार दिवसांत आम्ही जे हाल, कष्ट सोसले, जे धोके पतकरले, जे साहस केले ते सर्व फुकटच गेले, असे आम्हास वाटले. या कड्यावरून खाली उतरणे अशक्यप्रायच आहे, अशी खात्री होऊन आम्ही निराश झालो.

सूर्यास्त होत आला होता. रात्रीसाठी आडोसा बांधणे आवश्यक होते. त्या

कड्याच्या माथ्यावर, ओढ्याजवळच, एक प्रचंड कातळ पसरलेला होता. त्या कातळावर एके ठिकाणी झाडांचे एक लांबलचक खोड पडलेले दिसत होते. बहुधा एखाद्या पुराचे वेळी ते वाहून आलेले असावे. त्या ओंडक्याच्या आधाराने आम्ही आमचे घरकुल उभे केले.

सबंध रात्रभर त्या धबधब्याचा धबधब आवाज कानांवर येत होता, झाडाझाडांमधून वादळी वारा घोंघावत होता. पावसाची बुरबुर चालूच होती. आणि काळोखामुळे तर माझी छाती इतकी दडपून गेली होती, की विचारूच नका! पण अखेर ती काळरात्र सरली.

दिवस उजाडला. आडोशाबाहेर येऊन आम्ही हात-पाय ताणले. कालच्याचप्रमाणे फराळ केला आणि खोऱ्याच्या दिशेने चालू लागलो.

त्या खोऱ्यात उतरेपर्यंत आम्हाला जे कष्ट पडले, जी संकटे आली, त्या सर्वांची मी पुन्हा उजळणी करीत नाही. पण ही सारी संकटे झेलून अखेर आम्ही त्या खोऱ्यात उतरलो. आणि तेही अगदी सुरक्षित. डोंगरकड्यावरून पाच दिवसांपूर्वी याच खोऱ्याची आम्हास अस्पष्टशी झुळूक दिसली होती. आता आम्ही त्या खोऱ्यात प्रत्यक्ष उभे होतो. ते हिरवेगार पाचूचे खोरे!

१०

आम्ही ज्या प्रदेशात येऊन उतरलो होतो तो प्रदेश कोणता होता, काहीच सांगता येत नव्हते. टैपी की हप्पार? नरमांसभक्षक क्रूर लोकांच्या हाती पडून ओढवणारा भीषण मृत्यू की सौम्यस्वरूपी हप्पार लोकांचे आतिथ्य? आमच्या नशिबी काय लेखले होते कुणास ठाऊक? पण या प्रश्नावर विचार करायलाही आम्हाला सवड नव्हती.

त्या खोऱ्यात जिथे आम्ही उतरलो होतो, तिथे वसती मुळी नव्हतीच. चारी बाजूंना दाट झाडी होती. आम्हाला छोट्यामोठ्या फळांचा पुरवठा होऊ शकेल, असले कसल्याही तऱ्हेचे झाड तिथे नव्हते. तथापि निराश न होता आम्ही नदीच्या काठाकाठाने तसेच चालू लागलो. जाताना दोन्हीकडे बारकाईने नजर टाकीत आम्ही चालत होतो.

माझा सोबती टॉबी आता अतिशय सावधगिरीने पाय टाकीत होता. त्याच्याच सांगण्यावरून मी या खोऱ्यात उतरलो होतो ना! त्याने सुचवले की, त्या रानात जर आपणास फळफळावळ मिळू शकले, तर आपण त्या तिथेच लपून राहायचे. तिथेच राहिल्यामुळे आपण कुणाच्या नजरेस पडणार नाही. शिवाय पायपिटीचा त्रास वाचून, फळांच्या समृद्धीमुळे आपणास शारीरिक ऱ्हास भरून काढता येईल आणि काही दिवसांनी आपले जहाज निघून गेल्याबद्दल खात्री होताच आपणास पुनश्च नूकूहेवा येथे परत जाता येईल.

पण टॉबीच्या त्या सूचनेस मी विरोधच केला. मी म्हटले, "या प्रदेशाची आपणास काहीच माहिती नसल्यामुळे चालून आलेली वाट पुन्हा आपणास सापडेलच असे नाही." येथवर पोचेपर्यंत आम्हाला जे कष्ट पडले व जी साहसे करावी लागली, त्यांची मी टॉबीला आठवण करून दिली. मी म्हटले, "येथवर तर आपण येऊन पोचलोच आहोत. आता इथे जी काही संकटे आपल्यावर कोसळतील, त्यांना तोंड देतदेतच पुढचा मार्ग काढणे योग्य होय. आपण त्या रानटी लोकांत मिसळून जाणे अधिक योग्य व हिताचे होईल." मी पुढे म्हटले, "आता परत

फिरण्याची ताकद माझ्या तरी शरीरात उरलेली नाही. मला निवारा आणि विसावा यांची फारफार जरुरी आहे.''

टॉबीने अखेर नाखुषीने माझ्या म्हणण्यास रुकार दिला. इतके दूर आणि इतके दिवस मार्गक्रमण केल्यावरसुद्धा अजून तसेच दाट रान सभोवताली असावे, याचा आम्हाला मोठा अचंबा वाटला. आणि म्हणूनच चालत असता नदीच्या एका बाजूस टॉबी व दुसऱ्या बाजूस मी सारखे न्याहाळीत चाललो होतो. कुठे ना कुठे मध्ये उघाडी सापडेल, असा आमचा कयास होता. निदान एखादी पायवाट अगर मनुष्यवस्तीची साक्ष देणारी दुसरी काही खूण कुठे दिसते की काय, आम्ही बघत होतो. अखेर माझा मित्र एके ठिकाणी थांबला. झाडांच्या शेंड्यांतून दिसणाऱ्या एका फटीकडे त्याने माझे लक्ष वेधून घेतले. आम्ही लागलीच त्या फटीकडे जाऊ लागलो आणि लवकरच आम्ही एका मळलेल्या पायवाटेस लागलो. त्या पायवाटेच्या दुसऱ्या टोकास झाडांची एक मोठी राई होती. त्या झाडांची फळे मोठी रुचकर होती. त्या झाडांना तेथील लोक अनुईची झाडे म्हणत.

त्या राईत पोचल्यावर आम्हाला जो आनंद म्हणून झाला, तो विचारूच नका. टॉबी तर एखाद्या शिकारी कुत्र्यासारख्या उड्याच मारू लागला. एका झाडावर काही फळे दिसताच ती त्याने हलवून खाली पाडली; पण दुर्दैवाने ती फळे पार पिकून खराब झालेली होती. ती पाखरांनी पोखरलेलीही होती. पण भुकेने वखवखलेल्या आम्हाला त्याचे काय? आम्ही ती लागलीच गट्टम केली. आणि त्यांची चव काय सांगू म्हणता? अमृतही त्यांच्यापुढे पार फिके पडले असते.

आता पुढे कुठे जावे, हा प्रश्न पुन्हा आम्हाला पडला. कारण आम्ही ज्या पायवाटेने राईंत आलो, ती पायवाट इथल्या मोकळ्या जागेत मिळून गेली होती. त्या राईत फिरत असताना आम्ही एका भाकरीच्या झाडाजवळ आलो. तिथे एक भाकरीचे फळ पडलेले होते. ते अगदी नुकतेच सोलून टाकलेले दिसत होते. ते अजून ओलसरच होते. मी काही न बोलता ते उचलले व टॉबीच्या पुढे धरले. जवळपास कुठेतरी जंगली माणसांचे अस्तित्व असल्याचे आम्हाला जाणवले.

आम्ही आणखी थोडे पुढे गेलो तो त्याच फळांची एकत्र बांधलेली एक जुडी एकीकडे पडलेली आम्हाला दिसली. आमची चाहूल घेऊन घाबरलेल्या कुणा जंगली माणसाने तर ती टाकून दिली नसेल ना? आणि तो आपल्या भाईबंदांना ती बातमी सांगायला धावत तर गेला नसेल ना? कोण असतील बरे त्याचे ते मित्र? टैपी की हप्पार? कुणी का असेनात! आता पाय मागे घेणे शक्यच नव्हते. आम्ही तसेच पुढे चालू लागलो. टॉबी माझ्या पुढे चालत होता. तो मधेच एकाएकी चमकला आणि जागचे जागी ताठ उभा राहिला. नंतर खाली वाकून त्याने मला जवळ बोलावले आणि समोरच्या झुडपांचा पसारा हातानी बाजूस करीत त्याने

मला समोर बोटाने दाखवण्याचा प्रयत्न केला.

मी धावत जाऊन तो दाखवीत असलेल्या ठिकाणी पाहू लागलो, तो दोन माणसे एकमेकांस अगदी लगटून झुडपामागून डोकावत असलेली मला दिसून आली. ती अगदी निःशब्द व ताठ उभी होती. त्यांनी आम्हाला मघाशीच पाहिले होते आणि आम्हाला टाळण्यासाठी त्यांनी या झुडपांत दडी मारली होती, हे नक्की.

मी चट्‌कन विचार केला आणि आमच्या जवळचे कापड पटकन बाहेर काढले. एका हातात कापड घेऊन मी दुसऱ्या हातात झाडाची एक डहाळी घेतली आणि टॉबीलाही तसेच करायला सांगून मी आडोशातून बाहेर पडलो आणि त्या दोन आकृतींना खुणावीत पुढे जाऊ लागलो.

त्या दोन आकृत्या म्हणजे एक तरुण व तरुणी होत्या. त्यांची शरीरे डौलदार पण लहान व नाजूक होती. ती दोघेही संपूर्ण उघडी होती. फक्त कमरेभोवती त्यांनी झाडांची पाने लावली होती. त्या तरुणाने तिच्या खांद्यावर एक हात ठेवला होता व दुसऱ्या हातात त्याने तिचा हात घेतला होता. एकमेकांच्या डोक्यास डोके लावून ती दोघे जण आमच्याकडे टक लावून पाहत होती. आम्ही पुढे येतोसे पाहून ती दोघेही भयभीत झालेली होती. ती पळून जाण्याच्या तयारीत होती.

आम्ही पुढेपुढे जाऊ लागलो, तसतशी ती दूर जाऊ लागली आणि त्यांनी एकदम निसटून पोबारा करू नये म्हणून आम्ही थांबलो आणि हाताने खुणावून हे कापड घ्या, असे त्यांना सुचवू लागलो. परंतु काही केल्या ती थांबेनात. तेव्हा त्यांच्या भाषेतील आम्हाला ठाऊक असलेले एक-दोन शब्द मी उच्चारले. आम्ही कोणी भुते किंवा देवदूत नसून, आकाशातून उतरलेलो नाही, हे मी त्यांना खुणांनीच सुचवू लागलो.

आता त्यांना जरा धीर वाटला. मी लागलीच त्यांच्याजवळ गेलो. हातातील कापड मी त्यांच्या अंगावर भिरकावले, व 'ते तुम्हालाच दिले आहे. घ्या. घाबरू नका,' असे त्यांना सांगण्याचा यत्न चालविला.

घाबरून गेलेले ते युगुल मग थांबले. आणि आम्हाला काय हवे हे आम्ही त्यांना समजावून सांगण्याचा यत्न केला. आम्हाला काहीतरी खायला हवे हे सांगण्यासाठी टॉबीने कायकाय अंगविक्षेप केले, ते त्याला ठाऊक. त्याने तोंड उघडले, दात वासले, चावून दाखवले.

इतक्यात पाऊस सुरू झाला आणि लपण्यासाठी एखादी जागा आम्ही पाहू लागलो. आमच्या मनात काय आहे, हे त्यांच्या लक्षात आले असावे. ते दोघे जण पुढे सरकून चालू लागले. पण आमच्याबद्दलचा संशय त्यांच्या मनात अजूनही कायम होता; कारण ती दोघेही अधूनमधून सारखी मागे वळून आम्ही काय करतो

आहोत, ते बघत होती.

त्यांच्या मागून जाताना मी टॉबीला म्हटले, "टॉबी, टैपी की हप्पार?"

"अर्थातच हप्पार," टॉबी जोराने म्हणाला. पण त्याच्या मनातला संशय त्या उद्‌गारातूनही डोकावल्यावाचून राहिला नाही.

"लवकरच दिसून येईल." मी म्हटले. आणि मी झटकन पुढे झालो नि त्या जोडप्याकडे पाहून म्हटले, "हप्पार की टैपी?" मी त्या दोन्ही जमातींच्या प्रदेशाकडे बोटेही दाखवली. त्या दोघांनीही माझेच शब्द पुन्हा उच्चारले, 'हप्पार, टैपी.' पण त्यावरून आम्हाला काहीच बोध झाला नाही. ते युगुल त्या दोन जमातींपैकी कुठल्या जमातीचे होते, हे काही कळले नाही. पक्के हुशार असावे ते जोडपे!

त्यांची जमात उमजून घेण्यावरच आमचं भवितव्य अवलंबून असल्यामुळे, नंतर मी एक युक्ती अवलंबिली. मी एकच शब्द उच्चारला, "हप्पार." जरा थांबून मी त्यांच्या भाषेतील आम्हास ठाऊक असलेला एक शब्द उच्चारला, 'मारतारकी' म्हणजे "चांगला." एकूण हप्पार हा चांगला असतो, असे सांगण्याचा माझा उद्देश होता. त्या दोघांनी एकमेकांकडे वळून पाहिले आणि एकमेकांशी काही संगनमत करून ती म्हणाली, "हप्पार." टॉबीचा आनंद तर गगनात मावेना. 'हप्पार हप्पार' तो पुटपुटला. "मग आपणास भय नाही तर!"

ते तरुण जोडपे घाईने चालू लागले आणि आम्हीही जलद गतीने त्यांच्या मागे जाऊ लागलो. नंतर त्या दोघांनीही 'या हूऽऽ' अशी एकदम चमत्कारिक सुराने साद घातली. आणि त्या हाकेला त्या राईंतून लागलीच प्रतिसाद मिळाला. तो प्रतिसाद हवेत विरतो न विरतो, तोच आम्ही राईंतून बाहेर पडून एका मोकळ्या जागी आलो. त्या मोकळ्या जागेपलीकडे एक ठेंगणीशी झोपडी असून त्या झोपडीच्या अंगणात बऱ्याच तरुण मुली वावरताना दिसत होत्या.

आम्हाला पाहताच त्यांनी एकदम किंकाळ्या ठोकल्या व आसपासच्या झुडपांत शिरून त्यांनी दडी मारली. त्यानंतर लागलीच ते सगळे खोरे हाका, आरोळ्यांनी निनादून गेले आणि चारी बाजूंनी जंगल्यांचे थवेच्या थवे आमच्या रोखाने धावून येऊ लागले. लवकरच त्यांनी आमच्या भोवती कडेच केले आणि आम्हाला पाहण्याच्या उत्सुकतेपायी त्यांनी आम्हाला अडवून धरले. आम्हाला तिथे घेऊन येणाऱ्या त्या तरुण जोडप्यालाही त्यांनी तसेच धरले. आम्ही त्यांना कसे भेटलो, कुठे भेटलो, पुढे काय झाले, याचे मोठे रसभरीत वर्णन त्या दोघांनी त्या लोकांपुढे केले असावे; कारण ती सगळी माणसे आमच्याकडे 'आ' करून आश्चर्याने बघत राहिली.

अखेर आम्ही बांबूच्या एका मोठ्या व सुंदर घराजवळ येऊन ठेपलो. तेथील लोकांनी खुणा करून आम्हाला आत येण्यास सांगितले. आम्ही निःशंकपणे आत

प्रवेश केला. आत ताडाच्या पानांच्या चटया अंथरलेल्या होत्या. आम्ही आत जाताच प्रथम त्या चटयांवर आमचे अंग ताणून दिले. थोड्याच वेळात ते छोटे घर माणसांनी भरून गेले आणि ज्यांना आत येणे अशक्य झाले होते, त्यांनी झोपडीच्या फटीफटींतून डोकावून आम्हास पाहण्याचा प्रयत्न चालविला.

आता सायंकाळ होत आली होती. सायंकाळच्या संधिप्रकाशात त्या रानटी लोकांची तोंडे उत्सुकतेने भारलेली दिसून येत होती. त्यांतील पुरुषांच्या सर्व अवयवांवर गोंदून घेतलेले होते. बायका सगळ्या इतक्या जोरजोराने बोलत होत्या की, विचारूच नका. त्यांच्या प्रश्नांच्या माऱ्यापुढे आम्हाला घेऊन येणारे ते तरुण जोडपे बिचारे अगदी गांगरून थकून गेले. त्या सगळ्यांच्या बोलण्याने व हातवाऱ्यांमुळे आम्ही अगदी घाबरून गेलो होतो. कारण ती सगळी माणसे आमच्याबद्दल काय बोलत होती, तेच मुळी आम्हाला कळत नव्हते.

आम्ही अंग ताणून पडलो होतो, तिथे अगदी जवळच त्यांच्यापैकी काही प्रमुख दिसणारी माणसे येऊन बसली. ती आमच्याकडे रोखून व तीक्ष्ण नजरेने पाहू लागली. त्या सर्वांमध्ये अगदी प्रमुख दिसणारा गृहस्थ माझ्या अगदी समोर बसला होता. त्याने आम्हाला उद्देशून एकही शब्द उच्चारला नाही. पण त्याच्या चेहऱ्यावर मात्र रागीटपणाचा भाव स्पष्ट दिसून येत होता. त्याच्या मनात काय विचार चालले असावेत, याचा अंदाज त्याच्या चेहऱ्यावरून मुळीच येत नव्हता. पण आमच्या मनातील विचार मात्र तो स्पष्टपणे वाचीत असावा.

बराच वेळ तो गृहस्थ माझ्याकडे पाहत होता. अखेर मलाच त्याचा कंटाळा आला. भाषेच्या अडचणीमुळे बोलणे शक्य नव्हते म्हणून मी माझ्या खिशातील तंबाखूची पुरचुंडी बाहेर काढली व त्यातील थोडा तंबाखू त्यांचेपुढे केला. पण त्यांनी त्याचा स्वीकार केला नाही. त्याने खुणेने 'राहू दे, राहू दे', म्हणून मला सुचवले. मला आश्चर्यच वाटले. नूकूहेवा आणि टिओर येथील माझ्या पूर्वानुभावरून मला वाटले होते की, तंबाखूची देणगी त्याला अगदी अमूल्य वाटेल आणि त्यासाठी तो आमचा अगदी सहज मित्र बनून जाईल. पण इथे मात्र अनुभव उलटा आला. या गृहस्थाच्या मनात आपल्याबद्दल वैर तर उद्‌भवले नाही ना? कोण असावा बरे हा? टैपी की हप्पार?

माझ्या मनात ते विचार येतात न येतात, तोच समोर बसलेल्या त्या गृहस्थाने स्वाभाविकपणे मला अगदी तोच प्रश्न केला, "टैपी की हप्पार?"

माझा चेहरा गोरामोरा झाला. मी टॉबीकडे पाहू लागलो. तोही बावरला होता. काय सांगावे ते कुणालाही कळेना. अखेर मला काय वाटले कुणास ठाऊक. जणूकाही मला आतला आवाजच जाणवला. मी एकदम उद्‌गारलो, 'टैपी' 'मारतारकी'. मी पुन्हा म्हटले, 'टैपी मारतारकी.'

माझ्या तोंडून ते उद्‌गार बाहेर पडताच त्या घरातील सगळे वातावरण एकदम पालटले. माझ्या भोवताली बसलेली ती काळसर माणसे आनंदाने उड्या मारू लागली. त्यांनी मोठमोठ्याने आरोळ्या दिल्या. त्यांच्या आनंदाला जणू पारावारच राहिला नव्हता.

त्यांची ती गडबड किंचित कमी होताच, पुन्हा त्यांचा प्रमुख माझ्यासमोर बसला आणि त्याने एकदम रागारागाने बोलण्यास व शिव्या घालण्यास सुरुवात केली. त्याच्या बोलण्यात एकसारखा 'हप्पार' हा शब्द येऊ लागल्यामुळे तो रागाने त्या लोकांना शिव्या घालतो आहे, हे मी जाणले. त्याच्या आकांडतांडवात आम्ही दोघांनीही साथ दिली. पण आम्ही काय बोलत होतो, ते त्यांना कळत नव्हते व तो प्रमुख काय बोलत आहे हे आम्हास कळत नव्हते. पण आमच्या त्या वागणुकीमुळे त्या जमावाच्या मनात आमच्याबद्दल आस्था आणि मैत्री मात्र निर्माण झाली.

थोड्या वेळाने त्या प्रमुखाच्या रागाचा पारा बराच उतरला आणि तो शांत झाला. त्याने आपल्या छातीवर हात ठेवून आपले नाव 'मेहवी' असल्याचे आम्हास सुचवले. आणि उलट आमची नावे काय म्हणून विचारले. माझे नाव उच्चारणे त्यांना कठीण जाईल, हे मला स्पष्ट दिसत होते. मी त्याला माझे टॉम असल्याचे सांगितले. पण तेही त्याला नीट बोलता येईना. टोमो, टोमा, टोमी असे त्या नावांचे निरनिराळे उच्चार करू लागले. मी पण त्यांना हरकत घेतली नाही आणि माझे नाव 'टोमो' असल्याचे मी मान्य केले. टैपीच्या प्रदेशात आम्ही त्यानंतर जेथवर वावरलो, तेथवर मी त्याच नावाने ओळखला जात असे. टॉबी नाव मात्र त्या लोकांना उच्चारणे सोपे गेले. आणि त्याचे 'टोबी' हेच नाव कायम राहिले.

एकमेकांची नावे समजावून घेणे, हे या अज्ञ जंगली लोकांमध्ये प्रेमाची, स्नेहाची खूण समजली जाते आणि तो शुभेच्छेचा प्रसंग त्या वेळी घडून आल्याबद्दल आम्हाला मोठा आनंद वाटला. धीरही आला.

त्यानंतर चटईवर लवंडून आम्ही त्या जमावापैकी प्रत्येकाची ओळख करून घेऊ लागलो. त्यांतील प्रत्येक जण आपापले नाव सांगून आपली ओळख करून देऊ लागला. यात सुमारे एक तास सहज निघून गेला व भोवतालची गर्दीही बरीच कमी झाली. मी मेहेवीकडे हळूच वळलो व आम्हाला खाण्याची व विश्रांतीची जरुरी असल्याचे त्याला सुचवले. लागलीच त्या मुख्याने एकाला खूण केली. त्याबरोबर तो माणूस आत गेला व थोड्या वेळाने त्याने पोईपोईने भरलेल्या दोन थाळ्या व दोन-तीन नारळांची शहाळी आणली. आम्ही शहाळी घेऊन त्यांतील शीतल रुचकर नारळपाणी अधाशीपणे घटघटा पिऊन टाकले. नंतर आमच्या पुढ्यात पोईपोईच्या ताटल्या ठेवण्यात आल्या. मी जरी भुकेने वखवखलो होतो

तरी तो पदार्थ कसा खायचा, याचा मला विचारच पडला.

पोईपोई हे मार्केसन बेटांवरील लोकांचे मुख्य अन्न आहे. ते भाकरीच्या झाडांपासून बनविण्यात येते. दिसायला ते चिकट पेजेसारखे दिसते आणि रंगाने पिवळसर व चवीला आंबटसर असते. मी थोडा वेळ त्या पदार्थाकडे पाहत राहिलो आणि मग तो कसा खायचा याचा फारसा विचार न करता मी त्या चिकट पदार्थांत माझा हात खुपसला व हातात आला तेवढा भाग मी तोंडात कोंबण्याचा प्रयत्न चालविला. पण हातातोंडाची गाठ होईतोवर, त्या पदार्थाच्या धारा बोटांच्या फटींतून खाली लोंबू लागल्या. आणि घास तोंडात घालताना तर त्याचे ओघळ सगळीकडे पडून माझे तोंड पार बरबटून गेले. माझी ती केविलवाणी दशा पाहून जमलेल्या मंडळींची हसून हसून मुरकुटी वळली. 'काय माणसे ही? यांना पोईपोईसुद्धा नीट खाता येत नाही,' असेच त्यांना वाटले असावे.

आम्हाला तो पदार्थ नीट खाता येत नाही हे पाहून मेहेवीने आपले एक बोट त्या चिकट पदार्थात खुपसले आणि ते वर काढून त्याला चिकटलेला पदार्थ गरगर फिरवून खाली सांडणार नाही, अशा तऱ्हेने चटकन तोंडात घातला. बोट चुषून त्याने पुन्हा ते पोईपोईमध्ये बुडवले. पोईपोई कसे खायचे याचे त्याने आम्हाला प्रात्यक्षिकच दिले; पण तरीही आम्हाला काही धडपणे खाता येईना.

पण भुकेल्या माणसाला कोंडासुद्धा चालतो आणि तो तो कसाही खातो, हेच खरे. टॉबी आणि मी ती पेज अशीच कशीतरी एकदाची संपवली. ती खाऊन संपेपर्यंत आमची तोंडे कितीदातरी बरबटून गेली. त्याची चवही चांगली नव्हती. पण पोट भरेपर्यंत आम्ही डोळे मिटून तो पदार्थ खाऊन घेतला. अर्थातच थोड्या दिवसांत पोईपोई त्यांच्याच पद्धतीने खाण्यात आम्ही पटाईत झालो आणि तो आम्हाला आवडूही लागला, हे निराळे! पोईपोईनंतर त्यांनी आणखी काही पदार्थ आमच्यासाठी आणले आणि ते खाऊन झाल्यावर पुन्हा नारळाची दोन शहाळी त्यांनी आमच्या हाती दिली. त्यानंतर धूम्रपान झाले. त्यांच्या गावठी हुक्क्याची नळी तोंडात घेऊन आम्ही हळूहळू झुरके घेतले.

भोवतालचे लोक अजूनही आमच्याकडे कुतूहलाने बघत होते. आमच्या अंगावरील पावसामुळे व घामामुळे घाण झालेले कपडे जेव्हा आम्ही काढू लागलो, तेव्हातर ती माणसे मोठ्या कुतूहलाने आमच्याकडे बघत राहिली. आमच्या अंगाचा गोरा रंग पाहून तर ती अचंब्यात पडली. ती माणसे स्वतःच्या अंगाकडे पाहू लागली व त्यांच्या व आमच्या रंगातील असा मनस्वी फरक पाहून त्यांना नवल वाटले. त्यांच्याच कशाला आमचे अंग व चेहरे यांच्या रंगातही विलक्षण फरक होता. अंग कपड्याखाली सदैव झाकले गेले असल्यामुळे त्याचा मूळचा गोरा रंग तसाच कायम राहिला होता; पण आमचे चेहरे मात्र सतत वाऱ्याउन्हात करपून काळेठिक्कर

पडले होते. त्या साध्या लोकांपैकी काहींनी तर आमच्या अंगावर हातही फिरवून बघण्यास सुरुवात केली आणि काहींनी आमच्या अंगाचा वाससुद्धा घेण्यास कमी केले नाही. अर्थात बिचाऱ्यांना घामाशिवाय दुसरा कसला वास येणार? त्यांच्या या चमत्कारिक वागणुकीचा अर्थ मी मनाशी लावू लागलो.

या बेटावरील लोकांबद्दल ज्या भयंकर गोष्टी प्रसृत झाल्या होत्या, त्या ऐकल्यामुळे त्यांच्या प्रदेशात पाऊल टाकण्याची हिंमत कुणाही गोऱ्या माणसाने आजवर केली नव्हती. आणि किनारपट्टीवरील लोकांशी टैपींचे जन्मजात वैर असल्यामुळे तेही कधी किनारपट्टीतील बंदरात जिथे गोऱ्यांची जहाजे लागत, तिथे येत नसत. एखादे जहाज किनाऱ्यास लागले की, जवळपासचे लोक याची वर्दी दूरवरच्या खेड्यांपर्यंत पोचवीत. आणि मग तेथील लोक खाण्याच्या वस्तू, फळे वगैरे घेऊन येत आणि ते गोरे खलाशी एखाद्या दुभाष्याच्या मध्यस्थीने ते खाद्य पदार्थ इतर वस्तूंच्या बदल्यात खरेदी करीत. हा दुभाष्या बहुधा 'कन्नक' जातीचा असे आणि त्याच्याच मध्यस्थीने हा देवघेवीचा व्यवहार चाले. गोरे प्रवासी होड्यांतून खाली उतरतच नसत आणि देवघेवीचा हा व्यवहार आटोपताच ते तसेच हत्यारे रोखून धरून परत आपल्या जहाजावर जात. त्या बेटावरील लोकांबद्दल व त्यांच्या नरमांसभक्षणाबाबत अशा खोट्यानाट्या अफवा पसरलेल्या असल्यामुळे कुणी खलाशी तिथे उतरण्याची सहसा हिंमत करीत नसे.

गोऱ्या लोकांशी फारसा कधी संबंध आला नसल्यामुळेच त्या लोकांना आमच्याबद्दल इतके कुतूहल वाटले असावे. त्या भूप्रदेशात इतक्या आत येणारे आम्हीच पहिले प्रवासी असावेत. आम्ही तिथे का आलो असू याबद्दल त्यांना गूढ पडले होते आणि त्याचे निराकरण करणे आम्हाला भाषा येत नसल्यामुळे शक्य होत नव्हते. त्यांच्या अनेकविध प्रश्नांना उत्तरे देतादेता आम्ही त्यांना फक्त इतकेच सांगू शकलो, की आम्ही नूकूहेवा येथून आलो आहोत.

त्यांच्यापैकी एकाच्या बोलण्यात फ्रेंच लष्कराबद्दल उल्लेख आला. फ्रेंचांना ते फ्रेनी म्हणत व त्यांचा मनस्वी द्वेष करीत, असे दिसून आले. त्यांच्याबद्दल माहिती मिळवण्यासाठी ते फारच उत्सुक होते. आणि त्यांच्याबद्दल आम्हाला न समजणारे असे कितीक प्रश्न त्यांनी आम्हाला केले.

बऱ्याच वेळाने त्यांचा तो जमाव हळूहळू बरखास्त झाला. आणि मध्यरात्रीच्या सुमारास, त्या घरात राहणाऱ्या थोड्याशा लोकांशिवाय बाकीचे सगळेजण निघून गेले. त्या लोकांनी नंतर आम्हाला झोपण्यासाठी नव्या चटया दिल्या. आमच्या अंगावर टप्प्यांच्या घड्या घातल्या आणि दिव्यांच्या वाती मालवून ते आमच्या बाजूलाच लवंडले. थोडा वेळ ते आपसात बोलत होते. ते केव्हा झोपी गेले, ते आम्हाला कळलेच नाही. आम्ही सुखनिद्रेच्या अधीन झालो होतो.

११

माझ्या शेजारी झोपलेला टॉबी अगदी डाराडूर झोपला. पण माझे सर्वांग दुखत असल्यामुळे आणि पाय पण सुजला असल्यामुळे झोप नीट लागेना. मला अधूनमधून जाग यायची आणि मी विचार करू लागायचो. या भयंकर टैपींच्या हाती आपण आता पडलो आहोत खरे; यातून आपण खरंच वाचू का?

आतापर्यंत त्यांनी आमच्याशी गैरवर्तन अगर दांडगाई मुळीच केली नव्हती. उलट, आम्हाला त्यांनी आदराने व आतिथ्यशीलतेने वागवले होते. पण त्या रानटी लोकांवर विश्वास काय ठेवायचा? त्यांच्या या मित्रत्वाच्या आड त्यांच्या मनात दुष्ट विचार कशावरून दडी मारून राहिलेले नसतील? रात्रीच्या भयाण शांततेत आणि अंधारात माझ्या सभोवार झोपलेल्या त्या रानटी माणसांकडे मी मधूनमधून भयभीतपणे पाहत असे.

पहाटेच्या सुमारास माझा डोळा लागला. सकाळी मी जागा झालो तेव्हा बरीचशी माणसे माझ्याकडे ओणवून बघत होती. मी डोळे चोळीत उठलो नि पाहिले, तो ते सगळे घर तरुण बायकांनी भरून गेलेले दिसून आले. त्या सर्व जणींनी चित्रविचित्र रंगांच्या फुलांनी आपले केस व शरीरे शृंगारली होती. कृत्रिम भेद व परकेपणा न मानता त्या तरुणी आमच्या अंगाशी लगट करून बसल्या व त्या आमच्याकडे निरखून पाहू लागल्या. मला अगदी कसेसेच झाले. आणि टॉबी तर त्यांच्या त्या आगंतुकीमुळे चिडून गेला.

पण त्या चपळ तरुण स्त्रिया तशा काही वाह्यात दिसल्या नाहीत. उलट, आमच्या त्या अगतिक स्थितीबद्दल त्यांच्या मनात सहानुभूती व दयाच उत्पन्न झाली असावी. तरीही त्यांची ती लगट काही मला पटली नाही.

थोड्या वेळाने त्या तरुण स्त्रिया घरात निघून गेल्या व त्यांच्याऐवजी पुरुष-मंडळी गोळा होऊ लागली. त्यांच्या मागोमाग एक योद्ध्यासारखा दिसणारा अधिकारी आत आला. त्याच्या डोक्यात पक्ष्यांच्या पिसाऱ्याचा टोप होता आणि त्यामुळे दरवाजातून आत येताना त्याला थोडेसे वाकूनच यावे लागले. तो कुणीतरी फार

मोठा प्रमुख माणूस असावा, हे मी लागलीच ओळखले. तो आत येऊ लागला, तसे जमलेल्या लोकांनी बाजूस सरून त्याला रस्ता करून दिला. डोक्यावरील मोरपिसाऱ्याप्रमाणेच त्या मुखियाच्या गळ्यात कितीतरी हार आणि माळा लटकत होत्या. हस्तिदंतासारख्या चकचकीत गुळगुळीत केलेल्या डुकराच्या सुळ्यांच्या त्या माळा होत्या. त्यांतील मोठाले सुळे त्याच्या छातीवर मध्यभागी आल्यामुळे त्याची भरदार रुंद छाती अधिकच उठून दिसत होती. त्याच्या कानांत व्हेल माशाचे बारीक दात अडकवलेले होते. त्याच्या हातांत, पायांत अनेक तऱ्हेची कडी अडकवलेली होती. कमरेभोवती टप्प्याच्या (एक तऱ्हेचे अरुंद कापड) अनेक घड्या गुंडाळलेल्या, हातात एक लांबच लांब लाकडी भाला, त्याचे वरचे टोक तासून तीक्ष्ण केलेले व खालची बाजू वल्ह्यासारखी चपट केलेली! त्याचा पोशाख असा विचित्र खरा, पण रंगीबेरंगी होता. त्या रंगसंगतीत त्याच्या अंगावरील गोंदणाची आणखी भर पडली होती. त्याच्या अवयवांचा रेखीवपणा व बांधेसूदपणा त्या गोंदणामुळे आणखीनच वाढला होता. त्याच्या अंगाप्रमाणेच त्याच्या चेहऱ्यावरही गोंदलेले होते. त्यामुळे त्याचा चेहरा त्याच्या शरीरप्रमाणेच उग्र दिसत होता.

तो भव्य पुरुष आत येऊन आमच्या जवळच थोड्या अंतरावर बसला. मी त्याच्याकडे जरा निरखून पाहताच मला त्याचा चेहरा ओळखीचा वाटू लागला. आणखी थोड्या वेळाने मला त्याची ओळख पटली. तो प्रमुख दुसरातिसरा कोणी नसून मेहवीच होता. मी त्याला ओळखून हाक मारताच तो खूश झाला आणि माझा हात हातात घेऊन त्याने प्रेमाने दाबला.

मेहवीचे त्या लोकांमध्ये फार वजन असावे आणि त्यामुळेच आमचे तेथील पुढील वास्तव्य सुखाचे अगर दुःखाचे ठरणे त्याच्याच खुशीवर अवलंबून असल्याचे माझ्या लक्षात आले. त्यांची मैत्री व प्रेम हस्तगत करण्याचे मी मनात नक्की केले. मेहवी नंतर ऐसपैस बसला आणि हळूहळू बोलू लागला. आमच्याबद्दल व आमच्या देशांबद्दल खूपखूप माहिती त्याला जाणून घेण्याची इच्छा होती. पण त्याहीपेक्षा अधिक नूकूहेवाजवळच्या उपसागरात फ्रेनी लोकांनी म्हणजे फ्रेंचांनी नुकत्याच उडवलेल्या दंगलीबद्दल त्याला आस्था असलेली दिसली. त्याबाबत त्याने आम्हाला अनेक प्रश्न केले. आणि जेव्हा आम्ही त्याला सांगितले की, नूकूहेवा येथे त्यांची सहा लढाऊ जहाजे आलेली आम्ही पाहिली, त्या वेळी मेहवीला मोठे आश्चर्य वाटले. सहा म्हणजे नक्की किती, हे त्याला आधी कळेना. हाताची बोटे मोजमोजून ते त्याच्या लक्षात आणून द्यावे लागले.

माझा एक पाय सुजलेला आहे, हे तेवढ्यात त्याच्या लक्षात आले. लागलीच त्याने पायाची तपासणी केली आणि जवळच उभ्या असलेल्या एका मुलाला काही निरोप देऊन बाहेर पाठविले.

थोड्याच वेळाने तो पोरगा परत आला. त्याच्याबरोबर आता एक वयस्कर माणूस आत आला. त्या माणसाचे डोके नारळाच्या कवटीसारखे गोल गुळगुळीत होते. त्याची दाढी पांढरीशुभ्र नि लांबलचक होती. त्याच्या हातात एक लांबलचक सोटा असून त्याच्याच आधाराने तो चालत होता. त्याच्या एका हातात नारळाच्या झापाचा पंखा होता. तो टप्पा नेसलेला होता. आणि त्याची गाठ त्याने दोन्ही खांद्यांवरून पदर घेऊन मानेमागे घट्ट मारली होती.

मेहवीने त्याला सादर प्रणाम केला आणि त्याला आम्हा दोघांच्या मध्ये बसायला सांगितले. मेहवीने नंतर हळूच माझा सुजलेला पाय त्याला दाखविला आणि त्याची तपासणी करायला सुचवले. त्या वैद्यबुवाने एकदा मजकडे व एकदा टॉबीकडे नजर टाकली. आणि मग माझ्या पायाची तपासणी सुरू केली. त्याने माझ्या पायाला चिमटे काढल्यानंतर जोरजोराने ठोकून पाहिले. त्याच्या प्रत्येक ठोक्याबरोबर मी मोठमोठ्याने किंचाळलो आणि त्याच्या हातातून माझा पाय काढून घेऊ लागलो. पण वैद्यबुवा माझा पाय सोडायला मुळीच तयार नव्हते. डॉक्टरच्या तडाख्यातून सुटण्यासाठी धडपडणाऱ्या मुलाला त्याची आई जशी समजूत घालून पुन्हा डॉक्टरांच्या हाती देते, तसे मेहवीही माझी समजूत घालू लागले.

त्या वैद्यबुवांनी बराच वेळ माझा पाय वर-खाली हलवून अगदी खिळखिळा करून टाकला. टॉबीने जेव्हा त्याची खूपच विनवणी केली, तेव्हा त्याने माझा पाय सोडला व तो बाजूस झाला. खरे म्हणायचे तर तो स्वतःच दमला म्हणून त्याने मला सोडले. नाहीतर देवाशपथ सांगतो, त्याने काही माझा पाय शिल्लक ठेवला नसता. नंतर त्याने पायावर झाडाच्या पानांचा लेप लावला व पानांनीच तो बांधून ठाकला आणि मला विश्रांती घेण्यास बजावले.

काही वेळाने मेहवी जाण्यासाठी उठला, पण जाण्यापूर्वी त्याने जवळ उभ्या असलेल्या एका माणसाला हाक मारली, "कोरीकोरी."

कोरीकोरीला त्यांनी काही हळूहळू सांगितले. त्याच्या आविर्भावावरून मी जाणले, की त्याने त्याला माझ्याकडे लक्ष ठेवण्यास सांगितले असावे. जाण्यापूर्वी मलाही त्यांनी काही गोष्टी सांगितल्या; पण मला त्यांतील एक अक्षर कळले असेल तर शपथ!

मेहवी निघून गेल्यावर थोड्या वेळाने ते वैद्यराजही निघून गेले. आणि सायंकाळी आम्ही आणि त्या घरातील कायमची राहणारी आठ-दहा माणसे एवढेच काय ते तिथे उरलो. आता या घरातच आपणास काही दिवस काढावे लागतील, हे आम्ही ओळखले आणि म्हणून मी या घराची बारकाईने पाहणी सुरू केली.

दरीच्या एका बाजूस कड्याच्या अर्ध्या उंचीवर, बऱ्याच दाट रानात, एकावर एक दगड रचून त्यांची दरड तयार करण्यात आली होती. ही दरड हाच त्या

घराचा पाया होता. पुढे अंगणासाठी थोडी जागा सोडण्यात आली होती. घर जाड्या बांबूंचे बांधण्यात आलेले होते. छप्पर नारळीच्या झापांचे होते. आणि घराचे कूड हलक्या चिवट वेताचे बनविण्यात आले होते. आकाराने ते घर लांबलचक होते. रुंदी मात्र त्याची कमी होती.

घराच्या समोरच नारळीची खोडं आडवी-उभी टाकून, बैठकीसाठी बाकडे बनवले होते. त्या घरातील मंडळी आणि भेटावयास, बोलावयास येणारी माणसे तिथे बसत. रात्रीच्या शांत वेळी वारा खाण्यासाठीही त्या जागेचा उपयोग केला जाई.

घराच्या आढ्याला कित्येक गाठोडी दोरांच्या साहाय्याने टांगलेली दिसून येत होती. त्या गाठोड्यांत सणासुदीच्या वेळी घालायचे उंची कपडे बांधलेले होते. इतर वस्त्राभरणेही त्यांतच बांधून ठेवण्यात येत. दोऱ्या सोडून ही गाठोडी खाली उतरवता-चढवता येत.

पलीकडे एका कुडाच्या बाजूला भाले, बरच्या, फरश्या व इतर जंगली हत्यारे सारखी लावून ठेवलेली होती. आणि त्यापलीकडे बाहेरच्या बाजूला दुसरी एक लहानशी झोपडी बांधण्यात आली होती. तिचा स्वयंपाकासाठी वापर करण्यात येई. आमच्या या घराबद्दल एवढी माहिती पुरे. थोडक्यात, ते घर शांत, प्रशस्त, हवेशीर होते. जमिनीपासून उंचावर असल्यामुळे, ते चांगले स्वच्छही होते.

आता त्या घरातील माणसांबद्दल सांगायचे, तर पहिल्याने कोरीकोरीबद्दल सांगायला हवे. आमची देखभाल करण्याचे काम कोरीकोरीवरच सोपवण्यात आलेले होते. कामात दक्ष व आज्ञाधारक असेच कोरीकोरीचे मला वर्णन करायला हवे. पण दिसायला मात्र तो कुरूप होता. चांगला सहा फूट उंच, धडधाकट आणि बांधेसूद. वयाने फारतर पंचविशीचा! डोक्याचा तुळतुळीत गोटा, पण मधेच छोटासा केसांचा भोवरा ठेवलेला. भोवऱ्याच्या मध्यभागातील केसांची बट लांबलचक वाढवून त्या शेंडीची गाठ मारलेली. कधीकधी शेंडीचे दोन भाग करून, डोक्याच्या दोन्ही बाजूंना तो दोन गाठी मारी. यामुळे जणू त्याच्या डोक्यावर दोन छोटी शिंगेच फुटली आहेत, असा भास होई. त्याच्या सर्वांगावर गोंदून चित्रविचित्र आकृत्या काढलेल्या होत्या. त्यात पाखरे, मासे व पशू यांचीही अनेक चित्रे होती.

दिसायला असा वेडावाकडा व चित्रविचित्र खरा; पण कोरीकोरीचे उपकार मला खरोखरच विसरता येणार नाहीत. खरं म्हणायचं तर त्याच्यामुळेच आज मी जिवंत राहिलो आहे, असं म्हणायला हरकत नाही.

कोरीकोरीचा बाप हासुद्धा अंगापिंडाने तसाच अजस्र होता. म्हातारपणाची झळ लागल्यामुळे तो किंचित थकल्यासारखा झाला होता हे जरी खरे असले, तरी उभ्या आयुष्यात रोगराई त्याच्या बाजूला चुकूनही कधी फिरकली असेलसे वाटत

नव्हते. मारहेयो हे त्याचे नाव होते. आता कुठल्याही कामकाजात तो विशेष भाग घेत नसे. साठीच्या घरात गेलेला तो वृद्ध आता नारळीच्या बाकावर बसून डुलक्या व विसावा घेत असे.

मारहेयो मोठा दिलदार व प्रेमळ माणूस होता. याबाबत तो व त्याचा मुलगा कोरीकोरी यांच्यात फारच फरक होता, असे म्हणायला हरकत नाही. त्याची बायको म्हणजेच कोरीकोरीची आई, त्या घरातील मुख्य बाई होती. घरकामात अत्यंत कुशल होती ती. तिच्या उद्योगीपणाबद्दल तर बोलायलाच नको. आगार, पोईपोई, कोकू वगैरे खाद्य पदार्थ तयार करण्यात तर तिचा हातखंडा होता. सारा दिवस ती काही ना काही कामात गुंतलेली असे. हाताखालच्या पोरींना ती सारखी हुकूम सोडीत असे. पुष्कळदा ती एखाद्या मोठ्या लाकडी पाट्यासमोर बसलेली दिसे. पोईपोईसाठी वाटण काढून ती वाटत बसलेली असे. कधी ती रानात जाऊन भाजीसाठी पाने गोळा करी आणि त्यांचा एक मोठा भारा बांधून डोकीवरून घरी आणी.

स्वभावाने ती जशी कष्टाळू, तशीच मनाने मोठी मायाळू होती. माझ्यावर तर ती आईसारखी माया करी. मला आवडू लागलेले पदार्थ ती अधूनमधून तयार करून मला खाऊ घाली. त्या वृद्ध बाईबद्दलच्या माझ्या आठवणी मोठ्या ममतेच्या, मायेच्या आहेत.

त्या घरात राहणाऱ्या माणसांमध्ये काही सुंदर तरुण स्त्रियाही होत्या. आमच्या शहरी मुलींसारख्या त्या कादंबऱ्या वाचत अगर गाणी गुणगुणत हिंडत नसत. त्यांचा बहुतेक वेळ टप्पासाठी सूत कातणे व ते विणण्यामध्ये जात असे. फुरसतीच्या वेळी त्या इतर घरी जाऊन गप्पागोष्टी करीत बसत.

या मुलींमध्ये फयावे नावाची एक भारीच सुरेख मुलगी होती. पहिल्या दिवसापासूनच ती मला आवडू लागली होती. तिचा वर्ण मोठा तजेलदार होता. तिचा चेहरा लांबट, गोलसर होता. आणि तिचे नाक, डोळे इतके आखीव, सुंदर होते की, पुसू नका. हसताना तिचे ओठ किंचित अलग झाले, की तिचे पांढरेशुभ्र दात चमकत असत. तिचे लांबसडक केस तिच्या दोन्ही खांद्यांवर लोळत असत. आणि ती किंचित जरी पुढे ओणवली, तरी ते पुढे येऊन तिचे नारिंगासारखे टवटवीत स्तन त्यांखाली लपून जात. तिच्या डोळ्यांत मध्येच केव्हातरी मजेदार चमक दिसून येई. तिचे दोन्ही हात व दंड मृदू, मऊ, तुकतुकीत व भरदार होते. एखाद्या राजकुटुंबातील तरुण स्त्रीचे हातदेखील क्वचितच इतके सुकुमार असावेत.

पण तिच्या त्या सुंदर सुकुमार देहावर गोंदकाम मात्र केलेले होते. मात्र, गोंदकाम करणाऱ्या त्या कलावंतालाही पटलेलं असावं की, आपल्या चित्रावलीमुळे त्या देहाचे सौंदर्य वाढण्याऐवजी, ते नष्टच होईल. कारण फयावेच्या बाबत त्यांनी

आपला हात खूपच आवरता घेतलेला होता.

फयावेच्या पोशाखाचे थोडे वर्णन करायचे म्हटले तर... खरं सांगायचं तर, पोशाख असा तिच्या अंगावर क्वचितच असे. कमरेभोवती ती टप्पा गुंडाळून घेई व त्याचा पदर तिच्या गुडघ्यांपर्यंत येई. फयावे अंगाभोवती टप्प्याचा तसाच एक पदर गुंडाळून घेत असे. तिचा सणासुदीचा पोशाख मात्र निराळा असे. पण त्याचे वर्णन मी पुढे कधीतरी करीन.

इतर देशांतील बायका जशा आपल्या कानांत, गळ्यात व हातांत अनेक तऱ्हेची भूषणे नि दागिने घालतात, तशाच पण थोड्या निराळ्या तऱ्हेची कर्णभूषणे नि दागिने फयावे व तिच्या मैत्रिणी घालत असत. वृक्षवल्लरी हेच त्यांचे जवाहिरे व सोनार होते म्हणा ना! अनेक तऱ्हेची सुंदरसुंदर रंगदार फुले व फुलकेसरे त्या आपल्या केसांतून, कानांतून, गळ्यात घालून मिरवत. फुलांना अनेक तऱ्हेचे आकार देऊन त्यांचे गेंद बनविण्याचे त्यांचे कौशल्य तर उल्लेखनीयच होते.

टैपी प्रदेशात मी पाहिलेल्या सर्व सुंदरींमध्ये फयावे अत्यंत देखणी, सुस्वरूप व डौलदार तरुणी होती, यात संशयच नाही. तिच्या सौंदर्याचे व वस्त्राभरणाचे मी जे हे वर्णन केले आहे, ते तेथील बहुतेक स्त्रियांच्या बाबतीत लावता येईल. यावरूनच त्या मुलखातील स्त्रिया कशा भुरळ घालणाऱ्या असाव्यात, याची कल्पना येईल. पाचूच्या मुलखातील मुलायम हिरकण्याच जणू!

१२

मेहवी आमचा निरोप घेऊन निघून गेल्याचे मी वर सांगितले. ते निघून गेल्यावर कोरीकोरी आमची सर्व व्यवस्था पाहू लागला. त्याने कितीतरी खाद्य पदार्थ आमच्यासाठी आणले. आणि जणूकाही आम्ही लहान मुलेच आहोत, अशा कल्पनेने तो आम्हाला आपल्या हाताने भरवू लागला. मी अर्थातच त्याला नको म्हणत असे. पण ते काही केल्या ऐकेना. कोकू कालवून तो त्याचे छोटेछोटे घास तयार करी व तो आम्हाला भरवू पाही. आम्ही नको म्हटले, की तो रागावे आणि तो रागावू नये म्हणून अर्थात आम्हाला त्याने भरविलेले घास घ्यावे लागत. टॉबी मात्र त्याने भरविलेलेही खाई. शिवाय वर तो आपल्या हातानेही खूप खाणे चापी.

आमचे खाणे झाले, की कोरीकोरी चटया पसरून देई आणि आम्हाला झोपायला लावी. आम्ही झोपलो की, जाडजाड टप्प्यांचे दोन-तीन थर तो आमच्या अंगावर पांघरून देत असे. तो आपल्या भाषेत पुटपुटे, 'कि, कि, मुई मुई, मोई मोई, मारतारके.' म्हणजे 'खूप खूप खा, खूप खूप झोपा.' मी तर त्याच्या म्हणण्याला लागलीच मान्यता देई. गेल्या कित्येक दिवसांत झोप चांगलीशी कशी ती मला मिळालीच नव्हती. आणि प्रवासाच्या कष्टांमुळे आणि झोपेच्या अभावी माझी हाडे इतकी खिळखिळी झाली होती की, सुखनिद्रेची ही संधी मी सहसा गमावीत नसे.

दुसऱ्या दिवशी सकाळी मी जागा होऊन उठलो, तो माझ्या एका बाजूस कोरीकोरी व दुसऱ्या बाजूस माझा मित्र टॉबी मारे ताणून झोपलेले दिसले. रात्रभर गाढ झोप लागल्यामुळे मला अगदी ताजेताजे वाटू लागले. इतक्यात कोरीकोरी जागा झाला. तो म्हणाला, "चला, आपण नदीवर जाऊन तोंड धुऊ व अंघोळ करू." अंघोळीची मला पण जरुरी होती. पण तेवढ्यासाठी नदीवर जायचे म्हणजे एक दिव्यच होते. रात्रभर विश्रांती घेतल्यावर आता माझे अंग अगदी जड होऊन गेले होते. वर उठून बसण्याचीही मला ताकद उरली नव्हती. पण माझी ती अडचण कोरीकोरीने माझ्या चेहऱ्यावरूनच जाणली असावी. तो ताडकन उठून

मजसमोर बसला व हाताने खुणावून त्याने मला आपल्या पाठीवर बसण्यास सांगितले.

मी नको म्हणत असता त्याने मला पाठीवर घेतले व तो बाहेर ओट्यावर आला. कोरीकोरीने मला बाहेर आणलेले बघताच आजूबाजूच्या घरांतून अनेक लोक बाहेर आले व ते भोवताली जमून आपापसात कुजबुजू लागले. गावच्या चौकीवर जमून रिकामटेकड्या गप्प मारणाऱ्यांपैकी ते लोक असावेत. मी कोरी-कोरीच्या गळ्यास मिठी मारली व तो मला घेऊन चालू लागला, तसे पोरी व पोरे आमच्या मागून येऊ लागली. काही जण तर थेट नदीकिनाऱ्यापर्यंत आले.

नदीकाठी आल्यावर कोरीकोरी गुडघाभर पाण्यात चालत गेला आणि तेथील एका स्वच्छ नितळ कातळावर मला त्याने अलगद बसवले. आम्ही पाण्यात उतरताच आजूबाजूच्या जागेतील बेडके टुणटुण उड्या मारून पलीकडच्या खडकावरील गवतात शिरले. भित्र्या नजरेने ते आमच्या हालचालींकडे पाहत राहिले.

आमच्या मागून नदीकाठी आलेल्या मंडळीत बऱ्याच मुली होत्या त्यांच्या समोर उभ्याने अंघोळ करायची मला लाज वाटू लागली. मी मांडी घालून खाली बसलो व हातांची ओंजळ करून पाणी अंगावर घेऊ लागलो. पण माझे ते कावळेस्नान कोरीकोरीला पसंत पडण्यासारखे नव्हते. त्याने स्वतः पाण्यात बुडी मारली व पाठोपाठ मलाही खाली ओढले. भिजल्या अंगाने मी वर आलो, तेव्हा अंगास चिकटून बसलेल्या ओल्या कपड्यांमुळे मी अगदी लाजून गेलो. मी चटकन खाली बसलो आणि अंग चोळू लागलो. माझा बसण्यामागचा उद्देश कोरीकोरीच्या लक्षात आल्यावाचून राहिला नाही. तो खोखो हसू लागला. किनाऱ्यावर उभ्या असलेल्या पोरीही मोठमोठ्याने हसू लागल्या, उड्या मारू लागल्या.

त्या दिवशी दुपारी मेहवी आम्हाला पुन्हा भेटायला आले. कालच्याप्रमाणेच आजही ते खुशीत असल्याचे दिसून येत होते आणि आमच्यातही ते कालच्याप्रमाणेच दिलखुलासपणे वागले. सुमारे तासाभराने ते जायला उठले आणि उठताउठता त्यांनी टॉबी आणि मला दोघांनाही आपल्याबरोबर येण्यास खुणावले. मी माझ्या सुजलेल्या पायाकडे बोट दाखवले; पण मेहवीने उलट कोरीकोरीकडे बोट दाखवले. कोरीकोरीने सकाळसारखेच मला पाठंगुळीस मारले. सिंदबादच्या पाठीवर बसलेल्या दर्यावरच्या म्हातारबुवाप्रमाणे स्वार होऊन त्या मुखियाच्या पाठीमागून मी जाऊ लागलो.

ज्या रस्त्याने आम्ही जाऊ लागलो, तो रस्ता जरा निराळाच असल्याचे मला जाणवू लागले. त्या रस्त्याकडे नजर टाकताच त्या लोकांचा आळशी स्वभाव माझ्या लक्षात आल्यावाचून राहिला नाही. त्या खोऱ्यातील सर्व वाटांपेक्षा तो रस्ता अधिक मळलेला व रहदारीचा असावा. कदाचित पिढ्यान् पिढ्यांपासून तो रस्ता

सतत वहिवाटीत असावा. तरीही त्या रस्त्याने सरळ चालत जाणे मोठे कठीणच काम होते. पावलापावलांवर खाचखळगे पडलेले होते, मधूनच खडक डोकी वर काढीत होते आणि वर आलेली त्यांची टोके झाडांवरून कोसळलेल्या पाल्यापाचोळ्याखाली दडलेली होती. आडवळणे घेत, वरखाली चढउतार करीत, रस्ता पुढे चालला होता.

त्या अवघड वाटेने बराच वेळ चालल्यानंतर कोरीकोरी थकला. त्याला धाप लागली आणि आपल्या पाठीवरचे माझे ओझे त्याला खाली उतरवणे भाग झाले. मेहवीच्या हातातील लांबलचक भाला मी मागून घेतला व त्याच्या साहाय्याने त्या अडचणीच्या वाटेने मी कसातरी चालू लागलो.

पण लवकरच आमची वाटचाल संपली. एक उंचवटा चढून गेल्यावर ज्या ठिकाणी आम्हाला जायचे होते, ते ठिकाण जवळ आले. ते ठिकाण म्हणजे त्या खोऱ्यातील सर्वांत गर्द असे टाबू वृक्षांचे रान होते. त्या झाडांचे शेंडे एकमेकांत इतके मिसळून गेले होते की, त्यांच्या विस्ताराखाली उभे राहिल्यास आपण देवळाच्या सभामंडपातच उभे आहोत, असा एखाद्याला भास व्हावा. आसमंतातील प्रत्येक वस्तुमात्र त्या वृक्षांच्या छायेमुळे धूसर बनली होती. आणि तिथे कुणा गूढ विभूतीचे वास्तव्य होत असावे, असा भास निर्माण होत होता. टैपी लोकांच्या पूजेच्या मूर्तीही तिथे अधूनमधून दिसून येत होत्या. त्या मूर्ती म्हणजे काळेकुट्ट फत्तर गुळगुळीत करून एकमेकांवर रचल्यासारखे दिसत होत्या. फत्तरांची ती माळ काही ठिकाणी बारा तर कुठे पंधरा फूट इतकीही उंच होती. त्याभोवती काटक्याकुटक्यांचे मंदिरही उभारलेले दिसे एखादे! फत्तरांच्या एखाद्या माळेसमोर भाकरीची फळे व नारळ नैवेद्यासारखी कुठेकुठे ठेवलेली होती. आणि काही ठिकाणी त्या दैवतापुढे दिलेल्या बळींचे अवशेषही दिसत होते.

टाबू वृक्षांच्या वनराईच्या मध्यभागी एक मोकळे वर्तुळ राखून ठेवण्यात आलेले होते. टैपी लोकांच्या धार्मिक नृत्यसमारंभासाठी ते राखून ठेवण्यात आलेले होते. त्या नृत्यरिंगणाभोवती लाकडी पुतळे कोरून रखवालदारांसारखे उभे करण्यात आले होते. त्याच्या दोन्ही बाजूंना बांबूची खोपटी बांधण्यात आली होती. भोवतालच्या विशाल वृक्षांची दाट छाया त्या रिंगणावर पसरे. त्या वृक्षांच्या बुंध्यांभोवती चांगले रुंद पार बांधलेले होते. या पारांवर बसूनच त्यांचे तंत्री मंत्री आपले जंतरमंतराचे प्रयोग करीत असत. रिंगणाची जागा अत्यंत पवित्र मानली जाई व तिथे स्त्रियांना प्रवेश मुळीच देण्यात येत नसे. स्त्रियांच्या पायांचा स्पर्शही तेथील भूमीला होऊ नये, अशी काळजी घेण्यात येई.

रिंगणाच्या एका बाजूला प्रवेशद्वार ठेवण्यात आले असून, त्यातूनच फक्त आत जाणाऱ्यांना प्रवेश मिळे. या प्रवेशद्वाराच्या दुतर्फा नारळीची झाडे रांगेने

लावलेली होती. या नारळीच्या झाडांच्या पलीकडे एक बरीच मोठी झोपडी बांधलेली होती. राईत चालणाऱ्या धर्मविधींचे चालक, मांत्रिक त्या झोपडीत राहत असत.

त्यापलीकडे आणखी एक नजरेत भरण्यासारखे घर होते. ते टेकाडासारख्या एका उंचवट्यावर बांधलेले होते आणि ते चांगले शे-सवाशे फूट लांबीचे व वीस-पंचवीस फूट रुंदीचे होते. या घराचा पुढला सर्व भाग उघडा मोकळा होता. आणि त्या भागात ओट्यासारखा दिसणारा भाग वेताच्या व बांबूंच्या झडपांनी बनवून घेण्यात आला होता. आतील भागात सगळीकडे गवताच्या चटया पसरण्यात आल्या होत्या. मधूनमधून नारळीची खोडं बसवून त्या जागेचे विभाग पाडण्यात आले होते.

या इमल्याला ते लोक आपल्या भाषेत 'टी' असे म्हणत. आता मेहवी पुढे होऊन आम्हाला त्या जागी घेऊन जाऊ लागले. या जागी पोचेपर्यंत आमच्या मागोमाग अनेक स्त्री-पुरुष जमले होते. पण त्या पवित्र स्थानी येताच त्या जमावातील स्त्रिया आपणहून मागे राहू लागल्या. हुल्ला हुल्लाप्रमाणेच हे ठिकाणही स्त्रियांच्या स्पर्शाने अपवित्र होते, असा त्यांचा समज होता.

त्या घराच्या आतील भागात आम्ही प्रवेश केला, तेव्हा तेथील एका भिंतीला टेकून ठेवलेल्या काही बंदुका आम्हास दिसल्या नि आम्ही आश्चर्यचकित झालो. त्या बंदुकांच्या नळ्यांना लहानलहान पिशव्या लटकत होत्या. त्या पिशव्यांतून दारूगोळा भरून ठेवल्याचेही दिसून आले. बंदुकांशेजारीच भाले, बरच्या, मुद्‌गल व इतर जुनाट तऱ्हेची हत्यारे लावून ठेवलेली दिसत होती. ती पाहून मी टॉबीला म्हटले, ''एकंदरीत हे या लोकांचे शस्त्रागार दिसतेय तर!''

त्या इमल्याच्या बाजूने आम्ही पुढे सरकलो, तेव्हा मध्येच वाटेत चार जख्खड म्हातारे एके ठिकाणी बसलेले आढळून आले. त्यांच्या चेहऱ्यांवर काळाने तर ओरखडे काढलेच होते; पण शिवाय त्यात गोंदलेल्या चित्रांची आणखी भर पडल्यामुळे ते भकास भेसूर दिसत होते. त्यांची त्वचा तर खवल्यांसारखी खडबडीत झाली होती. तिचा रंग बदलून काळसर निळसर पडला होता. जागजागी कातडी लोंबत होती. डोक्यावर तर केसांचे नावनिशाण उरले नव्हते आणि गालांवर सुरकुत्यांचे जाळे पसरले होते. त्यांचे पाय व पायांची बोटे तर मोठी चमत्कारिकच होती. पायांचे तळवे पार वाकडे झाले होते व बोटे पिंजारून त्यांमध्ये इतके अंतर पडले होते की, विचारायलाच नको. गेली सुमारे शंभरांवर तरी वर्षे त्यांच्या पायांनी काम दिले असावे व त्याचाच हा परिणाम असावा, हे मी लागलीच ओळखले.

त्या जख्खड म्हाताऱ्यांच्या कमरेखालच्या शरीराचा भाग निर्माल्यवत झालेला दिसला. मांडी घालून एकसारखे बसल्याचा तो परिणाम होता. आम्ही त्यांच्या बाजूने चालत गेलो, तेव्हा त्यांनी आमच्याकडे नजर वर करूनही पाहिले नाही.

त्यांच्या पलीकडून जाऊन आम्ही चटयांवर बसलो. मेहवी व कोरीकोरी आपसात काहीतरी बोलले. लागलीच एक मुलगा एका लाकडी टोपल्यातून पोईपोई घेऊन आला. मेहवींनी मला खाण्यास सुरुवात करा, म्हणून खुणावले आणि आम्ही सर्वांनीच फराळ सुरू केला. पोईपोईनंतर आणखी अनेक खाद्य पदार्थ पुढे आले आणि मेहवीने ते खाण्याचा आम्हाला सारखा आग्रह चालवला. खाणे संपल्यावर चिलीम पेटवण्यात आली आणि पाळीपाळीने एकेक जण झुरके घेऊ लागला. हळूहळू सायंकाळची छाया पसरू लागली, तशी चिलमीच्या तारेत माझे डोळे पेंगू लागले. मी आणि टॉबी तिथेच लवंडलो. कोरीकोरी आणि मुखिया पण डुलक्या खाऊ लागले.

मी झोपेतून जागा झालो, तेव्हा मध्यरात्र झाली होतीसे वाटते. मी चटईवर उठून बसलो, पण भोवताली सगळीकडे गर्द अंधार पसरला होता. टॉबी अगदी डाराडूर झोपला होता; पण आमचे बाकीचे सोबती मात्र जागेवर नव्हते. ते केव्हाच पसार झाले होते. आसमंतात जर कसला आवाज येत असेल, तर मी मघा उल्लेखिलेल्या चौघा म्हातारड्यांच्या धापेचा. त्यांच्याशिवाय त्या झोपडीत इतर कुणाची सावलीही नाही, हे मी जाणले.

या प्रकारात काहीतरी काळेबेरे नक्कीच असावे, हे ओळखून मी माझ्या सोबत्यास हालवून जागे केले. आणि मेहवी आणि कोरीकोरी असे अचानक का निघून गेले असावेत, याबद्दल आम्ही हळूहळू चर्चा करू लागलो. इतक्यात अचानक समोर दाट राईतून पेटत्या मशालींची टोके आम्हास दिसून येऊ लागली. हळूहळू त्या मशाली पुढे आल्या आणि त्यांच्या लालसर धूसर प्रकाशाने ती वनराई उजळून निघाली. भोवतालच्या झाडांत त्यांचा प्रकाश फाकला; पण आम्ही बसलेल्या जागी मात्र त्यामुळे काळोख अधिकच काळाकुट्ट जाणवू लागला. त्या उजेडातून मधूनमधून माणसांच्या आकृती इकडून तिकडे जाताना दिसू लागल्या आणि त्यांतील काही आकृती नाचत हैदोसधुला करीत असलेल्या आम्ही पाहिल्या. भयाण रात्री त्या आकृती भयंकर राक्षसांसारख्या दिसत होत्या.

ते अजब इंद्रजाळ बघून मला तर धडकीच भरली. मी हळूच टॉबीला म्हणालो, "टॉबी, हा काय प्रकार असावा बरे?"

टॉबी म्हणाला, "ऊं, त्यात काय आहे? ते आग पेटवण्याची सुरुवात करीत असावेत."

"आग? ती कशासाठी?" मी उद्गारलो.

"म्हणजे तुझ्या लक्षात नाही आलं वाटतं. दुसरी कशासाठी? तुला नि मला उकडण्यासाठी. बटाट्यासारखे ते उकडणार नि खाणार आपल्याला."

"टॉबी," मी जरा रागातच बोललो. "तुझी थट्टा आवर जरा. मला वाटते,

आता नक्कीच काहीतरी विचित्र प्रकार घडून येणार इथे.''

"थट्टा?'' टॉबी पण घुश्शातच म्हणाला. "यात थट्टा कसली? ही भुते गेले तीन दिवस आपल्याला जो सारखा खुराक खाऊ घालताहेत, त्याचे दुसरे काय कारण असेल बरे? डुकराची सागुती बनवण्यापूर्वी त्याला नाही का आपण खुराक घालून माजवीत! मी तुला खात्रीने सांगतो- आज रात्री ते आपला 'खिमा' बनवणार आणि त्या आगीवर होरपळून ते आपणास खाणार.''

आपण नरमांसभक्षक लोकांच्या हाती सापडलोत, हे लक्षात येऊन माझ्या अंगावर शहारेच उभारले. टॉबीच्या बोलण्यात तथ्य नव्हते, असे म्हणण्याची माझी छातीच नव्हती.

त्या धूसर प्रकाशात चार काळ्याकुट्ट आकृती एकदम पुढे सरकल्या व आमच्या दिशेने येऊ लागल्या. टॉबी म्हणाला, "हे पाहा, ते पाहा. आपल्याला धरण्यासाठींच ते चौघे पुढे घुसत आहेत–''

अगदी पाय न वाजवता, आवाज होऊ न देता, चोरपावलांनी ते चौघेजण पुढेपुढे येऊ लागले. मशालींच्या लालसर प्रकाशामुळे त्यांचे उग्र चेहरे आणखीनच उग्रतर वाटू लागले. आमची झोपमोड होऊ न देता एकदम आमच्यावर झडप घालण्याचा त्यांचा हेतू असावा, हे मी ताडले. 'हाय रे दैवा!' मी मनात म्हटले. माझ्या सगळ्या अंगाला घाम सुटला. एखाद्या प्रेतासारखे माझे सगळे अंग थंडगार पडले.

पण इतक्यात एकाएकी शांततेचा भंग झाला आणि मेहवीचा परिचित आवाज आमच्या कानांवर आला. आणि तो मृदुतर आवाज ऐकू येताच माझ्या मनातली सगळी भीती पार कुठच्या कुठे नाहीशी झाली. "टोमी, टोबी, खा खा.'' मेहवी म्हणाले.

ते आम्हाला खाण्याच्या तयारीनेच आले आहेत असे समजून टॉबी म्हणाला, "खा, खा हवे तर; पण अगोदर आम्हाला शिजवा तर खरे.'' टॉबी रागाने असे म्हणेतोवर, एका टैपीने खाद्य पदार्थांनी भरलेली एक लाकडी काथवट खाली ठेवली. त्यातील गरमागरम खाद्य पदार्थांतून वाफा वर उसळत होत्या. ते कोवळे लुसलुशीत मांस बघून मला कसेसेच वाटले. 'बहुधा एखादे कोवळे मूलच मारलेले असावे,' मी मनात म्हटले.

कोरीकोरीने ती काथवट आमच्या समोर ठेवली व त्यातील एक तुकडा मोडून त्याने तो मला भरवण्याचा प्रयत्न केला. माझं अंग शहारलंच! पण किती? क्षणभरच! मी चटकन ओळखलं की, तो खाद्य पदार्थ नरमांस नसून, खास बनविलेली सागुती आहे. आणि सागुती म्हणजे माझा तर अगदी आवडीचा पदार्थ!

मी म्हटले, "टॉबी, हा खुरमा आहे रे!''

पण टॉबी ओरडून म्हणाला, "सागुती? काय सांगतोस तू? या बेटावर उतरल्यापासून आतापर्यंत एकतरी गाय-वासरू किंवा शेळी-मेंढी आपण पाहिली आहे काय? येणार कुठून खुरमा इथे? नीट पाहा. एखाद्या मारलेल्या हप्पारचे हाड जाईल तुझ्या घशात."

टॉबीचे तसले बोलणे ऐकून माझ्या मनात शंका आली. मी मेहवीला म्हटले, "इथे काळोख फार आहे. एक तेलवात आणा बघू."

तेलवात आणल्यानंतर मी त्या काथवटीत निरखून पाहू लागलो आणि सुटकेचा निःश्वास सोडला. त्या भांड्यात डुकराची सागुती भरलेली होती. "पूराकी", कोरीकोरी म्हणाला. "पूराकी", मी पण उत्तरादाखल म्हटले. आणि त्या दिवसापासून डुकराच्या मटणाला टैपी भाषेत 'पूराकी' म्हणतात हे माझ्या पूर्ण लक्षात राहिले आहे.

दुसऱ्या दिवशी सकाळी पुन्हा एकदा पोटभर भोजन करून व मेहवीचे आभार मानून मी आणि टॉबी जायला निघालो. पण मेहवीने आम्हाला न जाण्याबद्दल आग्रह चालविला. "थांबा, थांबा. अबो, अबो," तो म्हणाला. आणि आम्ही खाली बसलो. मेहवी बाहेर जमलेल्या लोकांना काही हुकूम देऊ लागला. प्रथम तो त्यांना काय सांगत आहे, ते आमच्या लक्षात येईना. पण मग आम्ही समजलो की, आम्हाला परत जाताना सलामी देण्याच्या तयारीने ते रांगेत उभे राहत आहेत. त्यांपैकी काही जण आम्हाला पोचवण्याच्या तयारीने उभे पण राहिले होते.

आमच्या मिरवणुकीच्या पुढे अग्रभागी दोघे तरतरीत दिसणारे टैपी तरुण हातात भलेमोठे भाले घेऊन चालत होते. त्या भाल्यांच्या पात्यांखाली पांढऱ्याशुभ्र टप्प्याच्या पताका लटकत होत्या. त्यांच्यामागून अनेक तरुण पुरुष चालत होते. त्यांच्या खांद्यांवर पोईपोईने भरलेल्या काथवटी होत्या. त्यांच्या मागून चार धिप्पाड माणसे चालत होती. त्यांच्या हातात भले मोठे बांबू होते. त्या बांबूंच्या वरच्या टोकांना भाकरीच्या फळांनी भरलेल्या छोट्या टोपल्या लटकत होत्या. त्यांच्या मागून पोरे चालत होती. त्यांच्या प्रत्येकाच्या हातात केळ्यांचे घड होते. काही जणांच्या हातात नारळीच्या झापांच्या टोपल्या होत्या व त्यांतून कोवळ्या नारळातील लबलबीत दुधाळ मलई भरून घेण्यात आली होती. सर्वांच्या शेवटी एक जाडाजुडा माणूस चालत होता. त्याच्या डोक्यावरील टोपलीत रात्रीच्या जेवणापैकी उरलेली डुकराची सागुती होती. त्या सागुतीवर भाकरीच्या झाडांची पाने झाकणासारखी पसरून ठेवलेली होती.

ते प्रदर्शन पाहून मला तरी हसू आल्यावाचून राहिले नाही. आम्ही परतल्यानंतर मारयेहोकडे आम्हाला तसे पोटभर जेवता येईल की नाही, या शंकेमुळेच जणू मेहवीने ती सगळी व्यवस्था केली होती.

आम्ही त्या बांबूच्या घरातून बाहेर पडताच ती मिरवणूक शिस्तीने निघाली

आणि आम्ही त्यात मध्यभागी उभे राहिलो. अधूनमधून मी कोरीकोरीच्या पाठुंगळीस बसे व मधून खाली उतरून चालू लागे. जेव्हा आम्ही ओळीने चालू लागलो, तेव्हा त्या लोकांनी गाणे सुरू केले आणि आम्ही मुक्कामावर पोचेपर्यंत त्यांचे ते गायन अखंड चालू राहिले.

आमची मिरवणूक चालू असता अनेक तरुण मुली, झाडाझाडांमागून हरणांसारख्या टुणकन उड्या मारून पुढे येत आणि मिरवणुकीत सामील होऊन चालू लागत. मारयेहोच्या निवासस्थानी आम्ही येऊन पोचल्यावर तर हास्यविनोदाला उधाणच आले. त्या घरातील सगळ्या पोरी-पोरे बाहेर धावत आली आणि मेहवी वाटत असलेले खाद्य पदार्थ हातोहात लंपास करू लागली.

१३

असल्या रम्य भीषण प्रसंगांचा अनुभव घेण्यात आठवडा कधीच निघून गेला. का कुणास न कळे, पण सगळे गावकरी दिवसेंदिवस आम्हाला जास्त जास्तच मान देऊ लागले. आदरातिथ्य करू लागले. आमच्याबद्दल त्यांच्या मनात जर काही किल्मिष असते तर ते आमच्याशी नक्कीच असे प्रेमाने वागले नसते. पण त्यांच्या तसल्या प्रेमळ वागणुकीचा अर्थ काय असावा बरे? आमच्याकडून त्यांना काही अपेक्षा होती की काय? या अशा प्रेमळ स्वभावाच्या लोकांबद्दल बाहेरच्या जगात दुष्ट प्रवाद का पसरलेले असावेत, याचे मलातरी कोडे पडले.

एकदा त्या लोकांच्या चांगुलपणाबद्दल आपसात बोलत असता टॉबी म्हणाला, ''हे लोक खरोखरच नरमांसभक्षक असतील का?''

''कुणास ठाऊक!'' मी म्हटले. ''पण यांच्याइतके सौम्य, सुस्वभावी व दिलदार लोक या सगळ्या पॅसिफिक प्रदेशात कुठे सापडणार नाहीत.''

तथापि ते लोक क्षणिक वृत्तीचे होते हे मात्र खरे. त्यांचे मन केव्हा, कसे बदलेल याचा भरवसा नव्हता. तेव्हा त्या खोऱ्यातून लवकरात लवकर कसे निसटता येईल, याचा विचार आमच्या मनात सतत घोळत असे. तसे निसटायचे म्हटले तरी आता फारसे कठीण नव्हते. पण माझ्या पायाचे दुखणे अजून तसेच कायम होते. पाय बरा झाल्याशिवाय पुढचा प्रवास करणे शक्यच नव्हते आणि पाय तर बरा होण्याचे काही लक्षणच दिसेना. त्या वैद्यबुवांनी लावलेल्या झाडपाल्याने तर ते दुखणे जास्तच वाढत चालले आणि पायाला नीट उपचार मिळाले नाहीत, तर ते दुखणे कायमचेच मला जडून राहील, हे नक्की झाले.

पण हे उपचार कोण करणार, कसे करणार? माझ्या मनात आले, कदाचित नूकूहेवा येथे परत गेल्यास तेथील फ्रेंच आरमारातील डॉक्टर काही इलाज करू शकतील तर! फ्रेंच आरमार अजूनही तिथे असावे, असा माझा कयास होता. पण नूकूहेवा इथे जाऊन पोचायचे कसे?

शेवटी मी टॉबीला माझा विचार समजावून सांगितला. टॉबीने नूकूहेवापर्यंत

जायचे आणि फ्रेंच आरमारातील एखाद्या पडावातून पुन्हा या बेटावर परतायचे व मला घेऊन उपचारांसाठी नूकूहेवा इथे जायचे. ते नाहीच जमले तर निदान काही औषधे, लेप घेऊन पुन्हा पायीच या खोऱ्यात परतायचे.

माझ्या मित्राने माझे म्हणणे ऐकून घेतले; पण त्याला माझा विचार पसंत पडला नाही. त्याच्या मनात या खोऱ्यातून एकदाचे निसटायचे होते. आणि ते लोक खुशीत आहेत तोपर्यंत तेथून निसटणे योग्य, असे त्याचे मत पडले. तसल्या दुखणाईत स्थितीत मला एकट्यालाच तिथे सोडून जायलाही त्याचे मन तयार होईना. त्याने माझी समजूत घालण्याचा प्रयत्न चालविला. "तुला आता लवकरच बरे वाटेल. आणि मग आपण मिळूनच नूकूहेवाला जाऊ."

आणि नूकूहेवाला पोचल्यानंतर या भयाण खोऱ्यात पुन्हा परतण्याची कल्पनाही त्याच्या मनाला पटेना. केवळ मला वाचवण्यासाठी फ्रेंच लोक आपला पडाव व खलाशी इथवर पाठवतील, हे तर त्याला अशक्यच वाटले. आणि जरी ते आले तरी त्यामुळे, टैपींचे मन दुखावले जाईल व ते आपला तिरस्कार करतील, हेही तितकेच खरे होते. शिवाय फ्रेंचांच्या आगमनामुळे त्या खोऱ्यात मोठाच गोंधळ निर्माण होईल व आपल्यामुळे शत्रू चालून आले अशी समजूत होऊन हे लोक आमची कत्तल करतील, हीसुद्धा शक्यता होती.

टॉबीच्या या शंकांना उत्तर देणे व त्यांचे निरसन करणे जवळजवळ अशक्यच होते. तथापि तिथे जाऊन तो माझ्यासाठी औषधे घेऊन येऊ शकेल, हे मात्र मला शक्य वाटे. आणि शेवटी मला त्याबाबत त्याचे मन वळवण्यात यश आले आणि तसा प्रयत्न करायचे त्याने कबूल केले.

आमचा उद्देश आम्ही त्या गावकऱ्यांना सांगितल्यावर, त्यांनी टॉबीच्या प्रयाणाला एकजात विरोध दाखवला. त्यांची समजूत घालणे व परवानगी मिळवणे मलातरी अगदी अशक्यच वाटले. आमच्यापैकी एक जण निघून जाणार, असे म्हणताच त्यांनी आपल्या इष्टमित्रांपैकीच कुणी दूर निघून जात असून त्याबद्दल आपणास अत्यंत दुःख होत आहे, असा भाव दाखवला. कोरीकोरी यास झालेले दुःख तर सांगण्यासारखे नव्हते. त्याच्या चेहऱ्यावरील आत्यंतिक दुःखभाव त्याच्या मनातील बोल उकलून दाखवीत होते- 'कशाला जाता त्या नूकूहेवा प्रांतात? तेथील लोक अगदी जंगली आहेत. परक्यांचा सन्मान कसा करावा, तेही त्यांना समजत नाही. त्याउलट, आम्ही टैपी लोक किती सुस्वभावी. तुम्ही आमच्याच प्रदेशात राहावे हे चांगले.'

तथापि माझ्या पायाच्या दुखण्याचे निमित्त करून मी त्यांचे मन वळवलेच. मी म्हटले, "टॉबी गेला आणि त्याने मला हवी ती औषधे जर आणली, तर माझा पाय लवकर बरा होईल."

दुसऱ्या दिवशी सकाळी टॉबीने निघायचे असे ठरले. त्याच्याबरोबर आमच्या त्या घरातील दोन-तीन माणसांनी रस्ता दाखवण्यासाठी यायचे ठरले. अगदी जवळच्या वाटेने जाऊन, समुद्रकाठी खाडीकिनाऱ्यास सूर्यास्तापूर्वी जाऊन पोचायचे, असा बेत करण्यात आला.

त्या बेताप्रमाणे दुसऱ्या दिवशी सूर्योदय होण्यापूर्वी त्या घरातील सर्व मंडळी जागी झाली. त्यांच्यापैकी एक तरुण झरझर माडांवर चढला आणि त्याने काही नारळ काढून आणले. मारहेयोने ते लागलीच सोलले आणि ते काठीला अडकवले. टॉबीला जाताना तहानभूक लागली तर ते कामी यावेत, हाच यातील उद्देश होता.

निघण्याची तयारी झाली. टॉबीला निरोप देताना माझा कंठ दाटून आला. त्यानेही जास्तीत जास्त आपण तीन दिवसांत परत येऊ, असे आश्वासन दिले. मी धीर न सोडता, तेवढे दिवस दुःख सहन करावे, मी येताना डॉक्टर नाही तरी औषधे तरी घेऊन येतोच, असेही तो म्हणाला.

मारहेयोबरोबर तो निघाला आणि बोलताबोलता तो माझ्या दृष्टिआड झाला. तो निघून जाताच माझे मन एकाकीपणाच्या जाणिवेने सुन्न होऊन गेले. अंगणातून मी घरात आलो आणि निराशेने आणि निरुत्साहीपणाने चटईवर अंग टाकले. सुमारे दोनएक तासांनी मारहेयो परत आला. तो म्हणाला, "बऱ्याच दूरपर्यंत मी तुझ्या मित्राला पोचवले. त्याला पुढील रस्ता मी नीट दाखवून दिला आणि मी परतलो."

त्याच दिवशी दुपारचा सुमार झाला असेल. त्या दिवसांत तेथील लोक दुपारचा वेळ बहुतेक झोपून काढीत. मीसुद्धा चटईवर लवंडलो होतो. घरातील इतर मंडळी भोवताली इतस्ततः झोपली होती. आसमंतात विचित्र शांतता पसरली होती. इतक्यात एकाएकी एक अस्पष्टशी किंकाळी घरासमोरच्या राईतून माझ्या कानांवर आली. मी चमकलो. कान टवकारून ऐकू लागलो.

हळूहळू तो आवाज वाढू लागला आणि जवळजवळ आल्याचा भास होऊ लागला. आणि लवकरच ती सगळी दरी हाका-आरोळ्यांनी हादरून गेली. माझ्या आजूबाजूस झोपलेले सर्व जण घाबरून उठले आणि कसली दंगल चालली आहे, ते पाहण्यासाठी बाहेर गेले. सगळ्यांच्या अगोदर कोरीकोरी बाहेर गेला होता; तो तितक्याच घाईघाईने परत आत आला. त्याच्या मनाची स्थिती मोठी चमत्कारिक झाली होती. काय बोलावे, तेच त्याला सुचत नव्हते. त्याच्याकडून एवढेच कळले की, टॉबीला परत जाताना वाटेत अपघात झाला होता. त्याला कसला अपघात झाला असावा व तो किती मोठ्या स्वरूपाचा आहे, हे समजून घेण्यासाठी मी धावत बाहेर गेलो. बाहेर माझ्या नजरेला, लोकांचा प्रचंड जमाव दिसला. ती माणसे आरोळ्या मारीत होती. रडत होती. ओरडत होती. दाट राईतून, माणसांचा

तो घोळका बाहेर आला तेव्हा त्यांच्या हातात काही ओझे असावे, असे दिसले. ती माणसे जवळजवळ येऊ लागली तसतशा त्यांच्या हाका-आरोळ्या अधिकच वाढू लागल्या. त्या घोळक्यातील मुली, जोरजोराने हातवारे करीत होत्या. त्या मोठमोठ्याने ओरडत होत्या, "हाय रे दैवा! टॉबी मारला गेला."

जवळ येताच ती गर्दी विभागली गेली आणि दोघा गड्यांच्या हातातील ते ओझे मला स्पष्ट दिसून आले. ते ओझे म्हणजे माझ्या मित्राचे निष्प्राण शरीर होते. त्या दोघा गड्यांपैकी एकाच्या छातीवर त्याचे डोके टेकलेले दिसत होते. त्याचा सर्व चेहरा, मान व छाती रक्ताने माखलेले दिसत होते. त्याच्या कानशिलावर मार लागलेला दिसत होता, कारण तेथून अजूनही रक्त ठिबकत होते. गोंधळ आणि बडबड तर विचारायलाच नको होती. कसेबसे त्यांनी टॉबीचा मुरगळलेला तो देह आत आणला व चटईवर ठेवला. मी गावकऱ्यांना ओरडून म्हटले, "बाजूस सरा. थोडी हवा आत येऊ द्या." मी त्याच्या मरगळलेल्या शरीरावर वाकून पाहिले. त्याच्या छातीवर हात ठेवला आणि त्याचा श्वासोच्छ्‌वास चालू आहे, याबद्दल खात्री करून घेतली. त्याचा श्वास चालू आहे, हे पाहून मला धीर आला. मी थंडगार पाण्याचा एक छोटा कळसा घेतला व त्यातील पाणी त्याच्या चेहऱ्यावर मारले. रक्त पुसून काढून टॉबीच्या कानशिलावर पडलेली जखम मी धुऊन काढली. जखम चांगली मोठी होती. लांबलचकही होती. त्यावर धरलेली रक्ताची खडपुडी काढताच आतील डोक्याची कवटी स्पष्ट दिसू लागली. मी चाकूच्या साहाय्याने त्या जखमेभोवतालचे केस कापून काढले आणि त्याच्या कानशिलावर पडलेला घाव पाण्याने वारंवार पुसून काढला.

थोड्या वेळाने टॉबी शुद्धीवर आला. त्याने डोळे उघडले, पण लागलीच पुन्हा मिटले. तो काही बोलला नाही,की पुटपुटला नाही. कोरीकोरी माझ्या बाजूला गुडघे टेकून बसला होता. त्याने हळूहळू त्याचे अंग चेपण्यास सुरुवात केली. टॉबीच्या उशाजवळ बसलेली तरुणी त्याला पंख्याने वारा घालू लागली. त्याच्या ओठांवर व कपाळावर तिने ओला फडका फिरवण्यास सुरुवात केली. हळूहळू टॉबी शुद्धीवर आला आणि मी त्याला नारळाच्या करवंटीतून थोडे पाणी पाजले.

कोरीकोरीची बायको टिनोर तेवढ्यात स्वयंपाकघरातून बाहेर आली. तिने हातातून काहीतरी झाडपाला आणला होता. तिने मला खुणेने सांगितले की, हा पाला चुरगळून त्याचा रस त्याच्या जखमेला लाव. मी तसे केले आणि टॉबीला तसेच पडून राहू दिले. त्याचे ओठ मधूनमधून उघडत. पण मी त्याला त्रास होऊ नये म्हणून हाक मारली नाही की, जागे करण्याचा प्रयत्न केला नाही. साधारण दोन-तीन तासांची तशी विश्रांती मिळाल्यानंतर टॉबी सावध झाला. तो उठून बसला. काय झाले नि कसे झाले, ते सांगण्याइतके त्याला बरे वाटले.

तो सांगू लागला : ''मारहेयोबरोबर घर सोडून निघाल्यानंतर थोड्याच वेळाने तो दरी ओलांडून गेला. पलीकडील डोंगरमाथ्यावरही तो चढून गेला. मारहेयोने त्याला सांगितले की, त्या डोंगराच्या पलीकडे हप्पारांचा प्रदेश आहे. त्या डोंगरकड्यांना वळसा घालून गेले की, नूकूहेवाचा रस्ता लागेल. चढण थोडीशी चढून गेल्यावर, मारहेयोने मला म्हटले की, आता या ठिकाणापलीकडे काही आपण येऊ शकणार नाही. तेथून आपल्या शत्रूंचा प्रदेश सुरू होत असून त्या प्रदेशात पाऊल टाकण्यास आपणास धीर होत नाही. तथापि त्याने मला वाट मात्र दाखवून दिली. वाट समोर अगदी स्पष्टच दिसत होती म्हणा. त्याने माझा निरोप घेतला व तो घाईघाईने डोंगर उतरून मागे परतला.

''हप्पार प्रदेशाच्या इतके जवळ आल्याचे पाहून मला हुरूप आला आणि मी चढण चढून लवकरच डोंगराच्या माथ्यावर पोचलो. माथ्यावर पोचल्यावर त्याच्या दोन्हीकडील जमातींचे प्रदेश पूर्णपणे माझ्या दृष्टिपथात येऊ लागले. हप्पार आणि टैपी! त्या दोन शत्रुप्रदेशांचे मध्यभागी बसून मी थोडी विश्रांती घेतली. बरोबर घेतलेल्या नारळांतील एक नारळ फोडून मी पाणी प्यायलो व त्यातील मलई खाल्ली. थोडी विश्रांती घेऊन मी पुन्हा मार्गास लागलो. मी थोडा पुढे गेलो असेन नसेन, तोच त्या भागात राहणारे तिघे गावकरी अचानक माझ्या नजरेस पडले. ते माझ्या समोरच वाटेत उभे होते. हप्पार खोऱ्यातून ते वर चढून आलेले असावेत. त्यांच्यापैकी प्रत्येकाजवळ मजबूत भाले होते. त्यांच्यापैकी एक जण त्यांचा मुख्य असावा. त्याच्या चेहऱ्यावरून मी ते ओळखले. ते गाणे म्हटल्यासारखे हेल काढून काही तरी बोलले आणि त्यांनी मला पुढे येण्यास बजावले.

''मी न घाबरता धीटपणे पुढे गेलो आणि त्यांच्या अगदी अंगालाच जाऊन भिडलो म्हणा ना! सर्वांत पुढे असलेल्या त्यांच्या मुख्याने 'टैपी' प्रदेशाकडे बोट दाखवले व तो रागाने काहीतरी बोलला. लागलीच त्याने एक पाऊन मागे घेतले व विजेच्या तडफेने हातातील भाला माझ्या अंगावर फेकला. त्या एकाच तडाख्याने मी घायाळ होऊन खाली कोसळलो. माझी शुद्ध हरपली. मी शुद्धीवर आलो तेव्हा ते तिघे गावकरी हप्पार थोड्या अंतरावर उभे होते. त्यांचे आपसात काही खलबत चालले होते नक्की.

''त्या हप्पारांपासून शक्यतो दूर पळून जावे, असा माझा विचार होता; पण मी वर उठलो न उठलो तोच माझा तोल गेला आणि खाली कोसळून, गवतातून गडगडत मी खाली गेलो. कसाबसा सावरून मी वर उठलो आणि अंगातील सगळी शक्ती एकवटून मी खाली धूम ठोकली. पाठीमागे वळून बघण्याचीसुद्धा मला हिंमत झाली नाही. तशी मला गरजही वाटली नाही. त्या हप्पारांच्या आरोळ्या व पायांचे आवाज यांवरूनच ते माझा पाठलाग करीत येत आहेत, हे मी ओळखले.

माझ्या कानशिलावरील जखमेतून रक्त ठिबकत होते आणि पायातही त्राण उरले नव्हत, तरी मी पळत सुटलो. थोड्याच वेळात मी डोंगराची उतरण अर्ध्यापेक्षा जास्त उतरलोदेखील.

"आता त्या जंगली हप्पारांच्या हाका-आरोळ्या थांबल्या. पण लागलीच माझ्या कानांवर कसलातरी सणसणाट आला. आणि बाप रे! तो सणसणाट कसला होता, हे जेव्हा माझ्या लक्षात आले, तेव्हा तर मी गर्भगळितच झालो! त्या हप्पारांनी झुगारलेली ती टोकदार बरछी होती! माझ्या अंगाजवळून सणसणत जाऊन ती बरछी समोरच्या झाडाच्या खोडात खोलवर रुतून बसली. माझे अंग शहारलेच. मी पळत होतो. पळतापळता माझ्या कानांवर पुन्हा एक आरोळी आली आणि पुन्हा एकामागोमाग एक अशा दोन-तीन बरछ्या हवेतून सणसणत आल्या आणि माझ्या बाजूंनी पुढे जाऊन जमिनीत रुतून बसल्या. त्यांच्या सगळ्या माऱ्यातून निसटल्यामुळे ते जंगली हप्पार भयंकर चिडले व निराश झाल्यासारखे दिसले. पण त्यांना आता पुढे टैपींच्या मुलखात पाय टाकण्याची भीती वाटली असावी. त्यांनी माझ्या पाठलागाचा प्रयत्न सोडून दिला. त्यांनी फेकलेली आपली शस्त्रे उचलली आणि ते मागे फिरले. आणि मला जेवढ्या जलद गतीने चालता येईल तेवढ्या जलद पावलांनी मी खाली उतरलो.

"माझ्यावर असा निर्घृण हल्ला त्यांनी का करावा, समजत नाही. कदाचित मारहेयोसारख्या टैपीबरोबर येताना त्यांनी मला पाहिले असावे किंवा मी टैपींच्या प्रदेशातून आलो आहे, एवढे कारणही त्यांच्या रागाला पुरले असावे.

"त्यांच्या हातातून निसटेपर्यंत, माझ्या कानशिलावर झालेल्या जखमेचे दुःख मला जाणवले नाही. पण त्यांच्या हातातून सुटल्याचा निःश्वास टाकल्यावर मात्र मला ते दुःख व वेदना जाणवू लागल्या. धावताना माझी टोपी हरवली होती व जळजळीत उन्हामुळे माझे डोके व मस्तक पार तापून गेले. मला घेरी येऊ लागली. पण त्या तिथे मनुष्यवस्तीपासून दूर घेरी येऊन पडल्यास आपला मृत्यू ओढवेल, या जाणिवेनेच मी पाय ओढीत कसाबसा डोंगर उतरून टैपींच्या हद्दीत आलो आणि मग थकून जाऊन कोसळलो. त्यापुढची हकिगत मला काहीच माहीत नाही. मी डोळे उघडले तेव्हा या चटईवर झोपलेलो आहे, हे मला समजले. तू पेल्यातून मला पाणी पाजीत असल्याचे मी पाहिले."

टॉबीवर झालेल्या हल्ल्याची हकिगत अशी होती. सुदैवाने तो ज्या ठिकाणी झीट येऊन पडला होता, ते ठिकाण फार दूर नव्हते. टैपी गावकरी तिथे सरपण जमवण्यास रोज जात असत. तो पडताना त्याला लाकडे जमवण्यास गेलेल्या काही लोकांनी पाहिले आणि त्यांनी आरडाओरड केली. त्याला उचलून सावलीत आणले. नाल्यावर नेऊन पाणी पाजून शुद्धीवर आणण्याचा प्रयत्न केला व नंतर

त्याला घेऊन ते मुक्कामावर आले.

त्या प्रकाराने आमच्या भवितव्यावर पडदाच टाकला. त्या दोन शत्रुजमातींच्या कचाट्यात आम्ही अडकून पडलो होतो. नूकूहेवा येथे जाताना हप्पारांच्या प्रदेशातून जाणे भागच होते आणि तसे जाताना त्यांच्या हल्ल्यांना तोंड देणे किंवा बळी पडणे भागच होते.

आमच्या टैपी मित्रांनी त्या प्रसंगानंतर आम्हाला आपल्यामध्येच राहण्याचा आग्रह चालविला. हप्पारांनी आम्हाला दाखविलेल्या वैरभावाचा विचार करता त्यांची ही वागणूक आम्हाला कितीतरी चांगुलपणाची वाटली. आम्ही पुन्हा तसा निघून जाण्याचा प्रयत्न करू नये म्हणून त्यांनी हप्पारांच्या नरमांसभक्षणाबद्दल गोष्टी सांगून आम्हाला घाबरवण्याचाही यत्न केला. आपल्या भूप्रदेशाच्या सुपीकतेचे व संपन्नतेचेही त्यांनी गोडवे गायले. आमचे मन वळवण्यासाठी जे काही करता येण्यासारखे होते, ते सर्व काही त्यांनी केले. कोरीकोरीने तर आमचे मन वळवण्यासाठी शर्थच केली. तो आपल्या भाषेत म्हणे, ''ते हप्पार मोठे भयंकर लोक आहेत. एका वेळेस ते एकेक आख्खा माणूस खाऊन टाकतात.'' भाषेच्या अज्ञानामुळे त्याचे ते म्हणणे समजावून घेणे आम्हास किती कठीण वाटत असे, हे आमचे आम्हाला ठाऊक! त्याच्या आविर्भावावरून आम्हाला एवढेच समजे की, टैपीचा देश मोठा समृद्ध आहे. इथे भुके मरण्याची भीती नाही. खूपखूप भाकरीची फळे, खूपखूप पाणी. इकडून जाताच कशाला मुळी तुम्ही?

१४

हप्पार लढवय्यांबरोबर झालेल्या मारामारीत टॉबीला झालेल्या जखमा थोड्याच दिवसांत भरून निघाल्या. कोरीकोरीची आई टिनोर ही रोज त्या जखमेवर काही झाडपाल्याचा रस लावी. आणि तो झाडपाला खरोखरच इतका परिणामकारक होता की पुसू नका. टॉबीच्या मानाने माझे दुखणे मात्र हटण्याचे काहीच लक्षण दिसेना. त्या दुखण्याचे मूळ किंवा कारणही कुणाच्या लक्षात येईना. चांगले डॉक्टरी इलाज केल्याशिवाय पाय बरा होईलसे मला वाटेना. आणि पाय बरा झाल्यावाचून तर मला ते खोरे सोडता येण्यासारखे नव्हते. मग निसटण्याची कशी का संधी मिळेना! मी सुटकेची आशाच सोडून दिली व रात्रंदिवस खिन्नपणे विचार करू लागलो. माझ्या दोस्ताची समजावणी, कोरीकोरीची आश्वासने व फयावेचे प्रेमकटाक्ष यांचा माझ्या मनावर काहीही परिणाम होईना.

एकदा मी घरात चटईवर लवंडून विचार करीत पडलो होतो. टॉबी तेवढ्यात घाईघाईने आत आला. सुमारे तासापूर्वी तो कुठे बाहेर गेला होता. त्याचा चेहरा समाधानाने फुलला होता. मला हाका मारीत तो मोठ्या उत्साहाने म्हणाला, "हे गावकरी सांगताहेत त्यावरून समुद्रकिनाऱ्याला काही जहाजे येत आहेत, असे वाटते."

त्या बातमीचा माझ्या मनावरसुद्धा विलक्षण परिणाम झाला. मला वाटले, आमच्या सुटकेचा दिवस जवळ आला. काहीतरी अघटित लवकरच घडून येणार, असे वाटू लागले. ज्या त्या गावकऱ्याच्या तोंडी 'बोटी, बोटी' हे शब्द ऐकू येऊ लागले. तोंडातोंडी बातमी किती लवकर व कुठवर पसरत जाते, हे त्या वेळी आम्हास दिसून आले. त्या बेटांवरील गावकऱ्यांचे ते तारायंत्रच होते म्हणा ना! समुद्रावर जहाजांची शिडे दूरवर दिसू लागल्यापासून काही मिनिटांच्या अवकाशातच ती बातमी त्या बेटाच्या एका टोकापासून दुसऱ्या टोकापर्यंत पसरत गेली.

बोटींची माहिती जास्तजास्त येऊ लागली तसे गावकऱ्यांमध्येही उत्साह वावरू लागला. ते फळे, नारळ गोळा करू लागले. बोटीवरील खलाश्यांना तो माल

नेऊन विकायचा त्यांचा इरादा होता, हे नक्कीच. काही जण माडावर चढू लागले, काही जण नारळ सोलू लागले, काही भाकरीची फळे काढू लागले. काही टोपल्या विणू लागले. तरुण गडी आपापली हत्यारे घासूनपुसून स्वच्छ करू लागले. कमरेचे टप्पे घड्या घालून नीट करू लागले. तरुणी केस विंचरून नटू लागल्या. काही जण मात्र कारणाशिवायच इकडून तिकडे व तिकडून इकडे येरझारा घालू लागले. त्या गावात आणि त्या बेटावर अशी धमाल आम्ही पूर्वी कधी पाहिली नव्हती. माझ्या मनात आले, 'या बेटावरून सुटका करून घेण्याची हीच खरी संधी आहे. ही संधी जर आपण साधली नाही, तर इथेच आपण खितपत मरणार.' पण दुर्दैव असे की, पायाच्या दुखण्यामुळे मला या संधीचा फायदा घेता येत नव्हता.

कानांवर येत असलेल्या एकंदर वार्तांवरून, समुद्रकाठी वेळेवर जाऊन पोचण्यासाठी, गावकऱ्यांची मोठीच धडपड चाललेली आहे, हे आम्ही समजून चुकलो. मी आजारी आणि लंगडा झालो होतो तरीही टॉबीबरोबर निघायला तयार होतो. पण कोरीकोरीने मला पाठीवरून नेण्यास नकार दिला. एवढेच नव्हे, तर माझ्या जाण्यालाही त्याने आठकाठी आणण्यास सुरुवात केली.

गावकरी बंदरावर जायला निघाले की, त्यांच्याबरोबर जाण्याचे टॉबीने मात्र मनाशी पक्के केले होते. त्यामुळे मी जसा त्याबाबत चिंताग्रस्त होऊन राहिलो होतो, तसा तो नव्हता. त्याने माझी समजूत घालण्याचा प्रयत्न चालविला. तो म्हणाला, 'तिथे दर्यावर वेळेवर पोचणे अशा लंगड्या व अशक्त अवस्थेत मला शक्य नव्हते. ते गावकरीच आपण स्वतः वेळेवर तिथे पोचू की नाही, या चिंतेत आहेत. आणि आपले लोढणे या वेळी त्यांच्या गळ्यात घालणे म्हणजे ही चांगली संधी गमावण्यासारखे आहे. तू या वेळी शांत व स्वस्थ राहिलास तर त्यांना काही शंका येणार नाही. ते मला आपल्याबरोबर बंदरापर्यंत येऊ देतील. जर मी त्यांच्याबरोबर तेथवर जाऊन पोचलो, तर आपण इथे या खोऱ्यात अडकून पडल्याचे बोटीवरील लोकांच्या निदर्शनास आणीन. तुला कशा अवस्थेत मी सोडून आलो आहे, ते त्यांच्या कानावर घालीन आणि मग कदाचित आपल्या सुटकेचा काही मार्ग काढता येईल.''

टॉबीने माझ्यापुढे मांडलेल्या त्या योजनेस मान डोलवण्याशिवाय मला दुसरे काही करता येणार नव्हते. गावकरी मंडळींची जाण्याची तयारी आता पूर्ण होत आली होती. त्यांच्याबरोबर बंदरापर्यंत जाण्याची टॉबीची योजना व इच्छा आता कितपत यशस्वी होते, याकडे माझे लक्ष लागून राहिले होते. टॉबीला बरोबर न्यायला ते तयार नव्हते; पण मी मागे राहत आहे हे समजल्यावर मग त्यांनी त्याला बरोबर यायला रुकार दिला. एवढेच नव्हे, तर त्यांना त्याबद्दल आनंदही

वाटला. त्यांच्या या वर्तनाचे मला त्या वेळी खरोखरी आश्चर्य वाटले होते. गूढही वाटले होते.

दुसऱ्या दिवशी बेटावरील सगळे गावकरी थव्याथव्यांनी समुद्रकिनाऱ्याकडे जाताना दिसू लागले. मी टॉबीला मिठी मारून निरोप दिला. त्याची हॅट कुठे हरवून गेली होती. त्याला उन्हाचा त्रास होऊ नये, म्हणून मी माझी स्वतःची हॅट त्याला दिली. त्या बोटीने बंदर सोडताच मी लागलीच परत येऊन तुला सगळी हकिगत सांगतो, असे त्याने मला वचन दिले व तो पायऱ्या उतरून निघाला आणि बोलताबोलता समोरच्या राईत दिसेनासा झाला.

घरासमोरून गावकऱ्यांचे थवे तऱ्हेतऱ्हेची फळे घेऊन चाललेले दिसत होते. काही जण डुकराची पिले घेऊन जात होते. ती डुकरे चालायला कुरकुरत, कोकलत होती. त्यांनी चालायचे नाकारले की, ते गावकरी त्यांना उचलून पोटाशी घेत व चालू लागत. डुकरे के के करून ओरडत. दुसरे दोघे जण लंगडत, रखडत चाललेले दिसून आले. त्यांनी खांद्यावर एक जाड बांबू आडवा घेतला होता. त्या बांबूवर पिकल्या केळ्यांचा घड टांगलेला होता. चालताना त्यांच्या अंगाला मिळणाऱ्या हेलकाव्यांमुळे केळ्यांचा तो घड एकदा इकडे, एकदा तिकडे झुके. त्यांच्या पाठून दुसरा एक जण, नारळांची पेंडच्या पेंड घेऊन घामाने डबडबून धावतपळत होता. आपल्याला बंदरावर पोचायला वेळ होईल या भीतीने, टोपलीतून खाली पडणाऱ्या शहाळ्यांकडे तो बघतही नव्हता. आपण बंदरावर जाऊन पोचेपर्यंत टोपल्यात किती नारळ उरतील, याचाही तो विचार करीत नसावा.

थोड्याच वेळात त्या गर्दीतील अगदी शेवटचा माणूसही नजरेसमोरून निघून गेला आणि पुढे गेलेल्यांचे आवाज व गडबडही ऐकू येईनाशी झाली. त्या खोऱ्यात आता विलक्षण शांतता पसरली. जणूकाही तिथे कधी मनुष्यवस्ती नव्हतीच; ते निर्जन खोरे होते, असा भास होऊ लागला. कोरीकोरी, त्याचे वृद्ध वडील, तशीच आणखीन एक-दोन म्हातारी माणसे व मी एवढेच काय ते आम्ही त्या खोऱ्यात उरलो.

सायंकाळी सूर्यास्ताच्या सुमारास ते लोक गेले, तसेच पुन्हा थव्याथव्यांनी परत येऊ लागले. ते जवळ येऊ लागले तसे त्यात टॉबी कुठे दिसतो की काय, ते मी पाहू लागलो. ती सगळी माणसे एकामागून एक घरासमोरून निघून गेली; पण टॉबी त्यात कुठे दिसला नाही. पण तो मागाहून त्या घरातील इतर मंडळींसह येईल, म्हणून मी गप्प बसून राहिलो. अखेर टिनोर आणि तिच्या पाठोपाठ सगळ्या पोरी परत आल्या. मारहेयोच्या घरातील एकूणएक माणसे परत आली, तेव्हा मात्र मी घाबरलो. टॉबीला असा उशीर का व्हावा, याची मी सगळ्यांकडे चौकशी करू लागलो.

माझ्या चौकशीमुळे त्या लोकांचा गोंधळ उडू लागला. त्यांची उत्तरे काहीच्या बाही, एकमेकांच्या विरुद्ध जाऊ लागली. एक जण म्हणाला, 'टॉबी लवकरच परतेल.' दुसरा म्हणाला, 'तो कुठे गेला ते कळलेच नाही.' तर तिसरा रागाने त्याला दोष देऊ लागला. तो म्हणाला, 'तो आता कसचा परत येतो?' त्या सर्वांच्या उडवाउडवीच्या बोलण्यावरून ते माझ्यापासून काहीतरी लपवून ठेवीत असावेत, असा मला भास झाला. टॉबीवर काहीतरी संकट कोसळले असावे, असे मला वाटू लागले.

काय झाले असावे ते समजण्याचा मार्ग म्हणजे फयावेला विचारणे, हाच एक उरला होता. मी गोडगोड बोलून तिची मनधरणी करू लागलो. "सांग ना, फया, काय झाले ते खरे सांग ना. तुझ्याशिवाय मला खरे कुणीच सांगणार नाही बघ." मी तिला म्हटले.

फयावेने माझे मन सुरुवातीस आकर्षित केले होते. केवळ आपल्या सौंदर्याने तिने मला आकर्षित केले होते असे नव्हे, तर तिच्या कुशाग्र बुद्धीमुळेही मी आकर्षित झालो होतो. आम्ही ज्या परिस्थितीत सापडलो होतो, त्या परिस्थितीचा माझ्या व टॉबीच्याही मनावर कसा परिणाम झाला होता, हे एकट्या तिने ओळखले होते. दुखण्याने बेजार होऊन मी चटईवर लवंडून पडलो की, ती अगदी हळुवार प्रेमळ शब्दांत माझे सांत्वन करू लागे. घरात तिने पदार्पण केले की, वातावरण प्रसन्न व सहानुभूतीने परिपूर्ण झालेले दिसे. माझ्या डोळ्यांतील भकासपणा तिला जाणवे. ती माझ्या बाजूला बसे. आप्त, मित्र, स्वदेश यांना मुकलेला मी किती हताश झालो असेन, याची तिला जाणीव होती. आणि आतातर विजन अवस्थेतील माझा एकुलता एक मित्रही निघून गेला होता. आता फयावेशिवाय मला कुणी सुहृद उरला नव्हता.

मी विचारलेल्या प्रश्नामुळे तिला मोठे दुःख झाले. मला काय उत्तर द्यावे याचा विचार करीत ती इकडेतिकडे पाहू लागली. अखेर मनाचा हिय्या करून ती म्हणाली, "बंदरास लागलेल्या बोटीतून टॉबी त्या लोकांबरोबर निघून गेला. पण आपण तीन दिवसांनी परतू, असे त्याने सांगितले आहे." ती बातमी ऐकून प्रथम मला राग आला. मित्राला रुग्ण स्थितीत असहाय सोडून निघून जाण्याचा त्याला धीर तरी कसा झाला? 'तो पुरा विश्वासघातकी असला पाहिजे,' मी मनात म्हटले. पण मन थोडं शांत झाल्यावर मी विचार करू लागलो. त्या जहाजातून दूरदेशी जाण्याऐवजी कदाचित तो नूकूहेवाला गेला असेल. माझी येथून सुटका करण्याची काही व्यवस्था तेथून करता येईल, असे त्याला वाटले असेल. कदाचित मला हवी असलेली औषधे घेऊन दोन-तीन दिवसांत तो परतेलही. औषधांमुळे मला बरे वाटेल आणि मग इथून निघून जाण्यात काही हरकत किंवा अडचण उरणार नाही.

मनात ते विचार असल्यामुळे, त्या रात्री मला झोपसुद्धा जरा चांगली लागली. दुसऱ्या दिवशी तर टॉबीचा कुणी उल्लेखही केला नाही. त्यामुळे माझ्या मनाला रुखरुख लागली. पण दिवस उलटून जेव्हा रात्र आली, तेव्हा मन पुन्हा उल्लसित झाले. मी मनात म्हटले, रात्र सरली की, तिसरा दिवस उजाडेल आणि टॉबीने सांगितल्याप्रमाणे तो नूकूहेवाहून परत येईल.

पण काय सांगावे? तिसरा दिवस उजाडला आणि उजाडला तसा तो मावळलाही! पण टॉबी काही परत आला नाही. मी माझ्या मनाची समजूत घालू लागलो. तो निघून गेला त्या दिवसापासून त्याने तीन दिवस धरले असावेत. तो उद्या नक्कीच येईल. तो दिवससुद्धा उलटून गेला; पण टॉबी परतला नाही. तरीही माझे मन निराशा पत्करायला तयार नव्हते. मी मनात म्हटले, 'कदाचित नूकूहेवा येथून परत यायला त्याला होडी किंवा पडाव मिळाला नसेल. कदाचित दिवसा-दोन दिवसांनीसुद्धा तो परतेल.' पण दिवस येत आणि जात, पण टॉबी काही परतेना. मी निराश झालो. निराशेने मला वेड लागेल की काय, असे वाटू लागले.

'होय' मी स्वतःशी पुटपुटलो. 'टॉबीने स्वतःची सुटका करून घेतली. आपल्या दुर्दैवी मित्राचे मागे काय झाले आहे, याची त्याला काय पर्वा? या खोऱ्यातून एकदा जिवानिशी सुटका झाल्यावर पुन्हा आपणहून इथे परत येण्याची जोखीम कोण पतकरणार? तशी आशा करणारा मी वेडाच समजला पाहिजे. तो गेला. आता येथील सर्व संकटांशी झुंज द्यायला मला एकट्यालाच सज्ज झाले पाहिजे. माझ्या या अवस्थेला मीच कारण नाही का? जहाजावरून निसटण्याची कुकल्पना माझ्या मनात कुठून शिरली त्या वेळी, कुणास ठाऊक!'

कधीकधी माझ्या मनात असेही येई की, या जंगली लोकांनीच टॉबी एकटा हातात सापडला असता त्याचे बरेवाईट केले नसेल कशावरून? कदाचित त्यांनी त्याला दुसऱ्या एखाद्या ठिकाणी कोंडून अडकवून ठेवले नसेल कशावरून? पण या सर्व कल्पना फुकट होत्या. कैक दिवस उलटून गेले, पण टॉबी काही परतला नाही. त्याची वार्तासुद्धा कानावर आली नाही.

त्या गावकऱ्यांची वागणूक तर मोठी चमत्कारिक वाटे मला. टॉबीबाबत ते चुकूनसुद्धा कधी बोलणे काढीत नसत. आणि मी कधी आपणहून त्यांना त्याबाबत विचारलेच तर ते म्हणत, 'तो कृतघ्न मनुष्य होता. मित्राची पर्वा न करता संधी मिळताच तो कसा पळून गेला बघा. आणि गेला तो गेला, पण आमच्या शत्रूच्या प्रदेशात तो गेला.'

टॉबीचे पुढे काय झाले असेल, ते देव जाणे! पण मी एकटाच मागे राहिल्यावर त्या लोकांनी माझ्यावर आपल्या प्रेमाचा, आपुलकीचा वर्षाव तसाच अविरत चालू ठेवला. कोरीकोरी तर मला क्षणभरही सोडत नसे. मी काही काम सांगितले, तरच

तो दूर जायचा. तो माझ्या पाठीस लागून रोज सकाळ-संध्याकाळ पाठीवरून ओढ्याच्या काठी घेऊन जाई. आणि तेथील नितळ शीतल पाण्यात अंघोळ घाली.

दुपारच्या वेळी तो कधीमधी मला नदीकाठी अशा एखाद्या ठिकाणी घेऊन जायचा, की तेथील निसर्गसौंदर्य अवर्णनीय असावे. तेथील निसर्गाचा प्रभाव कुणाच्याही मनावर चटकन पडावा. अशा ठिकाणी हिरव्यागार गवतातून पाणी खुळखुळत जात असावे. दुतर्फा भाकरीची दाट झाडे लावलेली असावीत. त्यांच्या घनदाट छायेत गुळगुळीत काळ्याभोर खडकांची आसने असावीत. अशा ठिकाणी मी कित्येकदा अंगावर टप्पा पांघरून तास न् तास पडून राही. फयावे माझ्या बाजूला बसलेली असे. तिच्या हातात नारळीच्या पात्यांचा विणलेला पंखा असे. पंख्याने ती मला वारा घाली व माशा हाकी. आणि माझे मनोरंजन व्हावे म्हणून कोरीकोरी नदीत तऱ्हेतऱ्हने पोहून दाखवी व सूर-उड्या मारी.

नदीप्रवाहात मध्यभागी कमरेपर्यंत पाण्यात डुबलेली एखादी सुंदर तरुणी उभी दिसे. हातातील जाळ्याने ती शिंपल्यातील मासे पकडीत असे. हे शिंपल्यातील मासे त्या लोकांचे अगदी आवडीचे खाणे असे. कधीकधी पाण्यातील खडकांवर बसून काही मुली नारळाच्या करवंट्या घाशीत असत. खडकांवर घासल्यामुळे त्या करवंट्या गुळगुळीत होत आणि थोड्याच वेळात त्यांचे पाणी पिण्याचे सुंदर भांडे बनत असे.

संध्याकाळच्या वेळी त्या घरातील सर्व मुली माझ्या भोवताली चटईवर जमून बसत. काही ना काही कारण काढून त्या कोरीकोरीला दूर घालवून देत. मग त्या माझ्या सर्वांगास सुवासिक तेल लावीत. हे तेल एका झाडाच्या पिवळ्या मुळांपासून काढण्यात येत असे. आणि त्याला त्या मुली आका म्हणत असत. त्या तेलाच्या मर्दनाने माझ्या शरीराला तकवा येई. माझे दुखणे, माझे दुःख काही काळ तरी मी विसरून जाई.

लाकडावर लाकूड घासून अग्नी प्रज्वलित करण्याची त्यांची रीतही मोठी मनोरंजक होती. त्या एकाच रीतीवरून त्या आदिवासी लोकांचे जीवन किती कष्टकर असते, याची मला जाणीव झाली. माझे तेथील वास्तव्य व जीवन सुखी करण्याची त्यांची इच्छा व प्रयत्न यांमुळे मी भारावून गेलो.

१५

त्या खोऱ्यातील सर्व मुले, माणसे मला अत्यंत प्रेमाने व आपुलकीने वागवीत व वागत. मारहेयो व त्याच्या घरच्या मंडळींबद्दल तर बोलायलाच नको. माझ्या सुखासाठी ती माणसे इतक्या खस्ता खात, की त्यांचे हे उपकार आपण कसे फेडू शकू, याचाच मला कधीकधी विचार पडे. माझ्या खाण्यापिण्याच्या व्यवस्थेसाठी ते अत्यंत मेहनत घेत. प्रत्येक जण आपल्या परीने मला जेवणाचे आमंत्रण देत. खाणे मला नेहमीच अतिरिक्त होई. आणि मग मी एखाद्याचे आमंत्रण नाकारले की त्यांना वाटे, आपण तयार करतो ते पदार्थ याला आवडत नाहीत. यांपेक्षा काहीतरी खास खमंग, चमचमीत पदार्थ तयार करायला हवेत.

मारहेयो यासाठी स्वतः कधीकधी खाडीकाठी माणसे पाठवायचा. दिवस फुटताफुटता ही माणसे खाडीकाठी जाऊन गजेरी जमवायचे. हिरव्यागार रंगाची समुद्रातील ही वनस्पती मोठी रुचकर असून, त्या लोकांना ती फार आवडायची. मारहेयो त्या माणसांसह सगळा दिवस ती गजेरी जमवण्यात खर्चायचा. सायंकाळच्या सुमारास तो ती वनस्पती व नारळाचे कोवळे खोबरे घेऊन परतायचा. या दोन वस्तूंपासून तो अनेक चवदार पदार्थ तयार करायचा. त्याचा त्यात अगदी हातखंडाच होता.

अशा दुर्मिळ वस्तूंची चव काही निराळीच असते. त्या खोऱ्यात मीठ ही अशीच एक दुर्मिळ वस्तू होती. मिठासाठी दूर खाडीकाठी जाऊन मुश्किलीने मीठ जमवावे लागे. पाच पाच-सहा सहा मुलींचा गट दिवसभर खाडीकाठी खपे, तेव्हा कुठे थोडेसे मीठ त्यांना जमवता येई. हे मीठ त्या पानांच्या घड्याघड्यांतून बांधून घरी आणीत. मीठ ही त्या खोऱ्यात अत्यंत अमोलिक वस्तू होती. इंग्लंडमध्ये आम्हाला एक शिलिंगला जेवढे मीठ मिळे, तेवढे मीठ जर कुणी त्या खोऱ्यात आणले असते, तर त्या मिठावर आख्ख्या टैपी खोऱ्यातील जमीनजुमला विकत घेता आला असता. भाकरीच्या फळाचा एक तुकडा व मिठाची एक चिमूट, यासाठी ते आदिवासी दिवसभर वाटेल ते श्रम करायला तयार असत. त्या दोन

वस्तू म्हणजे त्यांची चैनच.

भाकरीचे फळ ही त्यांच्या जीवनातील अत्यंत महत्त्वाची गोष्ट. त्यामुळेच त्या झाडांची इथे थोडी अधिक माहिती देणे गैरवाजवी होणार नाही. या फळांपासून खाण्याचे पदार्थ कायकाय बनवता येतात, हेही सांगण्यासारखे आहे.

भाकरीचे झाड हे जाड, उंचउंच मनोऱ्यासारखे, खूप विस्तार असलेले झाड आहे. भारतातील आंबा किंवा इंग्लंडातील एम वृक्षाला जे सांस्कृतिक महत्त्व आहे, तेच महत्त्व पोलिनेशिया द्वीपखंडात भाकरीच्या झाडांना आहे. भाकरीच्या झाडांची पाने खूपच मोठी व रुंद असतात. त्यांच्या कडा कातरलेल्या व स्त्रियांच्या पोशाखातील कॉलरींप्रमाणे सुरकुत्या असलेल्या असतात. दरसाल या झाडांची पाने गळून पडतात. या वेळी त्यांचे रंग सारखे बदलत असतात. आमची अमेरिकेतील झाडे रंगाच्याच दृष्टीने पाहायची झाली, तर या झाडांपुढे अगदीच फिकी वाटतील.

ही पाने रंगाने टवटवलेली असताना हे लोक त्यांची निरनिराळ्या आकाराची शिरोभूषणे तयार करतात. भाकरीची फळे दिसायला फणसासारखी पण आकाराने लहान. त्यावरील काटे टोकदार नसतात. वरचे साल फणसाच्या दोरखंडाप्रमाणेच चांगले बोटभर जाडीचे असते. फळाच्या आतील भाग पांढऱ्या रंगाचा दुधासारखा असून, तो मधला देठ काढून टाकल्यावर सर्व खाता येतो. पण फळातील हा गाभा शिजवल्यावाचून अगर भाजल्यावाचून मात्र खाता येत नाही.

ही फळे बाहेरून साधारण हिरवी असतानाच निखाऱ्यांवर भाजतात. आपण रताळी किंवा काटेकणंग ज्या तऱ्हेने विस्तवात भाजतो, त्याच तऱ्हेने ही फळे भाजता येतात. निखाऱ्यावर ठेवल्यावर दहा-पंधरा मिनिटांत वरची साल भाजून पिवळी होते व तडकते आणि आतील पिठूळ पदार्थ दिसू लागतो. साल तडकली की, फळ विस्तवातून बाहेर काढायचे. ते थंडगार झाले की, आतील गाभा खाण्यालायक होतो. खायला हे भाजलेले फळ मोठे रुचकर लागते.

भाकरीच्या फळाचा दुसरा एक पदार्थ टैपी लोक बनवीत असतात. त्यात हे फळ भाजून त्यातील गर पाट्यावर वाटतात व तो वाटीत असताना त्यात शहाळ्यातील कोवळे मलईदार खोबरे मिसळण्यात येत असते. या पदार्थाला टैपी भाषेत 'कोकू' असे म्हणतात. आणि खायलाही तो पदार्थ मोठा रुचकर लागतो. मला हा पदार्थ विशेष आवडायचा, म्हणून मी तिथे होतो तोवर कोरीकोरी आणि मारहेयो तो पदार्थ नेहमी तयार करीत असत.

पण भाकरीच्या फळांपासून बनविण्यात येणारे दोन मुख्य पदार्थ म्हणजे अमार व पोईपोई हे होत. हे पदार्थ म्हणजे त्यांचे मुख्य अन्नच होते. वर्षाकाठी एका ठरावीक मोसमात त्या खोऱ्यातील या फळांची सहस्रावधी झाडे फळभाराने ओथंबून जातात. त्यांच्या हिरव्या, पिवळ्या, सोनेरी रंगाने सगळी दरी चमकत

राहते. तेव्हा सगळे गावकरी एकवटतात व ती फळे उतरून घेऊन कोठीत साठवतात. कधीकधी ही फळे सोलून आतील गर वाटण्यात येतो व तो सुकवून पानांच्या आवरणात बांधून ठेवण्यात येतो. वेळोवेळी हवी तेव्हा ही पुडकी सोडून त्या गराचे पदार्थ बनवणे शक्य असते. पुडक्यात बांधून ठेवलेल्या या गराला टाटू असे ते लोक म्हणत. टाटू अशा बांधलेल्या स्थितीत वर्षानुवर्षे टिकून राहू शकतो. आणि असे सांगतात की, तो जसजसा जुना होत जातो, तसतसा तो अधिकाधिक रुचकर होत जातो. टाटूपासून अमार कसा तयार करतात, ते एकदा मला बघायला मिळाले होते. गावकऱ्यांनी दगड ओळीत लावून त्यांची चांगली बैठक तयार केली. मग त्यावर ओंडके पेटवून त्यांनी ते दगड तापवून लालबुंद केले. त्या तापल्या तव्यावर त्यांनी पाने पसरली व त्यावर टाटूचा थर पसरून दिला. त्यावर त्यांनी पानांचे आच्छादन पुन्हा घातले व त्यावर मातीचा लेप दिला.

टाटू अशा रीतीने भाजल्यानंतर अमार तयार होतो. अमारपासूनच नंतर पोईपोई तयार करण्यात येत असतो. अमार एका मोठ्या काथवटीत भरण्यात येतो व त्यात पाणी घालून नंतर ते चांगले घुसळण्यात येते व ते चांगले खिरीसारखे पातळ व चिकट बनले की, ते खाणाऱ्यांना वाढण्यात येते. भाकरीची फळे जर अशा रीतीने दीर्घ काळपर्यंत टिकवून ठेवता आली नसती, तर त्या बेटावरील लोकांची नेहमीच उपासमार झाली असती. कारण एखाद्या वर्षी त्या झाडांना बहर येत नाही आणि मग त्या वर्षी मागच्या हंगामात जमा करून ठेवलेल्या फळांवरच दिवस काढण्याची वेळ येते.

भाकरीचा हा वृक्षराज सँडविच बेटावर क्वचितच दृष्टीस पडतो. ताहीती बेटांवरही तो कमीच दिसतो. मार्क्विसन द्वीपसमूहांमध्ये मात्र हे वृक्ष विपुल संख्येने आढळतात.

१६

त्या खोऱ्यातील सगळी माणसे माझ्याशी अगदी प्रेमाने व अगत्याने वागत असत, तरीही तेथील वास्तव्यात माझे मन विचलित व खिन्न असे. ज्या संशयास्पद स्थितीत टॉबी नाहीसा झाला होता, त्यामुळे मला मनातून नेहमीच भीती व संशय वाटे. मी त्यांच्या तावडीत पूर्ण सापडलो आहे आणि काय सांगावे, आज जरी ते माझ्याशी प्रेमाने आणि अगत्याने वागत असले, तरी अखेरीस ते जंगली आहेत, हे मला विसरता येत नसे.

माझ्या पायाचे दुखणे हीसुद्धा मला एक मोठी काळजी होऊन राहिली होती. ते दुखणे दिवसेदिवस कमी होण्याऐवजी वाढतच चालले होते. टिनोरने बांधलेले झाडपाल्याचे सर्व लेप आणि कोरीकोरी करीत असलेली सगळी शुश्रूषा वाया जात होती. मी जवळजवळ अपंग अधू बनून गेलो होतो. पायातून अधून-मधून येणारे पेटके मोठे असह्य असत. काही परिणामकारक इलाज केल्याशिवाय मी बरा होणे शक्य नाही, असे मला वाटू लागले. आणि सुटकेची दुसरी एखादी संधी जर चालून आली तर तीही मला साधता येणार नाही, हे मला समजून आले व मी मनात कुढू लागलो.

टॉबी नाहीसा झाल्यावर साधारण तिसऱ्या आठवड्यात आणखी एक घटना घडून आली. त्यामुळे तर माझी खात्रीच झाली की, जर कधी मी तिथून जाण्याची वेळ आली, तर ते आदिवासी माझ्या जाण्यामध्ये अडचणीच आणतील.

एके दिवशी गावात बातमी आली की, दर्यात खूप दूरदूर बोटी दिसल्या. त्या बोटी खाडीकाठी येत होत्या. त्या बातमीमुळे गावात मागच्यासारखीच हुल्लड उडाली. त्याच दिवशी माझ्या पायाचे दुखणे जरा कमी झाले होते आणि त्यामुळे मी किंचित आनंदी मनःस्थितीत होतो. मागे 'टी' येथील टाबू राईत जिथे आम्ही गेलो होतो, तिथे येण्याचे कोरीकोरीने मला पुन्हा आमंत्रण दिले होते आणि मी त्याला मान्यता दिली होती. ती राई मारहेयोच्या निवासस्थानापासून तशी काही फार दूर नव्हती. मारहेयोचे घर व समुद्रपट्टी यांच्या साधारण मध्यावर ते ठिकाण

होते. आणि समुद्रकिनाऱ्याकडे जाणारा रस्ता तर 'टी' वरूनच राईला वळसा घालून पुढे गेलेला होता.

ती बातमी आली त्या वेळी मी त्या पवित्र ठिकाणी चटईवर लवंडून पडलो होतो. माझ्या भोवती मेहवी आणि इतर काही प्रमुख मंडळी बसली होती. येणाऱ्या बोटींची माहिती त्याच वेळी कुणीतरी प्रथम कानांवर घातली. ती बातमी ऐकताच माझे सगळे अंग एकदम थरारले. कदाचित टॉबी तर परत येत नसेल? माझ्या मनात आले. मी उत्साहाच्या भरात ताडकन् उठून उभा राहिलो आणि समुद्रकिनाऱ्याचे दिशेने चालू लागावे, असे माझ्या मनात आले. समुद्रकिनाऱ्यापर्यंतचे अंतर आणि माझ्या पायाचे दुःख मी जवळजवळ विसरूनच गेलो होतो. त्या बातमीचा परिणाम माझ्या मनावर किती झाला आणि मी बोटींपर्यंत जाण्यासाठी कसा उतावळा झालो आहे, हे पाहून मेहवीच्या चेहऱ्यावर जे भाव प्रकट झाले, ते मी कधीच विसरणार नाही. 'टी'हून परतण्यासाठी जेव्हा मी उठलो, तेव्हा त्याने माझ्या खांद्यावर हात ठेवला व तो म्हणाला, 'अबो, अबो,' 'थांब, थांब.' माझ्या मनातील विचार इतके दूरवर भरकटत होते, की माझे त्याच्या शब्दांकडे मुळी लक्षच गेले नाही. मी त्याच्या पुढ्यातून पुढे जाऊ लागलो, त्याबरोबर मेहवीने काहीशा रागाने व अधिकाराने मला म्हटले, 'मोई.' (म्हणजे 'खाली बैस.')

त्याच्या आवाजातील फरक मला लागलीच जाणवला. पण समुद्रकिनारी जाऊन, त्या बोटींवर चढण्याची माझी मनीषा इतकी दुर्दम्य झाली होती की, मी त्याचे म्हणणे, का हुकूमच, मानायला तयार नव्हतो. त्या बैठकीच्या जागेतून पुढे घुसून लंगडतलंगडत बाहेर पडण्याचा मी प्रयत्न चालविला. कोरीकोरीने माझा एक हात धरला होता. तो मला थांबवण्याचा सारखा प्रयत्न करीत होता. बाकीचे सगळे लोक त्या इमल्यासमोर दुतर्फा रांगेने उभे राहिले. मेहवी माझ्याकडे क्रूर नजरेने पाहत राहिला आणि मग त्याने मला पुन्हा तोच हुकूम दिला.

पन्नास-साठ टैपींच्या नजरा एकदम मजकडे वळल्या आणि मी त्या खोऱ्यातील लोकांच्या हाती पडलेला खरोखरच एक कैदी आहे, हे त्या वेळी मी जाणून चुकलो. त्यांना विरोध करणे किंवा प्रतिकार करण्याचा प्रयत्न करणे निष्फळ आहे, हे मी ओळखले आणि मी पुन्हा चटईवर माझ्या जागी बसलो. मी हताश होऊन मान खाली घातली.

ते सगळे गावकरी एकामागे एक समुद्रकिनाऱ्याकडे जाऊ लागलेले मला दिसले. हे लोक तिथे जाऊनही बोटींतून येणाऱ्या माझ्या देशबांधवांपासून माझी हकिगत लपवून ठेवणार, हे लक्षात यायला काही वेळ लागला नाही. माझी स्थिती जर त्यांना कळली तर ते माझी लागलीच सुटका करतील, यात संशयच नव्हता. पण माझी ही दीनवाणी स्थिती त्यांना कळणार कशी? मी हताशपणे त्या

टैपींना हजार शिव्या मोजीत गप्प बसलो. मला एकटा सोडून जाऊन टॉबीने माझ्याशी केलेल्या नमकहरामीबद्दल मी त्यालाही शिव्या देऊ लागलो.

कोरीकोरी माझी समजूत घालीत होता. मनधरणी करीत होता. तो मला खाण्याचा आग्रह करीत होता. हुक्का पिण्याचा आग्रह करीत होता.

माझ्या दुःखात चूर होऊन मी कितीतरी वेळ त्याच जागी बसून राहिलो. हळूहळू राईतून हाका-आरोळ्यांचा आवाज कानांवर येऊ लागला. गावकरी दर्यावरून परत येत आहेत, हे मी जाणले.

त्या दिवशी तेथील खाडीत खरोखरच एखादे जहाज आले होते की नव्हते, मला कधीच कळले नाही. त्या लोकांनी मला सांगितले, की बोटी आल्याच नाहीत. त्या पुढे निघून गेल्या. मी माझे दुःख विसरून जावे म्हणून त्यांनी मारलेली ती थापच असावी. पण त्यावरून एक गोष्ट मात्र स्पष्ट झाली की, ते टैपी मला कैदी म्हणून धरून ठेवीत आहेत. अजूनही ते पूर्वीप्रमाणेच मला अगत्याने वागवीत होते आणि त्यामुळेच मला त्यांच्या तसल्या वागणुकीचा अर्थ कळत नव्हता. बरे, माझा त्यांना काही विशेष उपयोग होता, रोजच्या जीवनात जरूरी लागणारे सुतारकाम, शिवणकाम, लोहारकाम अशांबाबत मी त्यांना उपयोगाचा होतो, असेही अजून दिसून आले नव्हते. मग मला कैदेत अडकवून ठेवण्याचे कारण तरी काय?

माझ्या विशेष ज्ञानाचा त्या लोकांनी काही फायदा घेतला असे म्हणण्यासारखे दोन-तीन प्रसंग मी त्या बेटावर असेतोवर घडून आले होते. पण ते इतके क्षुल्लक होते की, त्यांचा उल्लेख करणेही चमत्कारिक दिसेल.

नूकूहेवा येथून येताना ज्या थोड्या वस्तू आम्ही बरोबर आणल्या होत्या, त्या सगळ्या मी एका बोचक्यात बांधून ठेवल्या होत्या. आम्ही आलो त्या दिवशी रात्री हे बोचके मी उशाला घेतले होते. दुसऱ्या दिवशी सकाळी मी ते उघडून त्या गावकऱ्यांना दाखवले. तेव्हा त्यांचे मत पडले की, अशा मूल्यवान वस्तू चांगल्या जतन करून ठेवल्या पाहिजेत. त्यासाठी त्यांनी ते बोचके एका दोरीने बांधले व तो दोर आढ्यावरून खेचून घेऊन, त्याचे दुसरे टोक बाजूच्या कुडास बांधून ठेवले. यामुळे दोर सैल करून हवे तेव्हा ते बोचके खाली आणता येई व काम झाले की, पुन्हा खेंचून वर नेता येई. ही सोय अगदी सोपी नि चांगली होती आणि त्याबद्दल मी त्या गावकऱ्यांचे कौतुक करी.

माझ्या त्या गठडीत एक वस्तरा होता. काही सुया व दोरा होता. थोडा तंबाखू व चार-सहा वार कोरे कापड होते.

टॉबी निघून गेल्यावर लवकरच, माझी त्या खोऱ्यातून काही सुटका होत नाही, हे मी मनाशी पक्के केले आणि माझ्या मनात कपड्यांबद्दलचा विचार प्रथम

उभा राहिला. कपडे असे मजजवळ एक विजार व खमिसांची एक जोडी एवढेच काय ते होते. एकदा हे कपडे वापरून फाटून गेले की, मग मात्र पंचाईत होणार होती. मग सुटका होऊन सुधारलेल्या जगात पाऊल ठेवण्याची वेळ आली, तर माझी मोठीच अडचण होणार होती. यासाठी हाती असलेले तेवढेच कपडे जपून ठेवण्याची मला जरूरी निर्माण झाली. आणि त्या कपड्यांना जपायचे तर मला टैपींचा पोशाख अंगीकारल्याशिवाय गत्यंतर नव्हते. मी तोच पोशाख वापरायचे ठरवले. मात्र त्यात थोडाफार फरक करायचा व तो वापरायचा, असे मी नक्की केले. त्याप्रमाणे मी कमरेभोवती टप्पा वापरू लागलो. घरात तर हाच माझा कायमचा पोशाख होऊन राहिला. बाहेर जाताना मात्र मी अंगाभोवती दुसरे वस्त्र लपेटून घेत असे. यामुळे उन्हापासून त्रास होत नसे.

माझा टप्पा एकदा फाटला. फाटलेला कपडा कसा दुरुस्त करता येतो, हे मला त्या गावकऱ्यांना दाखवणे महत्त्वाचे वाटले. मी आढ्यावरील माझे बोचके खाली घेतले आणि सुई-दोरा घेऊन टप्प्याचा फाटका भाग शिवू लागलो. त्या सर्वांना हे शिवणकाम म्हणजे एक आश्चर्यच वाटले. मारहेयो माझे हे काम पाहत होता. त्याने तर आनंदाने टाळीच वाजविली. त्याने धावत जाऊन कोपऱ्यातून एक जुने चुरगळलेले कापड बाहेर काढले. बहुधा मागच्या वेळी एखादी बोट आली असताना त्याने नारळ देऊन ते कापड मिळवलेले असावे. ते कापड शिवून त्याने मला त्याचा टप्पा बनवण्यास सांगितले. मी टप्पा शिवून देताच त्याने तो परिधान केला आणि आनंदाने बेहोश होऊन तो उड्या मारीतच घराबाहेर पडला. किती दिवसांनी तरी त्याला नवा टप्पा मिळाला होता.

त्या बेटावर उतरल्यापासून मी माझा वस्तरा वापरलाच नव्हता. पण त्या टैपींना मात्र वस्तरा म्हणजे एक अजब नवलच वाटले. त्यांच्यामध्ये नारमुनी म्हणून एक हौशी तरुण होता. तो आपल्या केसांची फार काळजी घेई. त्याच्या डोकीवर मध्यभागी केस काढून टाकून एक वर्तुळ काढलेले असे. या कामासाठी ते लोक देवमाशांच्या तीक्ष्ण दातांचा उपयोग करीत असत. पण हजामत करताना त्या दातांचा फार त्रास होत असे. माझ्या या हत्याराचा उपयोग नारमुनीच्या चटकन लक्षात आला. एके दिवशी तो मजकडे आला व माझ्या वस्तऱ्याचा उपयोग करून मी त्याच्या डोकीवरील ते वर्तुळ पुन्हा नव्याने साफ करावे, असे सांगू लागला.

मी त्याला समजावले की, बरेच दिवस ते हत्यार न वापरल्यामुळे गंजून गेले आहे आणि ते कशावरतरी घासल्याशिवाय त्याला पुन्हा धार चढणार नाही. माझ्या डाव्या हाताच्या पंजावर उजव्या हाताचा पंजा घासून धार कशी लावायची हे मी त्याला समजावून सांगितले. त्याच्या ते लक्षात येताच, तो चटकन बाहेर गेला व

त्याने एक लांबच लांब मोठा दगड आणला. त्याच्या उत्साहापुढे आता माझा इलाजच उरला नाही. निमूटपणे मी वस्तरा घासून नारमुनीची हजामत करायला सुरुवात केली. कित्येक दिवस रिकामा पडलेला तो वस्तरा इतका गंजून गेला होता की, कितीही घासला तरी त्याने हजामत होणे शक्यच नव्हते व त्याचेखाली नारमुनीला काय यातना झाल्या असतील, हे त्याचे त्यालाच ठाऊक! त्याने ते कसे सहन केले असेल? नारमुनीला कधी लढताना अगर मारामारी करताना मी पाहिले नव्हते; पण ज्या सहनशीलतेने व धैर्याने त्याने माझ्या वस्तऱ्याचा मारा सहन केला, त्यावरून तो आत्यंतिक धैर्याचा, एक असामान्य मनुष्य असावा, हे मी खास म्हणू शकतो.

मात्र मी केलेले ते नापितकर्म मेहवी आणि मारहेयो या दोघानांही अगदी पसंत पडले. त्यांनी शाबासकी दिली मला त्यासाठी.

१७

दिवस येत होते, जात होते. पण माझ्या बाबतीत त्या गावकऱ्यांच्या वर्तणुकीत काही फरक पडत नव्हता. हळूहळू त्या जंगली खोऱ्यात मी दिनगणनाही विसरून गेलो. तिथे प्रत्येक दिवस सारखाच होता. रविवार काय आणि सोमवार काय, दोहोंत फरक कसलाच जाणवत नव्हता. निराशेच्या खाईतच मी कोसळलो होतो. पण माझा पाय मात्र एकाएकी बरा झाला. त्याची सूज उतरली. वेदना थांबल्या आणि आता लवकरच मी पूर्ण बरा होणार, असे मला वाटू लागले.

हळूहळू घराबाहेर पडून मी त्या खोऱ्यात वाटेल तिथे फिरू लागलो. मी बाहेर पडलो की, तेथील लोक माझ्याबरोबर निघायचे नि मी जाईन तिथे ते माझ्या मागे यायचे. या भटकंतीमुळे माझ्या जिवाला विरंगुळा वाटू लागला. पूर्वीचा दुर्मुखलेपणा नाहीसा झाला. जिथे जावे तिथे आता फळांची सुबत्ता झाली होती. तरुणींच्या सहवासात ती रसाळ फळे वेचून खाण्याची मौज काही और असे. शिवाय मदतीसाठी व सेवेसाठी कोरीकोरी बरोबर असायचाच. छे, छे! त्या नरमांसभक्षक समाजामध्ये मी इतका मिळूनमिसळून जाईन, असे मला कधी वाटलेच नव्हते.

पण माझ्या भटकण्यावर काही मर्यादा नव्हत्या, असे मात्र नाही. समुद्राच्या दिशेने जर मी कधी जाऊ लागलो, तर मात्र ते जंगली लोक मला लागलीच आडकाठी करीत. आणि त्या दिशेने दोन-तीनदा जाण्याचा प्रयत्न केल्यावर मी तो प्रयत्न सोडूनच दिला. त्या दिशेने गुपचूप, चोरून जाणे तर केवळ अशक्यच होते. कारण ज्या ज्या वेळी मी बाहेर जायला निघे, त्या त्या वेळी त्या गावकऱ्यांपैकी कुणी ना कुणी माझ्याबरोबर किंवा पाठीमागून यायचाच. चुकूनसुद्धा मला कधी एकट्याने असे कुठे जाता आले नाही.

त्यांचा डोळा चुकवून इतर कुठल्या दिशेने जावे म्हटले, तर चोहीकडे डोंगरकडे पसरलेले! ते एकट्याने ओलांडून जाणे अशक्यच. दूर भरकटण्याचे असले विचारही हळूहळू मी मनातून काढून टाकले. त्यांचा काही उपयोग नव्हता. या खोऱ्यात माझ्यावर असे काय दुःखाचे प्रसंग कोसळले आहेत की, त्यातून

निसटून मी त्या डोंगरकपारींपलीकडे जाण्याची इच्छा धरावी, असे विचार माझ्या मनात घर करू लागले.

त्या खोऱ्यात मी स्वैरपणे हिंडू लागल्यावर आणि त्या लोकांत पूर्णपणे मिळूनमिसळून वावरू लागल्यावर मला समजून आले की, अर्धवट रानटी अवस्थेतील ते पोलिनेशियन लोक खरोखर आम्हा सुधारलेल्या युरोपियन लोकांपेक्षा कितीतरी सुखी व समाधानी आहेत. निसर्गाने कंदमुळांची व फळांची त्यांच्यावर खैरात केली होती. त्यांचा आमच्यासारखा बुद्धिविकास झालेला नव्हता हे खरे; पण त्यामुळे त्यांचे काही अडले होते, असेही नाही. आमच्या नीतीच्या कल्पना निराळ्या होत्या, त्यांच्या निराळ्या होत्या. सुधारलेल्या समाजांना सतावणाऱ्या शेकडो समस्या तिथे मुळी अस्तित्वातच नव्हत्या. तिथे देणीघेणी नव्हती. कर्जखते नव्हती. गहाण ठेवायला दागदागिने नि सोनेरुपे नव्हते. सावकार नव्हते, काळाबाजारवाले नव्हते, लबाड व्यापारीही नव्हते. गरीब नातेवाईक नव्हते, अनाथ बालके व असहाय वृद्धही नव्हते. भिकारी नव्हते, चोर नव्हते की नव्हते तुरुंग. फार काय, सुधारलेल्या जगाला डोकेदुखी होऊन राहिलेला मुख्य प्रश्न– पैसा– तिथे नव्हता. पैसा-मानवाच्या साऱ्या दुःखाचे मूळ- तोच मुळी त्या खोऱ्यात नसल्याने तेथील लोक समाधानी, सुखी असल्यास नवल ते काय?

या बेटावरील मुलांप्रमाणे निरोगी, निरागस व आनंदी मुले क्वचितच कुठे बघायला मिळतील. स्त्रियाही तशाच निरोगी आनंदी! आमच्या बायकांप्रमाणे त्या एकमेकींच्या सौंदर्याचा हेवादावा क्वचितच करीत. त्या सगळ्याच निरोगी असल्यामुळे दिसायला सगळ्याच जणी मोहक होत्या. त्या पाहाव्यात तेव्हा फुलांनी आणि पुष्पमालांनी सजलेल्या असत. एखाद्या छायाळ राईत, झाडांखाली त्या जेव्हा फुलांच्या माळा गुंफीत बसलेल्या असत, तेव्हा त्या पुष्पवनात बसलेल्या वनदेवी तर नाहीत, असा मला संभ्रम पडायचा.

पुरुषवर्ग सदान् कदा काहीना काही कामात गुंतलेला असायचा. पण ते मासे मारीत असोत, होड्या वल्हवीत असोत, नारळ पाडीत असोत; कशातही म्हणून त्यांची स्पर्धा अशी नसे. त्यांच्यापैकी लढवय्ये लोक स्वतःच्या मानात राहात. ते कधीमधी गावातील निरनिराळ्या लोकांच्या घरी भेटीगाठी घेण्यास जात व तिथे त्यांना मोठ्या सन्मानाने वागवण्यात येई. तेथील म्हातारी माणसे आमच्या सुधारलेल्या देशातील म्हाताऱ्या माणसांसारखी उपेक्षणीय झालेली नव्हती. ती वृद्ध माणसे एकत्र जमून, जुन्या आठवणी काढून गप्पा मारत, सुखाने कालक्रमण करताना दिसत.

तेथील सर्व लोकांच्या सुखाचे व समाधानाचे मूळ त्यांच्या निरागस आरोग्यात साठवलेले होते. आजार व रोग तिथे नावालासुद्धा नव्हता. माझ्या तेथील वास्तव्यात

मला एकच अपंग माणूस दिसला. फार काय, तेथील माणसांच्या अंगावर कसल्याही रोगांचे, दुखापतींचे वण दिसून येत नसत. सर्वांची त्वचा नितळ, गुळगुळीत, मऊ असायची.

तेथील लोकांचे शेजारच्या प्रदेशातील हप्पार लोकांशी अगदी हाडवैर होते. पण आपसात इतके वैर असताना, त्या दोन जमातींचे आपसात युद्ध अगर मारामाऱ्या कशा होत नाहीत, याचे मला नेहमीच आश्चर्य वाटे. सुधारलेल्या जगात तर तेवढ्या अवकाशात, दोन देशांतील लोकांमध्ये कितीदा तरी चकमकी नि लढाया झाल्या असत्या.

टैपी लोक हप्पारांबद्दल आपला द्वेष नेहमीच प्रकट करीत असत आणि त्यांच्या नरमांसभक्षणाबद्दल दूषण देत असत, तरी ते आपणहून कधी त्यांच्या वाटेस जात नसत. भांडणाचा प्रसंग ते सहसा टाळीत असत. हप्पारही कधी डोंगर ओलांडून या बाजूस येत नसत. ते सरहद्दीवरच्या डोंगरमाथ्यावरही कधी येत नसत. त्या दोन्ही जमातींची ती वागण्याची तऱ्हा पाहून मला तरी वाटू लागले की, त्यांचे वैर आणि रक्तपिपासूपणा आणि नरमांसभक्षणाची तऱ्हा यांबद्दल बाहेरच्या जगात उगाचच गैरसमज माजलेले असावेत.

मी तिथे गेल्यापासून त्या दोन्ही जमातींत एकदाही युद्धप्रसंग उद्‌भवला नव्हता. त्यावरून टैपी हे युद्धखोर व क्रूर भयंकर लोक आहेत हा समज पण खोटा असावा, असे मला वाटू लागले. लढाईच्या वेळी हे लोक निर्घृणपणे एकमेकांचे गळे कापतात, युद्धात हाती सापडलेल्या शत्रूंचे खून करतात, एकमेकांबद्दल सुडाची भावना त्यांच्या हृदयात कायम तेवत असते वगैरे सर्व गोष्टी अगदी खोट्या असाव्यात, असे मला आढळून आले. खरे सांगायचे म्हणजे माझी निराशाच झाली त्याबाबत. खरेखोटे काय ते समजून येण्यासारखा प्रसंग अजून आलाच नव्हता, हे खरे!

एकदा 'टी' येथील त्या पवित्र ठिकाणी आम्ही गेलो होतो. दुपारचा सुमार होता. आम्ही चटयांवर लवंडून डुलक्या घेत होतो. माझ्याभोवती टैपींपैकी बरीच प्रमुख मंडळी बसली होती. इतक्यात बाहेर मोठा गलका झाल्याचा आवाज आला. मी जागा झालो व उठून बसलो. पाहतो तो तेथील सगळ्या गावकरी मंडळींनी आपापले भाले उचलले व ते बाहेर धावले. त्यांच्या मागोमाग ती प्रमुख मंडळी कुडास टेकून ठेवलेल्या सहा बंदुका घेऊन धावत सुटली. ती सारी माणसे बोलताबोलता राईत नाहीशी झाली. त्यांच्या हाका-आरोळ्या मात्र कानांवर आदळत होत्या. 'हप्पार, हप्पार' असे शब्दही अधूनमधून ऐकू येत होते.

ते सगळे गावकरी खोरे पार करून हप्पारांच्या प्रदेशांकडे धावले. आणि लागलीच त्या डोंगरसपाटीवरून मला बंदुकीचा आवाज ऐकू आला. बंदुकीच्या

आवाजामागोमाग आरडाओरडही कानावर आली. माणसांच्या गलक्याचा आवाज ऐकू येताच समोरच्या राईत जमलेल्या स्त्रियांनीही एकच गलका केला. स्त्रिया त्या स्त्रियाच, मग त्या कुठल्या का असेनात! असल्या प्रसंगी त्या गोंधळ उडवल्याशिवाय कशा राहतील? त्या वेळी त्यांनी केलेला कलकलाट तर इतका भयंकर होता की, त्यापुढे मला बंदुकांचासुद्धा आवाज ऐकू आला नाही.

त्या बायकांचा गोंगाट थांबल्यावर मी पुन्हा आवाजाचा कानोसा घेतला. काही वेळाने पुन्हा बंदुकीचा आवाज आला आणि डोंगरावरून पुन्हा आराडाओरड ऐकू आली. पुन्हा ती ओरड थांबली आणि मला वाटले की, उडालेली चकमक बहुधा थांबली. पण माझ्या मनात तो विचार येतो न येतो, तोच पुन्हा बंदूक उडाली. पुन्हा माणसांची आरडाओरड झाली. त्यानंतर मात्र बराच वेळ सांगण्यासारखी गडबड कानावर आली नाही.

'टी' येथील पवित्र ठिकाणच्या प्रवेशद्वारावर उभा राहून मी हप्पार पर्वताकडे नजर टाकीत होतो! माझ्याबरोबर फक्त कोरीकोरी आणि तेथील वृद्ध लोक तेवढे होते. कोरीकोरी मला त्या प्रसंगाचे महत्त्व पटवून देत होता. आमच्या कानांवर येणारा प्रत्येक आवाज काहीतरी महत्त्वाचा होता. त्या आवाजावरून कोरीकोरी तिथे काय चालले आहे, याचा बरोबर अंदाज घेत होता. टैपींनी शत्रूंना मारून दूर पिटाळल्याचेही त्याने अचूक ओळखले. 'मेहवी, हम्मा पी पी नूई हप्पारा' तो मोठ्याने ओरडला. 'मेहवीसारखा पुढारी असल्यावर, आपले लढवय्ये विजय संपादन करणारच!' तो म्हणाला.

सरतेशेवटी डोंगराच्या दिशेने आवाज यायचे थांबले तेव्हा मी समजलो, की कुणातरी एकाचा विजय होऊन लढाई थांबली असावी. आणि ते खरेच होते. थोड्या वेळाने पहिले संदेशवाहक 'टी'जवळ येऊन थडकले. धावत आल्यामुळे त्यांना धाप लागली होती. टैपी लढवय्यांचा लढाईत विजय झाल्याची बातमी त्यांनी आणली होती. 'हप्पार पू आर्वा, हप्पार पू आर्वा' ते जोरजोराने म्हणाले. 'ते पळून गेले. ते पळून गेले. भागूबाई लेकाचे.' ती बातमी ऐकून कोरीकोरी तर आनंदाने स्वतःलाच विसरून गेला जणू. तो म्हणाला, "अरे, हप्पारच काय, पण प्रत्यक्ष आग पिणारा माणूसही आमच्या लढवय्यांपुढे क्षणभर टिकाव धरू शकणार नाही." त्यांच्या त्या विजयात मीही सहभागी झालो. आम्ही आनंदाने एकमेकांस मिठ्या मारल्या. पण त्यांचा हा विजय काही त्यांना सुखासुखी मिळाला नव्हता.

त्या चकमकींत एकाचा अंगठा तुटला. एकाचे बोट तुटले. एका प्रमुखाच्या मांडीवर एका हप्पाराचा भाला बसून जखम झाली व रक्तस्त्रावामुळे तो पार हैराण झाला होता. शत्रूचे नुकसान किती झाले ते कळले नाही; पण बहुधा त्यांनी मारले गेलेले आपले लोक उचलून नेले असावेत.

लढाईचा शेवट तर असा झाला. पण त्या झटापटीचे कारण काय, ते मात्र मला त्या वेळी कळले नाही. नंतर कळले की, काही हप्पार तरुण, टैपींच्या बाजूच्या डोंगरपट्टीतून घिरट्या घालीत होते. त्यांचा हेतू वाईट असावा. तरुण टैपी छोकऱ्या तावडीत मिळाल्या, तर त्यांना पळवून न्यायचा त्यांचा विचार असावा. पण मला आश्चर्य वाटले ते याचे की, त्या लोकांना आपल्या हद्दीतून पिटाळून लावल्यावर मेहवी आपल्या लोकांसह त्यांच्या हद्दीत का शिरला नाही? खरे म्हटले तर त्यांच्या हद्दीत शिरून त्याला, त्यांना दहशत बसवता आली असती.

त्या चकमकीनंतर दोन-तीन दिवस त्या गावात बोलायला दुसरा काही विषयच नव्हता. जो तो लढाईत आपण शत्रूला कसा मार दिला, याचेच रसभरित वर्णन करायचा. पण नंतर हळूहळू त्या झटापटीच्या लढाईतील गंमत नाहीशी होऊ लागली आणि लवकरच सगळे जण ती गोष्ट विसरूनही गेले.

१८

माझी प्रकृती सुधारू लागली, तसे माझे मनही प्रसन्न व आनंदी बनू लागले. भोवतालच्या सगळ्या गोष्टींत माझे मन रमू लागले. मी त्यात प्रत्यक्ष भाग घेऊ लागलो. मुलींच्या घोळक्यासमवेत नदीत स्नान करणे माझा आवडीचा छंद होऊन राहिला. नदीचे पात्र एके ठिकाणी खूपच रुंद होऊन तिथे पाण्याचा एक छोटासा तलावच तयार झाला होता. नितळ पाण्याने भरलेल्या त्या तलावाची शोभा अवर्णनीय होती. त्या तलावाच्या भोवताली वृक्षांची रांग पसरलेली होती. त्या मुली पाण्यात अगदी माशांप्रमाणे पोहत तरंगत असत. पोहण्यातील त्यांचा सहजपणा व डौल मोठा विस्मयजनक होता. पाण्यात त्या एकदम उतरल्या की, जलदेवतांचा थवाच तेथे थबकला आहेसे वाटे.

एकदा नदीत डुंबणाऱ्या त्या मुलींच्या थव्यात मी मध्येच उडी मारली आणि त्यांच्यापैकी काही जणींना पकडून मी पाण्यात घेऊन जाण्याचा प्रयत्न करू लागलो. पण झाले काय? 'केले तुकां नि झाले माकां' असे म्हणण्याची पाळी मात्र माझ्यावर आली. कारण त्या सगळ्या मुली बेडकासारख्या पाण्यात तरंगण्यात पारंगत होत्या. चारी बाजूंनी त्यांनी मला वेढले व मला पकडून त्यांनी पाण्याखाली खेचीत नेले. मी गुदमरलो. माझ्या कानांवर चित्रविचित्र आवाज व डोळ्यांसमोर चित्रविचित्र आकार नाचू लागले. माझी ती स्थिती पाहून त्या सगळ्या जणी मला सोडून चोहीकडे पळाल्या. त्यांच्यापैकी एकीला तरी पकडून पाण्यात डुंबवून उट्टे काढावे, हा माझा विचार माझ्या मनातच विरला. कारण जलक्रीडेच्या बाबत त्या माझ्यापेक्षा हजारपटींनी जास्त निष्णात होत्या. दूर जाऊन त्या खोखो करून मला हसू लागल्या.

त्या तलावात एखादी होडी असावी, असे मला वाटे. मी माझी तशी इच्छा दाखवताच काही मित्रांनी कोरीकोरीच्या साहाय्याने समुद्रावरून एक लहानशी हलकी होडी तिथे आणली. तळ्याच्या पाण्यावर ती होडी हंसासारखी तरंगत असे. पण माझ्या या कृत्याचा परिणाम मात्र होऊ नये असा उलटा झाला. आतापर्यंत

माझ्याबरोबर जलक्रीडा करावयास येणाऱ्या सगळ्या टैपी मुली त्या दिवसापासून तलावाजवळ फिरकेनाशा झाल्या. होडीत पाय ठेवण्याचे व होडी असलेल्या प्रदेशाच्या आसमंतात फिरकण्याचेही त्यांच्या धर्मशास्त्राप्रमाणे त्यांना निषिद्ध होते ना!

मी नौकेतून विहार करावयास निघालो की, कोरीकोरी व इतर दोघे-चौघे तरुण माझ्या मागोमाग येत. होडीच्या पाठीमागून ते माझा पाठलाग करीत येत. त्यांच्या पोहण्याची गती होडीच्या गतीइतकीच जलद असे. पण आमच्या या खेळाला तरुणींच्या जल्लोशासारखी काही मौज येत नसे. त्या जलपरींचा अभाव मला लवकरच जाणवू लागला. एके दिवशी माझे हे म्हणणे मी कोरीकोरीच्या कानांवर घातले. पण त्याने कानांवर हातच ठेवले. तो म्हणाला, "छे छे! हे कसे शक्य होईल? ही नाव येथून काढल्याशिवाय त्या मुली काही इथे येणार नाहीत."

पण मला तेच तर नको होते. मला नौका हवी होती. शिवाय सौंदर्यवती फयावे त्या नौकेत बसून मजबरोबर जलविहार करायला हवी होती. माझी ती इच्छा ऐकून तर कोरीकोरी हतबुद्धच झाला. ते महाभयंकर कृत्य असल्यासारखा त्याने चेहरा केला. ते अगदी धर्मविरुद्ध कृत्य होते.

त्यांच्या मते ते कृत्य धर्मविरुद्ध होते, तरी मी एकदा संधी साधून मेहवीजवळ त्याबाबतचे बोलणे काढले. पण त्यांनीही मला त्याबाबत परावृत्त करण्याचा प्रयत्न केला. पण मी माघार घेणाऱ्यांपैकी नव्हतोच मुळी! मी नेहमी त्यांच्याशी याबाबत वाद घाली व ती समजूत कशी थोतांड आहे, हे स्पष्ट करून सांगत असे. माझ्या बोलण्याचा प्रभाव पडला म्हणून म्हणा किंवा माझ्या कटकटीला कंटाळून म्हणा, त्यांनी तो प्रश्न अखेर आपल्या धर्मगुरूपुढे ठेवून त्याबाबत काय करता येईल, ते विचारण्याचे ठरवले.

त्या टैपी धर्मगुरूंचे मतपरिवर्तन का व कसे घडून आले कुणास ठाऊक! पण फयावेच्या बाबत त्यांनी ती मनाई काढून घेण्याचे ठरवले. त्या खोऱ्यात अशी काही गोष्ट त्यापूर्वी कधी काळी घडून आलेली नसावी. पण त्या लोकांना काही नव्या गोष्टी शिकवणे जरूर होते. तेथील दणकट पुरुष वर्ग मारे होड्यांतून प्रवास करीत आणि नाजूक मुलींना मात्र पोहत, रखडत जावे लागे. निदान ही एकतरी प्रथा माझ्या हट्टामुळे मोडली, हे तरी काही थोडे नाही.

फयावेवरील हा निर्बंध निघाल्यावर पहिल्या दिवशी आम्ही तलावावर वनभोजनच केले; मी, कोरीकोरी आणि फयावे अशी तिघेजण मिळून. कोरीकोरीने कोवळी मलईदार शहाळी, पोईपोईने भरलेला मोठा काथवट, काही केळी वगैरे बरोबर घेतली होती. तो दिवस आम्ही मोठ्या मजेत घालविला. नदीच्या काठाकाठाने, झाडांच्या फांद्यांच्या सावलींतून, कोरीकोरी आमची नाव वल्हवीत नेत होता. होडीच्या

नाळेवर मी व फयावे रेलून बसलो होतो. वर स्वच्छ आकाश, खाली नदीचे पाणी, डोळे मिटून माझ्या अंगावर रेलून बसलेली फयावे! बस बस्स! त्या दिवशी आम्ही कितीतरी वेळ नौकाविहार करीत होतो.

एकदा आम्ही जलविहार करीत असताना कोरीकोरी किनाऱ्यावर उतरून बसला आणि फयावे आणि मी दोघंच जण होडीतून वाऱ्याच्या दिशेने पाणी कापीत चाललो. तलावाच्या मध्यावर आल्यावर फयावेच्या डोक्यात एक कल्पना शिरली. ती होडीत उभी राहिली व अंगातील टप्प्याचा पदर काढून तिने त्यांची दोन्ही टोके दोन हातांत धरली. लागलीच त्या टप्प्याच्या पदरात वारा जोराने भरला. तो फुगून शिडासारखा फडकत राहिला व होडी जोराने चालू लागली. "वा! वा!' मी म्हटले. 'आजवर मी खूप होड्या नि जहाजे पाहिली; पण अशी तुझ्यासारखी सुरेख नि मुलायम डोलकाठी एकाही होडीवर मी कधी पाहिली नाही बुवा." फयावे आनंदाने खदखदून हसली. भराभरा पाणी कापीत आम्ही पलीकडच्या काठावर गेलो आणि होडी काठास लावताच फयावे अलगद उडी मारून वाळूत उतरली. पलीकडच्या काठावरून कोरीकोरीने आम्हा दोघांना तिथे उतरताना पाहिले व तो मोठमोठ्याने टाळ्या पिटून हसू लागला.

फयावेच्या मोहकतेची हळूहळू माझ्या मनाला भुरळ पडत चालली होती. मी आमच्या जहाजावरून येताना आणलेला कॅलिको कापडाचा तिच्यासाठी सुरेखसा पोलका व परकर शिवून तयार केला. या पोशाखात ती एकाद्या नर्तकीसारखी खुलून दिसू लागली. कपड्याच्या कमतरतेमुळे परकर आणि पोलका दोन्ही तोकडी शिवावी लागली. पण त्यामुळे तर फयावेचे सौंदर्य आणखीनच उफाळून आल्यासारखे दिसू लागले.

ज्या दिवशी फयावेने हा नवा पोशाख केला होता, त्याच दिवशी माझी एका नव्या तरुणाशी ओळख करून देण्यात आली. त्या दिवशी दुपारी मी विश्रांती घेत लवंडून बसलो असताना बाहेरच्या बाजूस मोठा गलका उडालेला ऐकला. अशा गलक्यांची मला आता सवयच झाली होती. तसा गलका व आरडाओरडा अधूनमधून नेहमीच होत असल्यामुळे, मी तिकडे विशेषसे लक्षही देत नसे. आज मात्र गलका उडाल्यावर थोड्याच वेळात मारहेयो लगबगीने आत आला व त्याने वर्दी दिली, 'मारनू पेमील' (म्हणजे मारनू नावाचा गृहस्थ येत आहे). त्या बातमीचा माझ्या मनावर फार परिणाम होईल, अशी माझ्या मित्राची अपेक्षा होती. ती बातमी ऐकून मी कसा वागतो हे पाहण्यासाठी तो मजकडे पाहत थांबला होता. पण मी अगदी संथ बसलेलो दिसताच, तो पुन्हा तितक्याच घाईने बाहेर गेला.

'मारनू, मारनू' असे स्वतःशी पुटपुटत मी विचार करू लागलो. कोण बरे असावा हा? त्याच्याबद्दल पूर्वी मी कधी काहीच ऐकले नाही, हे कसे? त्या

गावकऱ्यांची इतकी धांदल उडाली आहे, त्यावरून तो कुणी मोठा माणूस असावा. लोकांच्या गोंधळाचा आवाज जवळजवळ येऊ लागला. 'मारनू, मारनू' हे शब्द सारखे ऐकू येऊ लागले.

तो त्या जंगली जमातींपैकी कुणी अत्यंत बलवान लढवय्या गृहस्थ असावा, असे मला वाटले. पण आजवर इतके दिवस त्याची-माझी भेट कशी घडून आली नाही, याबद्दल मला आश्चर्य वाटले. आजवर मला मिळालेल्या मानसन्मानामुळे मी इतका चढून गेलो होतो की, मला तो अपमानच वाटला. इतके दिवस हा मारनू की फारनू होता कुठे? आता त्याच्याकडे आपण ढुंकूनही बघायचे नाही, असे मनाशी ठरवून मी स्वस्थ बसलो. इतक्यात 'मारनू मारनू' करीत ती सगळी माणसे आत येऊ लागली.

मारनूचे वय पंचवीसपेक्षा अधिक नसावे. सर्वसाधारण माणसाच्या उंचीपेक्षा त्याची उंची अधिकच होती. तो उघडा असल्यामुळे त्याचे बलिष्ठ बाहू आणि सर्व अवयव पीळदार व बांधेसूद असल्याचे दिसून येत होते. त्याचा चेहरा लांबट व गाल गुबगुबीत होते. त्याचे सगळेच अवयव इतके रेखीव होते की, तो दुरून एकाद्या कोरीव दगडाच्या पुतळ्यासारखा दिसत होता. त्याचे केस कुरळे गुंडाळ्या झालेले होते. इतरांप्रमाणे त्याच्या चेहऱ्यावर गोंदलेले नव्हते. पाठीवर आणि शरीराच्या इतर भागांवर मात्र हरतऱ्हेची चित्रे गोंदून काढलेली दिसत होती. त्याच्या पाठीवरील वेलबुट्टी तर चित्रकलेचे उत्कृष्ट प्रात्यक्षिकच होते.

आपल्या सहकाऱ्यांसह तो आत आला. त्याच्या हातात कापडाची एक गुंडाळी व दुसऱ्या हातात रंगीत सजवलेला भाला होता. त्याच्या एकंदर हावभावांवरून तो दुरून कुठूनतरी आलेला प्रवासी असावा, असेच कुणाचेही मत झाले असते. तो अधूनमधून भोवतालच्या माणसांकडे बघे व त्यांच्या प्रश्नांना उत्तर देत असे. त्याच्या उत्तरांमुळे त्या मंडळींत एकदम हास्यकल्लोळ उडे.

इतर मंडळींपेक्षा तो काहीसा निराळा दिसून आल्यामुळे, तो आत येताच मी उठलो व त्याला माझ्या अगदी जवळ बसावयास सुचवले. पण माझ्या विनंतीकडे लक्ष न देता तो तसाच पुढे गेला आणि मारहेयोने पलीकडे ठेवलेल्या एका जाडजूड चटईवर तो खुशाल बसला. त्याचे ते उर्मटपणाचे वर्तन बघून मला अशी काही चीड आली की पुसू नका.

तो खाली बसताच, टिनोरने त्याच्या पुढ्यात पोईपोईने भरलेले एक पात्र ठेवले. ते उचलून त्याने स्वस्थपणे पोईपोई खाण्यास सुरुवात केली. खाऊन होताच त्याने अंग ताणले व भोवतालच्या लोकांशी बोलू लागला. मला त्यांची भाषा समजत नव्हती हे खरे; पण त्याच्या बोलण्याच्या एकंदर झोकावरून आणि त्याच्या हावभावांवरून, त्याच्या बोलण्याचा आशय माझ्या थोडाफार लक्षात येऊ

लागला. त्याच्या बोलण्यात नूकूहेवा व फ्रॅनी (म्हणजे फ्रेंच) हे शब्द वारंवार येत होते. शेजारच्या समुद्रपट्टीजवळच्या भागात अलीकडे कायकाय घटना घडून आल्या, त्यांची हकिगत तो त्याना सांगत असावा. पण ती सगळी माहिती त्याला कशी काय मिळाली, हे काही समजेना. एकतर तो नूकूहेवा येथून नुकताच जाऊन आला असावा किंवा तो स्वतः तेथील रहिवासी असावा. पण तो नूकूहेवा येथील राहणारा असला तर त्याचे इथे टैपींच्या प्रदेशात इतके स्वागत होईल, हेही शक्य वाटेना.

मारनूची बोलण्याची पद्धती मोठी परिणामकारक होती. बोलताना त्याचे आपोआप होणारे हावभाव व डोळ्यांतून बाहेर पडणाऱ्या ठिणग्या यांचा ऐकणारांच्या मनावर मोठा परिणाम झाल्यावाचून राहत नसे. त्याने मोठ्या आवेशपूर्ण आवाजाने ओढवणाऱ्या संकटाची त्यांना पूर्वसूचना देण्यास सुरुवात केली. फ्रेंचांनी भोवतालच्या प्रदेशावर म्हणजे हप्पार, प्यूएर्का, नूकूहेवा, टिओर वगैरेंवर कबजा केला असून, ते आता टैपींवर चालून येण्याच्या तयारीत आहेत. केवळ टैपींच्या नावाच्या भयंकर दराऱ्यामुळेच त्यांनी अजून प्रत्यक्ष हल्ला केलेला नाही. आणि पाच मोठी जहाजे व शेकडो सशस्त्र सैनिक यांचे साहाय्य असूनही, त्यांना टैपी प्रदेशात येण्याची हिंमत होत नसल्याबद्दल त्याने टैपींचे अभिनंदनही केले.

त्याच्या बोलण्याचा श्रोत्यांच्या मनावर विजेसारखा परिणाम झाला. ते थरारून गेले. त्यांचे बाहू स्फुरण पावू लागले. पण नंतर मारनूने आपल्या बोलण्याची दिशा बदलली. श्रोत्यांपैकी काही लोकांना त्याने नावाने हाका मारल्या व तो त्यांची थट्टा उडवू लागला. घरातील गंभीर वातावरण नाहीसे होऊन तिथे पुन्हा प्रसन्नता पसरली. हास्याचे फवारे उडू लागले. स्त्रिया आणि मुली तर त्याच्या विनोदावर व गप्पांवर एकदम खूश झाल्या. आणि ज्या तऱ्हेने त्या त्याच्याकडे आकर्षित झालेल्या दिसल्या, त्यावरून तो स्त्रियांना भुरळ घालणारा मोठा चतुर जादूगार असावा, हे मी मनात ओळखले.

पण गंमत अशी की, त्याने आल्यापासून एकदाही माझ्याकडे पाहिले नाही, की विचारले नाही. जणू मी तिथे नाहीच, अशा आविर्भावाने तो वागत होता. तो तसा का वागतो आहे, याचे कारण काही केल्या माझ्या लक्षात येईना. त्या लोकांच्या दृष्टीने तो गृहस्थ मोठा महत्त्वाचा होता. त्याच्या बोलण्यावरून तो बुद्धिमानही वाटला. त्या खोऱ्यातील इतर लोकांपेक्षा त्याचे जगाबद्दलचे ज्ञानही बरेच होते. आणि म्हणूनच त्याच्या मनात मजबद्दल विनाकारण अढी तर आली नाही ना, अशी मला शंका वाटू लागली. तो माझ्यावर काही तोहमत आणील की काय, अशी भीतीही वाटू लागली मला.

तो त्या खोऱ्यातील कायमचा राहणारा नव्हता, हे तर उघडच होते. मग तो

आला तरी कुठून? टैपींचा तो प्रदेश सर्व बाजूंनी शत्रूंच्या प्रदेशाने वेढलेला होता. त्या प्रदेशातून तो येणार कसा? आणि तो जर शत्रूंच्या प्रदेशातील असला, तर इथे टैपींच्या प्रदेशात त्याचे असे स्वागत तरी कसे केले जाईल? त्याचा चेहरा इतरांप्रमाणे गोंदलेला नव्हता. त्याचे केस इतरांप्रमाणे तासलेले नव्हते. त्या नव्या माणसाचे आगमन व तो स्वतः हे मला मोठे कोडे होऊन राहिले होते व त्याचा उलगडा केव्हा होतो, त्याची मी वाट पाहत राहिलो होतो.

सरतेशेवटी तो माझ्याबद्दल चौकशी करीत आहे, हे माझ्या लक्षात आले. पण माझे नाव न उच्चारले जाईल याबद्दल तो काळजी घेत होता व मजकडे तो चुकूनही बघत नव्हता. नंतर तो बसल्या जागेवरून उठला व माझ्या बाजूस येऊन बसला. त्याने नंतर आपला उजवा हात पुढे केला व मी तो हातात घेताच तो हळूच मला म्हणाला, 'कसं काय चाललंय? तू इथं किती दिवस आहेस? हे खोरं तुला पसंत आहे का?' इंग्रजी भाषेत विचारलेले ते साधे प्रश्न ऐकून मी असा काही चमकलो की, विचारूच नका. हप्पार लोकांचे भाले सगळीकडून माझ्यावर रोखले गेले असते, तरीही मी इतका चमकलो नसतो. क्षणभर मी अवाक् होऊन राहिलो आणि नंतर त्याला काहीतरी उत्तर दिले. थोड्याच वेळात मी पुन्हा भानावर आलो. मला वाटले, टॉबीच्या नाहीसे होण्याबाबतची माहिती मिळाली, तर याच माणसाकडून मला मिळेल. मी त्याला त्याबाबत अनेक प्रश्न विचारले. पण आपणास त्याबाबत काही ठाऊक नसल्याचे त्याने सांगितले. मी त्याला विचारले, "तुम्ही कुठून आलात?" तो म्हणाला, "नूकूहेवाहून."

ते ऐकून तर मला कमालीचे आश्चर्य वाटले. तो माझ्याकडे निरखून पाहत राहिला आणि नंतर एकदम मोकळेपणाने हसून तो म्हणाला, "अहा मी सगळीकडे जाऊ शकतो. नूकूहेवाला जाऊ शकतो, टिओरला जाऊ शकतो, टैपींकडे येऊ शकतो. कुठेही मी जाऊ शकतो. मला कुठेच धोका नाही."

त्याचे हे उत्तर ऐकून मला आश्चर्य वाटले. पण मग मला ऐकल्याचे आठवले की, त्या बेटावर अशी काही माणसे आहेत, त्यांची सर्व प्रदेशांतून मित्रमंडळी असतात व या मित्रमंडळींमध्ये यायलाजायला त्यांना काही निर्बंध नसतो. दोन प्रदेशांतील लोक एकमेकांचे दुश्मन असले, तरी ते या मित्राला स्नेहभावाने वागवतात.

त्याला इंग्रजी भाषा कशी येऊ लागली, याचे मला मोठेच आश्चर्य वाटले. त्याबाबत मी त्याला विचारलेदेखील. प्रथमप्रथम त्याने त्या प्रश्नाचे उत्तर टाळण्याचा यत्न केला. पण मग त्याने ती हकिगत सांगितली. तो म्हणाला, "मी लहान मुलगा असताना एका आगबोटीच्या कप्तानाने मला बोटीवर घेतले होते. तीन वर्षे मी त्याच्याबरोबर बोटीवर काम केले. त्या अवधीत मी ऑस्ट्रेलियातील सिडने बंदरात काही दिवस राहिलो. मागच्या वेळी त्याचे जहाज जेव्हा या बेटावर आले,

तेव्हा मी कप्तानांना विनंती करून स्वदेशी राहण्याची परवानगी मिळविली.''

युरोपियन लोकांच्या सहवासामुळे त्या जंगली माणसाची बुद्धिमत्ता वाढीस लागली आणि त्याच्या परक्या भाषेच्या ज्ञानामुळे त्या बेटावरील सर्व जमातींच्या लोकांमध्ये त्याला चांगली मान्यता मिळाली.

मी त्याला विचारले, ''मग तू सुरुवातीला माझ्याशी असा तुसडेपणाने का वागलास?'' तेव्हा त्याने मलाच उलट प्रश्न केला की, ''माझ्या तसल्या वागणुकीमुळे माझ्याबद्दल तुला काय वाटले?''

मी म्हटले, ''तुझ्या एकंदर रुबाबावरून मला वाटले की, तू कुणीतरी मोठा मुखिया असावास व माझ्यासारख्या एका साध्या खलाश्याकडे लक्ष देणे तुला कमीपणाचे वाटत असावे.''

स्तुती कुणाला नको असते? त्याला थोडा मोठेपणा देऊन बोलताच तो एकदम खूश झाला. तो म्हणाला, ''मी मुद्दामच तुझ्याकडे लक्ष दिले नाही. त्यामुळे माझ्याबद्दल तुझ्या मनात कुतूहल उत्पन्न व्हावे, हाच माझा इरादा होता.''

मारनूने आता माझी हकीगत विचारली. आणि मी त्याला टैपी खोऱ्यात कसा येऊन पोचलो, याची साद्यंत माहिती सांगितली. आमची सगळी हकीगत त्याने लक्षपूर्वक ऐकून घेतली. पण जेव्हा मी टॉबीच्या हकीगतीकडे वळलो, तेव्हा मात्र तो कावराबावरा झाला. त्याने टॉबीबद्दल आपणास काहीच माहीत नसल्याचे सांगितले तेव्हाच माझ्या लक्षात आले की, तो मला फसवीत आहे.

पण मी त्याबाबत जास्त काही विचारले नाही. उलट, मारनूची मर्जी संपादावी आणि तो जेव्हा नूकूहेवा येथे परत जाईल तेव्हा त्याच्या मदतीने जमल्यास तिथे परतावे, असा मी मनात बेत करू लागलो. पण स्वतःच्या सुटकेबद्दलचा माझा विचार मी त्याला सांगितला मात्र, त्याने लागलीच आपले अंग झटकले. तो म्हणाला, ''तसे होणे कधीच शक्य नाही. टैपी लोक याला कधीही संमती देणार नाहीत.''

तो मला तेच उत्तर देणार, हे मी जाणून होतो. पण त्यामुळे मी निराश झालो नाही. उलट, त्या सुखद बंदिखान्यातून निसटून जाण्याचा माझा विचार अधिकच बळकट झाला. मला ज्या मित्रत्वाने वागवण्यात येत आहे, तेवढ्याच मित्रत्वाने टॉबीलाही वागवण्यात येत होते. पण त्या मित्रत्वाचा परिणाम अखेर काय झाला? टॉबी नाहीसा झाला, हाच तो परिणाम! माझाही शेवट असाच कशावरून होणार नाही? मी पुन्हा अगदी अजिजीने मारनूला माझ्या सुटकेबाबत विनंती केली. पण त्याने पुन्हा मला तितक्याच जोराने परावृत्त करण्याचा प्रयत्न केला. तो म्हणाला, ''टैपी तुझ्या जाण्याला खरोखरच संमती देणार नाहीत.''

''पण याचे कारण तरी काय? त्यांनी मला कैद्यासारखे का अडकवून ठेवावे?'' मी त्याला विचारले. पण त्यावर मारनूने पुन्हा मौन धारण केले.

तथापि मी निराश झालो नाही. माझ्या वतीने त्यांच्या मुख्याशी निदान रदबदली तरी कर, अशी मी त्याला विनंती केली. हेही तो प्रथम कबूल करीत नव्हता. पण जेव्हा मी फारच अजिजी केली, तेव्हा त्याने जमलेल्या मुख्यमुख्य लोकांपुढे माझे म्हणणे मांडले. मात्र माझा मनोदय त्यांच्यापुढे मांडताच त्या सर्वांनी त्याला एकदम विरोध केला. कित्येकांचे चेहरे तर रागाने लाल झाले आणि ते मोठमोठ्याने काहीतरी बोलू लागले. मारनूने लागलीच त्यांची माफी मागितली. माझ्या सुटकेबद्दल विनंती केली ही आपली चूक झाली, असे त्याने मंडळींसमोर कबूल केले आणि तेथील तापलेले वातावरण थोडेफार शांत केले.

मारनूने मांडलेल्या त्या सूचनेचा काय परिणाम होतो, ते मी अगदी लक्षपूर्वक व बारकाईने पाहत होतो. आणि त्या सूचनेचा झालेला विपरीत परिणाम पाहून मी मनात अगदी निराश व व्यथित होऊन गेलो. त्या लोकांचा मला अडकवून ठेवण्याचा अगदी पक्का निश्चयच दिसला. मारनूनेही मला सांगितले की, यापेक्षा आपण काही तुला अधिक मदत करू शकणार नाही. कारण त्यामुळे त्या खोऱ्यात स्वैरपणे फिरण्याची त्याला जी मुभा होती, तीही काढून घेतली जाण्याचा आणि त्याच्या जमातीतील इतरांप्रमाणेच, त्याच्याबद्दलही टैपी वैरभाव धरण्याचा संभव होता.

याच वेळी मेहवीने बोलण्यास सुरुवात केली. त्याने रागारागाने मारनूकडे पाहिले. माझी वकिली न करता त्याने मंडळींतून उठून निघून जावे, असे त्याने मारनूला डोळ्यांच्या खुणेनेच बजावले. मारनूनेही मला त्याबाबत त्याच्याशी अधिक न बोलण्याची सूचना दिली व तो उठून घराच्या मागील अंगास गेला.

जमलेली सर्व मंडळी रागारागाने एकदा मजकडे व एकदा मारनूकडे पाहत होती. त्यांच्या मनातील विचार त्यांच्या चेहऱ्यांवर स्पष्ट उठून दिसत होते. झाला प्रकार हा काही ठीक नाही हे ओळखून मी मेहवीची समजूत घालण्याचा प्रयत्न करू लागलो; पण त्याची समजूत काही केल्या पटेना.

आता मागच्या बाजूस जाऊन बसलेला मारनू भोवतालच्या लोकांना हसवण्याचा पुन्हा प्रयत्न करू लागला; पण एकदा बिघडलेली घडी पुन्हा नीट बसवणे काही त्याला जमेना. मंडळींपैकी कुणीही त्याच्या हास्यविनोदांना साथ देईना. अखेर मारनू उठला व चालू लागला. पण त्याला थांबवण्याचा कुणीच प्रयत्न केला नाही. त्याने निमूटपणे आपला भाला व टप्प्याचे पुडके उचलले व तो उंबरठा ओलांडून बाहेर गेला. त्याने हात वर करून सर्वांचा निरोप घेतला आणि तो समोरच्या पायवाटेने चालू लागला. पावलागणिक दूर जाणाऱ्या त्याच्या आकृतीकडे मी कितीतरी वेळ पाहत होतो. अखेर तो समोरच्या राईच्या सावलीत दिसेनासा झाला. मी भकासपणे राईकडे बघत राहिलो.

१९

माझ्या सुटकेबाबत त्या जंगली लोकांचा विरोध जाणून मी अगदी हतबुद्धच झालो.

मारनूसारखा बहुभाषक व त्या बेटावर सर्वत्र फिरू शकणारा व बातम्या आणणारा मनुष्य म्हणजे त्यांच्या दृष्टीने अगदी महत्त्वाचा मनुष्य होता. त्याला सगळे जण मानसुद्धा देत असत त्याप्रमाणे. त्याची नजर आपल्याकडे वळावी म्हणून प्रत्येक जण त्याच्या पुढेपुढे करीत असे. आणि तरीही त्याने माझ्या वतीने दोन शब्द सांगताच सारा रागरंग एकदम पालटला. त्याच्याबद्दलचा आदर आणि आपलेपणा तर त्यांच्या मनातून पार नाहीसा झालाच; पण कदाचित तेवढ्यामुळे त्याच्या जिवालाही धोका पोचेल असे मला वाटू लागले.

मेहवी पूर्वी मला मोठ्या सन्मानाने व प्रेमाने वागवी; पण आता मी त्याच्या मनातून उतरल्यासारखा झालो. इतर सर्वांनी माझ्या निघून जाण्याच्या इच्छेबद्दल नापसंती दर्शवली. फार कशाला? कोरीकोरी जो माझ्या सेवेत जराही कसूर करीत नसे, त्याचेही मन काहीसे कलुषित झाल्यासारखे वाटले.

मी त्यांच्यात कायमचा राहावा असा आग्रह त्यांनी का धरावा, हे काही-केल्या माझ्या लक्षातच येईना. पण ते काही का असेना, नुकत्याच घडून आलेल्या घटनेवरून त्या लोकांची खप्पा मर्जी स्वतःवर ओढवून घेणे धोक्याचे आहे, हे मात्र मी पुरते समजून चुकलो. त्यांच्या मनातील किल्मिष दूर करण्याचे आता एकच साधन उरले होते; ते म्हणजे, त्या खोऱ्यातून निघून जाण्याचा माझा विचार मी पूर्णपणे सोडून दिला आहे, असे भासवणे हेच होते. त्यांची तशी खात्री झाली की, मग ते माझ्यावरील करडी नजर सैल करतील आणि मग निसटण्याची एखादी संधी आल्यास ती साधता येईल, असे मला वाटले. यापुढे त्यांना शंका येऊ न देता वागायचे व येईल त्या प्रसंगाला तोंड द्यायचे, असा मी निश्चय केला. आणि माझ्या त्या बेतात मला अपेक्षेपेक्षाही जास्त यश आले. मारनूचे आगमन त्या खोऱ्यात झाले, त्या वेळी मला तेथे येऊन नाहीतरी दोन महिने झाले असावेत.

माझे दुखणे अजून संपूर्ण बरे झाले नव्हते, तरी आता पूर्वीसारख्या वेदना मात्र होत नव्हत्या व मी व्यायामासाठी आता लांबवर फिरून येऊ शकत होतो. मनातील विचार, विवंचना दूर करून मी आता टैपींच्या समाजजीवनात समरस होऊन जाण्याचे ठरवले. माझे पूर्वायुष्य साफ विसरून जायचे मी ठरवले.

त्या लोकांमध्ये मी अधिकाधिक मिसळू लागलो, तसतसे त्या लोकांचे साधे, उल्लसित जीवन पाहून मी खूश झालो. त्यांच्या साध्या जीवनात निराशा आणि दुःख कसे ते नव्हतेच. अगदी लहानसहान गोष्टींमुळेही त्यांच्या जीवनात मोठी धमाल उडे आणि ते त्यात तादात्म्य पावून जात.

एकदा काय झाले– मी पोरांच्या घोळक्यात खेळत होतो. सात-सात, आठ-आठ वर्षांची ती पोरे माझा पाठलाग करीत, हुंदडत होती. त्यांच्यापैकी एकाच्या हातात बांबूचा एक तुकडा होता. त्या पोकळ बांबूने तो मला मारू पाहत होता. मी चटकन त्याच्या हातातील बांबू काढून घेतला व घराच्या ओट्यावर येऊन बसलो.

तो बांबू तासून व त्याची एक शिपटी काढून मी चापाची बंदूक बनवली. बांबूच्या त्या शिपटीवर लहानसा खडा ठेवला व शिपटी ताणून ओढली की खडा सणसणत जाऊन दूर पडायचा.

माझ्या या खेळण्यामुळे त्या खोऱ्यात केवढी धमाल उडेल, याची मला त्या वेळी कल्पना नव्हती. ती चापाची बंदूक त्या पोराच्या हातात देऊन दगड कसा मारायचा, हे मी त्याला दाखवले मात्र, तो आनंदाने बेहोश होऊन, सगळ्या पोरांना खडे चारीत पळत सुटला. आणि पंधरा-वीस मिनिटांतच पोरांचा एक घोळकाच्या घोळका माझ्या सभोवार जमा झाला. नुसती पोरेच नव्हती, तर मोठी माणसे, त्या पोरांचे आई-बाप, तरुण-तरुणी, कितीतरी जमले तिथे. प्रत्येकाने हातातून बांबूचा एकेक तुकडा आणला होता व प्रत्येकाला चापाची बंदूक तयार करून हवी होती.

त्यानंतर सुमारे पाच-सहा तास मी बंदुका बनवण्याच्या कामात नुसता चूर होऊन गेलो. शेवटी कंटाळून त्यांतल्याच एका हुशार पोराला, बंदुका कशा बनवायच्या ते मी शिकवले व त्या खटाटोपातून निसटलो.

बंदुकांचा कारखाना सुरू झाल्यावर काही दिवस त्या खोऱ्यात दुसरी कसली गोष्टच कुणी बोलेना. जिथेतिथे पॉप, पॉप, पॉप. फक्त चापांचा आवाज येई. पोरांच्या, तरुण-तरुणींच्या आपसात बंदुकींच्या लढाया चालत. तुम्ही घराबाहेर पडलात की, कुठून ना कुठून तरी एखादा खडा येऊन तुमच्या अंगावर बसलाच म्हणून समजावे. पेरू, बोरे, फळे, बिया काय वाटेल ते येऊन चापकन अंगावर बसे. आणि न जाणो गुरूची विद्या गुरूस फळायची या भीतीने मी घराबाहेर पडण्यासही भिऊ लागलो. चापाच्या बंदुकांची ती धमाल हळूहळू कमी झाली. पण अधूनमधून चापांचा चम्म् असा आवाज मात्र कानांवर येत असे.

हळूहळू वेळ घालवण्याचे साधन म्हणून मी टप्पावस्त्र बनवण्याची कला शिकू लागलो. टप्पा एका झाडाच्या गरापासून बनवण्यात येतो. या झाडाच्या फांद्या तोडून त्यांवरील साल सोलून काढण्यात येते व मग आतील गर कुटून, तो पानांवर लांबलचक पसरून वाळवण्यात येतो. हा गर वाळल्यावर त्याचा लवचीक, पातळ, पांढुरक्या रंगाचा कपडा बनत असतो. या खोऱ्यातून येता-जाताना, झाडांचा हा गर कुटण्याचा ठॉक, ठॉक, ठॉक असा आवाज सारखा कानांवर येत असतो.

२०

टैपींचा जीवनक्रम अगदी संथ, एकसाची असे. त्यात बदल कसा तो होतच नसे. दिवस उजाडायचा व मावळायचा. रोज तेच सुख, तेच समाधान, स्वास्थ्य! त्यांच्या आयुष्यातील एका दिवसाचे वर्णन केले, तर त्यांच्या सगळ्या आयुष्याचेच वर्णन केल्यासारखे होईल. म्हणूनच त्या खोऱ्यात लोकांचे दिवस कसे जात, याची मी अगदी थोडक्यात माहिती सांगतो.

सकाळची हकीगत अशी– त्या खोऱ्यातील आम्ही लोक फार लवकर उठत नसू. मी अंगावरील पांघरूण बाजूस करी, तेव्हा सूर्य हप्पार हद्दीवरील डोंगराच्या माथ्यावर येत असे. त्याची किरणे टैपी प्रदेशात सगळीकडे फाकलेली असत. उठल्यावर मी, फयावे, कोरीकोरी आणि घरातील इतर मंडळी सर्व जण नदीवर जात असू. आमच्या खोऱ्यात राहणारी सगळी माणसे, त्या वेळी नदीकाठावर येऊन पोचलेली असत. नदीत सर्व जण आंघोळी करीत. सकाळच्या वेळचा गार वारा आणि नितळ पाणी मनाला आणि शरीराला उत्साह आणीत असे, यात नवल कसले! नदीवर साधारण अर्धाएक तास घालविल्यानंतर आम्ही परत घरी येत असू. परत येताना टिनोर व मारहेयो, जळणासाठी लाकडे गोळा करीत. तरुण मंडळी नारळीवर चढून नारळ व सुकलेल्या झावळ्या पाडीत आणि पोरी नारळ जमवीत. कोरीकोरीची थट्टा आणि माकडचेष्टा चाललेलीच असे आणि मी फयावेचा हात हातात घेऊन तिजबरोबर गुजगोष्टी करीत असे.

सकाळचे जेवण लवकरच तयार होई. टैपी लोकांना या सकाळच्या फराळाचे महत्त्व फार वाटे. भूक त्यांना अगदी कडाडून लागे आणि दुपारच्या जेवणापर्यंत वेळ काढायचा, तर सकाळचा फराळ अगदी आवश्यक असे. माझे स्वतःचे जेवण पुढीलप्रमाणे होते : टिनोर तर मला काथवट भरून पोईपोई खाऊ घाली. पोईपोईमध्ये नारळाच्या कोवळ्या लुसलुशीत मलईचा भरपूर उपयोग करण्यात येत असे. याशिवाय भाजलेली भाकरीची फळे, आलमारचा तुकडा, दोन-तीन मोठी केळी, मामी फळ, अनुई व इतर रुचकर फळेही मी भरपूर खाई. वर एक-

दोन शहाळ्यांचे पाणी पीत असे. मारहेयोच्या घरातील इतर मंडळींबरोबर गप्पासप्पा करीत घेतलेले हे जेवण सहज पचून जात असे.

सकाळच्या जेवणानंतर धूम्रपान व्हायचे व सर्व मंडळी आपापल्या कामांसाठी निघून जायची. मारहेयोने एक नवे घर बांधायला घेतले होते. त्याचे काम कितीतरी दिवस सारखे चालले होते. जेवणानंतर तो रोज त्या कामावर निघून जाई. टिनोर टप्पावस्त्रे तयार करण्याच्या कामाला लागे किंवा गवताच्या चटया वळायला घेई. इतर तरुणी अंगाला सुवासिक द्रव्ये लावीत आणि आणि केशभूषा करीत बसत. तरुण लोक आपले भाले, वल्ही, होडीची इतर अवजारे घाशीतपुशीत बसत किंवा त्यांवर नक्षी काढत बसत. काही जण मात्र जेवण झाल्यावर चटयांवर अंग टाकीत आणि डाराडूर झोपून जात. काही लोक राईत जात. तिथे ते फळे, साली व पाने जमवीत. साली व पाने यांचा त्यांना रोजच्या जीवनात पदोपदी उपयोग होत असे. काही मुली नदीकाठी जाऊन फुले जमवीत व त्यांच्या माळा व गुच्छ बनवीत बसत, तर काही जणी करवंट्यांच्या पात्रांना दगडावर घासून झकाकी आणण्याचे काम करीत. खरे सांगायचे तर त्या खोऱ्यात निरुद्योगी असा माणूस सहसा कोणी सापडत नसे. प्रत्येक जण असा काही ना काही कामात गुंतलेला असे.

माझा सकाळचा वेळ मी रोज निरनिराळ्या तऱ्हेने घालवीत असे. मी कधी-कधी वेगवेगळ्या घरांना भेटी देत असे. ज्या घरी जाई, त्या घरी माझे मोठ्या प्रेमाने स्वागत होई. कधीकधी मी कोरीकोरी व फयावे यांच्याबरोबर राईराईंतून हिंडत राही. कधीकधी मी एखाद्या घरी जाई व तेथील लोकांचे काम बघत राही आणि कधी त्यांच्याबरोबर कामही करायला लागे. जेव्हा मी त्यांच्याबरोबर काम करू लागे, तेव्हा त्या साध्यासुध्या लोकांना मोठा आनंद होई. आणि मला काम शिकवण्यासाठी त्यांची आपसात मोठी चुरस लागे. माझ्या या उपक्रमामुळे लवकरच टप्पावस्त्र बनविण्याच्या कामात मी तरबेज झालो. गवताच्या चटयासुद्धा मी विणायला शिकलो आणि एकदा मी माझ्या चाकूने बरछीचा दांडा तासून असा नक्षीदार बनवला की, ती बरछी कारनूने अगदी प्राणपणाने जपून ठेवण्यास सुरुवात केली. माझ्या कौशल्याची ती खूणच होऊन राहिली.

दुपार होऊ लागली की, घराबाहेर गेलेली मंडळी हळूहळू पुन्हा परत येऊ लागत. आणि सूर्य माध्यान्हीस आल्यावर तर त्या खोऱ्यात कुठे चिटपाखरूही दिसून येत नसे. दुपारी सर्व जण गाढ झोपून जात. दुपारची वामकुक्षी सहसा कुणीही कधी टाळीत नसे. एकटा मारहेयो मात्र सहसा दुपारी झोपत नसे. आणि तसे पाहिले तर मारहेयो सहसा कसलेही नियम पाळीत नसे. त्याच्या मनाला येईल तसे वागणाऱ्यांपैकी तो होता. स्थल, काल यांची विशेष कदर न करता तो वाटेल तेव्हा खात असे, पीत असे, झोपत असे. तो रात्रीचासुद्धा नाल्यावर जाऊन

अंघोळ करीत असे किंवा भर दुपारी उन्हात हिंडत असे. मारहेयोला नीतिनियम, कायदे, रीतभात जणूकाही लागूच नव्हते.

दुपारी झोप काढून उठल्यावर सगळे लोक पुन्हा एकदा धूम्रपान करीत आणि मग सगळे जण दुपारच्या जेवणाच्या तयारीस लागत. जेवणाच्या वेळी सर्व जण माझी विशेष बडदास्त ठेवीत. खाण्याचे चांगलेचांगले पदार्थ ते आग्रहाने मला खाऊ घालीत. मेहवी पुष्कळ वेळा माझ्यासाठी डुकराची सागुती आणीत.

'टी' हे ठिकाण तर माझ्या मोठे आवडीचे झाले होते. तिथे जाणे माझ्या शरीराला व मनाला मोठे सुखदायक वाटे. तिथे स्त्रियांना पूर्ण मज्जाव असल्यामुळे, सगळे लढवय्ये जमून तिथे कधीकधी मोठी हुल्लड माजवीत. माझा दुपारचा बहुतेक वेळ मी 'टी' येथेच घालवी आणि सायंकाळचा गारवा हवेत पसरू लागला, की मी फयावेला घेऊन तलावावर नौकाविहारासाठी जाई. ते नाहीच जमले, तर मग इतरांबरोबर नदीवर स्नानास जाई.

रात्र पडू लागली की, मारहेयोच्या घरची सर्व माणसे एकत्र जमत. दिवे आणि मेणवाती लावण्यात येत. लांब आणि विचित्र हेल काढून स्तोत्रे म्हणण्यात येत. गोष्टी सांगण्यात येत आणि वेळ घालविण्यासाठी थट्टाविनोद करण्यांत येई.

घराच्या अंगणात चंद्राच्या शीतल चांदण्यात तरुण मुलींचा नाच होत असे. हे नाच तऱ्हेतऱ्हेचे असत. मात्र त्यांत पुरुष कधी भाग घेत नसत. नृत्य करताना तरुणी मनोवेधक हालचाली व हावभाव करीत. नृत्य करताना त्यांच्या प्रत्येक शरीरावयवाचा त्या पुरेपूर उपयोग करीत असत. त्यांच्या शरीरांचा झुकाव व गिरक्या मोठ्या उन्मादक व तारुण्याला आवाहन करणाऱ्या असत. नाचणाऱ्या तरुणी टप्पावस्त्रे व फुले यांशिवाय इतर काही वस्त्रे परिधान करीत नसत आणि त्या नाचायला उभ्या राहिल्या की, उड्डाणाच्या तयारीत असलेल्या हंसांसारख्या दिसत.

तसाच काही खासा उत्सवप्रसंग असला तरच तेथे लोक उशिरापर्यंत जागे राहत. एरवी त्या खोऱ्यात आणि मारहेयोच्या घरची सगळी माणसे लवकर झोपी जात. मात्र झोपण्याच्या पूर्वी एकदा पोईपोईचे जेवण व धूम्रपान करण्यास मात्र ते विसरत नसत. धूम्रपानानंतर मग शेवटचे कार्य झोप! बस्, संपला दिवस! आणि संपले आयुष्य! झोप हेच त्यांच्या जीवनातील महत्तम कार्य म्हणायला हरकत नाही.

२१

प्रत्येक देशात काही ना काही नैसर्गिक चमत्कृती आपणास बघायला मिळतात. टैपी प्रदेशातही अशा काही चमत्कृती आहेत. चेल्टनहॅम येथील उष्ण पाण्याचे झरे हे टैपी देशातील चमत्कृतींपैकीच आहेत. ते अत्यंत दाट अशा रानात असत, तिथे अगदी थोडीच माणसे कधी जात असतील. खोऱ्याच्या अगदी टोकावर, डोंगरात अर्ध्या वाटेवर ती उन्हाळी आहेत. उन्हाळ्यांकडे जो रस्ता किंवा वाट जाते, त्या वाटेवर दाट झाडे असून वर्षभर अनेक तऱ्हेची फुलझाडे व वेली तिथे फुललेल्या असतात.

या उन्हाळ्यांना आरवावाईचे उन्हाळे असे नाव आहे. खडकांच्या फटींतून त्यांचा झरा वाहत असतो आणि शेवाळातून वाहत खाली येतो. डोंगराच्या पायथ्याशी त्याचा प्रवाह पडतो, तिथे एक छोटीशी तळई तयार झाली असून तिच्याभोवती गवत आणि अस्मानी रंगाच्या फुलवेलीचे ताटवे माजलेले आहेत.

या तलावातील पाणी येथील लोक फार पवित्र मानतात. त्यात अनेक औषधी गुण असल्याचे ते सांगत. डोंगरपायथ्याजवळच्या त्या उन्हाळ्यातून टैपी लोक काथवटी भरभरून पाणी आणीत आणि ते सावलीच्या जागी वर झाडपाला घालून झाकून ठेवीत. मारहेयोला तर उन्हाळ्यांतील या पाण्याची फार आवड होती. अधूनमधून तो मोठी काथवट घेऊन उन्हाळ्यावर जाई आणि धापा लागे तोवर पाणी वाहून आणी. खरे म्हटले तर त्या पाण्याची चव हजार वस्तू मिसळल्यासारखी असे. त्याचा वासही उग्रट येई. मी काही शास्त्रीय पृथक्करण करणारा तंत्रज्ञ नव्हे; पण एकदा माझ्या समोरच मारहेयोने भरून आणलेले पाणी ओतले, तो भांड्यात तळाशी कितीतरी घाण राहिलेली मी पाहिली. मग त्याचे औषधी गुण काहीही असोत.

त्या ऊन पाण्याच्या झऱ्यांवरून परत येत असता, एकदा डोंगराच्या पायथ्याशी, खडक कापून पायऱ्यापायऱ्यांप्रमाणे एकमेकांवर रचून बनविलेले काही चिरेबंद अवशेष मला दिसून आले. ते चिरेबंद अवशेष शंभर फूट लांब व साधारण वीस

फूट रुंदीचे असावेत. पण ज्या चिऱ्यांचे ते रचलेले होते, ते चिरे मात्र आकाराने जबरदस्त होते. त्यांतील काही चिरे तर दहा ते पंधरा फूट लांबीचे होते. त्यांची जाडीही पाच-सहा फूट इतकी होती. त्यांच्या सांध्यांतून चुना अगर इतर कसलाच गिलावा नव्हता. त्या चिऱ्यांच्या फटींतून झाडांनी मुळे धरली होती व कित्येक झाडे तर चांगलीच फोफावली होती. त्यांच्या वरचा विस्तार इतका पसरलेला होता की, त्यातून सूर्यकिरणेही सहसा आत येत नसत. या झाडांच्या सावल्यांमुळे ती चिरेबंद ठिकाणे जवळून जाताना कुणाच्या नजरेससुद्धा येत नाहीत. या चिरेबंद जागा अत्यंत प्राचीन असाव्यात, हे पाहिल्याबरोबर एखाद्याच्या लक्षात येई. आणि कोरीकोरी तर सांगे, की जग जेव्हा निर्माण झाले, तेव्हापासूनच ते चिरे तिथे अस्तित्वात आहेत आणि जगाच्या अंतापर्यंत ती ठिकाणे तशीच कायम राहतील. पण कोरीकोरीची ती हकिगत ऐकताच मला हसू आवरेना. त्याला किंवा तेथील कुणालाही त्या चिरेबंद ठिकाणाची काही माहिती नाही, हे मला समजून आले.

त्या अवशेषांकडे पाहताच मी ओळखले की, काळाच्या पडद्याआड गेलेल्या एखाद्या प्राचीन संस्कृतीचे ते अवशेष होते. ते अवशेष पाहून माझे मन थरारून गेले, यात संशय नाही. त्या चिरेबंद अवशेषांवर शिलालेख खोदलेले नाहीत, शिल्प कोरलेले नाही, त्यांचा इतिहास ज्ञात होईल अशी कोणतीच स्मृती तिथे नव्हती. होते फक्त मूक चिरे! त्यांवर वाढलेल्या विशाल वृक्षांच्या कितीक पिढ्यांनी तिथे मूळ धरले असेल. ते फोफावले, वाढले असतील व विनाश पावले असतील... कुणी सांगावे?

त्या अवशेषांवरून त्या बेटाच्या अस्तित्वाबद्दल संशोधकांनी अनेक कल्पना पुढे आणल्या आहेत. मला वाटते की, मार्कीसस खोऱ्यात सुमारे तीन हजार वर्षांपासूनच मानव वस्ती असावी. नूकूहेवा बेट हे पोवळ्यांच्या खडकांपासून बनलेले नसावे. कारण पोवळ्यांचे कीटक कितीही चिवट असले, तरी एकावर एक तीनशे फूट उंच खडक तयार करीत नेण्याइतकी काही त्यांची ताकद नसते. ते बेट सागराच्या पोटातूनच ज्वालामुखीच्या उद्रेकामुळे वर आलेले असावे.

त्या बेटात राहणाऱ्या सर्व रहिवाशांची घरे, प्रचंड खडकांच्या पायांवर उभारलेली असत. या पायाच्या खडकांना ते पी-पी म्हणत. या पी-पी म्हणजे प्राचीन युगातील अवशेष निःसंशय होत्या आणि आता नष्ट झालेल्या कुठल्यातरी मानवी वंशाने त्या रचलेल्या असाव्यात. आता माझ्या नजरेस पडलेले खडकांचे ते मनोरे त्याच प्राचीन समाजातील लोकांनी बांधलेले असावेत.

या मनोऱ्यांप्रमाणे टैपी प्रदेशातील हूला हूला स्थान त्याच लोकांनी बांधलेले असावे. हूला हूला ही त्या लोकांची आता स्मशानभूमी होती. कोरीकोरी सांगत असलेल्या दंतकथांवरून ती भूमी मोनू नावाच्या एका थोर योद्ध्याने बांधली होती.

त्या भूमीवर आता लाकडी देवतांचे ठोकळे मांडण्यात आले होते आणि तेथे दरसाल दहा दिवस आणि दहा रात्री मोठा उत्सव नि जत्रा भरत असे.

त्यांची घरे ज्या पी-पी वर बांधलेली होती, त्यांपैकी एकही पी-पी आजकालच्या जमान्यात बांधलेली नव्हती. त्या भागात घरे बांधता येतील अशा कैक पी-पी अजूनही रिकाम्या पडलेल्या होत्या. ही एक मोठी सोयच होती; कारण एखाद्याला जर जुन्या घराचा कंटाळा आला, तर तो पलीकडे रिकाम्या पडलेल्या पी-पी वर नवे घर बांधतो व तेथे जाऊन कालक्रमण करू लागतो.

२२

माझ्या पायाचे दुखणे कमी झाल्यापासून मी रोज 'टी' येथे जाऊन मेहवीला भेटण्याचा क्रम ठेवला होता. मेहवी माझे नेहमी मोकळ्या मनाने स्वागत करीत असे. मेहवीकडे जाताना मजबरोबर फयावे आणि कोरीकोरी असतच. 'टी' येथील पवित्र मंदिरात स्त्रियांना पूर्ण मज्जाव असल्यामुळे फयावे त्या ठिकाणाजवळ येताच थांबे. तेथील जवळच्याच एका झोपडीत जाऊन ती बसे. 'टी' म्हणजे जणू ब्रह्मचाऱ्यांचाच आश्रम होता. स्त्रियांच्या नखांचे दर्शनसुद्धा निषिद्ध होते तिथे.

मेहवी आणि इतर मुख्य माणसे तिथे अधूनमधून जाऊन वास्तव्य करीत. त्याचप्रमाणे त्या खोऱ्यातील सर्वच तरुण माणसे तिथे जमत. सुधारलेल्या युरोपियन देशांतील क्लबांशी त्या मंदिराची, त्या दृष्टीने तुलना करता आली असती. त्या मंदिराच्या आवारात जमणारी सर्व मंडळी गप्पासप्पांत, खाण्यापिण्यात, थट्टाविनोदात व विश्रांती घेण्यात गढून गेलेली दिसत. आणि तेथील मोकळे वातावरण व विश्रांती हेच त्या लोकांच्या दीर्घ आयुरारोग्याचे प्रमुख कारण होते.

ते मंदिर किंवा इमला त्या खोऱ्यातील सर्व सामाजिक व सामूहिक जीवनाचे मुख्य केंद्र होते, असे म्हणायला हरकत नाही. खोऱ्यात उडत येणाऱ्या सर्व बातम्यांच्या वावड्या तिथे एकत्र होत. आणि तेथे जमणाऱ्या मंडळींची गर्दी आणि गोंगाट, त्यांचे येणे-जाणे व इतर वर्दळ पाहिली की, कुतूहल वाटे. पोलिनेशियन संस्कृतीचा मेळावाच भरल्यासारखा वाटे तिथे.

त्या केंद्रावर मेहवीचीच एकमेव सत्ता चाले. दिवसभरातील त्याचा बहुतेक वेळ तो तिथेच खर्चीत असे. इतर सर्व मंडळी निघून गेली, तरी मेहवीचे मात्र तिथेच वास्तव्य असे. तेथील मऊमऊ उबदार चटयांवर पडून राहणे त्याला मोठे पसंत असावे. मी तिथे गेलो की, मेहवी रुजाम्यावर उठून बसे आणि मला मात्र तो लवंडून राहण्याचा सारखा आग्रह करीत असे. मी गेलो की, तो तामारीला (छोकऱ्याला) हाक मारी. तो छोकरा आला की, मेहवीच्या नेत्रसंकेतावरून लागलीच परत जाई. आणि तो पुन्हा परत येई, तेव्हा फळफळावळ आणि खाण्याचे कितीतरी पदार्थ

बरोबर घेऊन येत असे. पोऱ्याने पुढ्यात आणून ठेवलेले पदार्थ खाण्याचा मेहवी आग्रह करी. त्याचा आग्रह टाळणे मोठे कठीण काम होते.

असाच एकदा मी 'टी' येथे गेलो असता तिथे मोठ्या उत्सवाची पूर्वतयारी चालू असल्याचे मला दिसून आले. एखाद्या मोठ्या उपाहाराचा हीरक महोत्सव आला तर जशी जंगी तयारी करण्यात येईल, तशीच तिथे तयारी चालली होती. काही जण बांबूचे मोठमोठाले फोक खांद्यावर घेऊन नदीकाठी चालले होते. त्या बांबूंची एका बाजूची तोंडे बंद करून टाकलेली होती. बांबूच्या त्या फोकांतून ते लोक पाणी भरभरून आणीत होते. काही जण रानात डुकरांची शिकार करीत होते. आणि भाकरीची फळे चेचून त्यांची पोईपोई बनवण्यात कितीतरी जण गुंतले होते. पोईपोईचा तर त्यांनी अक्षरशः डोंगरच उभा केला होता तिथे.

काही वेळ मी त्यांची ती गडबड व कामाची धांदल पाहत उभा राहिलो. इतक्यात पलीकडील रानातून एकदम केकाटण्याचा आवाज आला. तो काय प्रकार असावा हे बघण्यासाठी म्हणून मी मागे वळलो, तो काही जणांनी एक मोठा थोरला डुक्कर पकडून जमिनीवर दाबून धरलेला मला दिसला. एक जण जाडजूड मुदगलाने त्या डुकराला बडवीत होता. डुक्कर एकसारखा वळवळत होता नि त्यामुळे त्या मुदगलवाल्याचा नेम सारखा चुकत होता. तो धापा टाकीत होता, तोंडाने शिव्या देत होता; पण हातातील मुदगलाने टोले देण्याचे मात्र त्याचे सारखे चालूच होते. सरतेशेवटी त्याने रागाने त्या डुकराला असा एक टोला हाणला की, तो घायाळ होऊन जागचे जागी थंडावला. त्याच्या अंगातील रक्त जरासुद्धा वाया जाऊ न देता त्यांनी तो डुक्कर उचलून चुलताणाकडे आणला. दुसऱ्या चौघा टैपींनी त्या डुकराचे पाय धरून उचलले व त्याला आगीवर उलटासुलटा फिरवला आणि त्याबरोबर जळून गेलेल्या त्याच्या केसांचा उग्रट वास चोहीकडे पसरला.

चुलताणावरून काढून मग त्यांनी तो डुक्कर बाजूस नेला. मग त्याचे कापून तुकडे करण्यात आले व ते धुऊन साफ केले गेले. ताडांच्या पानांच्या पत्रावळ्या नंतर जवळच पसरण्यात आल्या व त्यांवर तो कापलेला डुक्कर नीट ठेवून गुंडाळण्यात आला व खास तयार केलेल्या भट्टीवर तो चढवण्यात आला. जमिनीत थोडासा खड्डा करून ही भट्टी तयार करण्यात आली होती. आत जळजळीत निखारे घालून सागुतीचे भांडे वर चढवण्यात आले व त्यावर ओल्या पानांची रास सगळ्या बाजूने घालण्यात आली. पानांच्या आच्छादनावर मातीचा थर पसरण्यात आला.

टैपी लोक आपली मिष्टान्ने याच तऱ्हेने शिजवतात. वाफेने शिजलेले असले पदार्थ, विशेषतः डुकराची सागुती इतकी चवदार व लुसलुशीत होते, की विचारूच

नका. तुकडा जिभेवर ठेवला की, विरघळलाच म्हणून समजा. त्यांची सागुती शिजवण्याची ही पद्धत आमच्या युरोपियन लोकांनीसुद्धा स्वीकारावी, असे माझे मत झाले त्या वेळी. त्या दिवशी अशी कितीक डुकरे तिथे पकडली गेली, मारली गेली. त्यांचे गुरगुरणे, केकाटणे किती वेळतरी कानावर येत होते.

'टी' मंदिराभोवती तर सगळ्यांची झुंबड आणि धांदल उडाली होती. निरनिराळ्या चुलताणांवर सागुती आणि पोईपोई शिजत होती. भोवतालच्या बागांतून कित्येक जण भाकरीची फळे आणि नारळाची शहाळी पाडून आणीत होते. कित्येक जण पाट्यांवर त्यातील गर वाटीत बसले होते आणि कित्येक जण नुसते उभे राहून आरडाओरड करीत होते. काम करताना आरडाओरड करणे हा त्या लोकांचा स्वभावधर्मच होता. काम करताना आपणास इतरांनी बघावे, हा त्यांचा उद्देश असावा कदाचित. सहज एखाददुसऱ्याने होण्यासारखे काम असेल, तर तिथेही ते दहा-पंधरा जण मिळून ते करण्याचा प्रयत्न करीत व एकच धांदल उडवून देत.

त्या लोकांची धांदल व गडबड बघत मी काही वेळ थांबलो नि मग 'टी' मध्ये प्रवेश केला. मेहवी तिथे लवंडून पडला होता व मधूनमधून इतरांना हुकूम सोडत होता. आज मेहवी बराच खुशीत दिसत होता. मी आत जाताच तो मला म्हणाला की, 'उद्या तेथील राईत आणि मंदिरात मोठा उत्सव होणार आहे. उत्सवाला हजर राहण्यास मुळीच विसरू नकोस.'

तथापि तो उत्सव कशासाठी होता व कुणा थोर माणसाच्या स्मृतिनिमित्त तो करण्यात येत होता, ते आकलन होणे माझ्या आवाक्याबाहेरचेच होते.

'टी' येथून परत येताना मजबरोबर कोरीकोरी होता. त्या उत्सवाबद्दल मला मोठे कुतूहल वाटत आहे हे पाहून, मला त्या उत्सवाबद्दल सर्व काही माहिती सांगण्याचे त्याने ठरवले व त्यासाठी त्याने समोरच्या राईतून मला फिरत नेण्याचे ठरवले. जाताना निरनिराळ्या वस्तूंकडे तो बोटे दाखवू लागला आणि त्यांचे वर्णन तो असे काही करू लागला की, त्याचा मला अर्थबोधच होईना. एके ठिकाणी त्याने मला एका उंच चबुतऱ्याकडे नेले. तो चबुतरा दहा फूट लांब, रुंद व वर निमुळता होत जाऊन दहा फूट तरी उंच असावा. तो चबुतरा दगडी नव्हता, तर रिकाम्या काथवटींचा तो केलेला होता व त्यावर नारळाच्या करवंट्या रचलेल्या होत्या. अर्थात तो चबुतरा आजकालच कधी बनविलेला असावा. कोरीकोरीने त्याबद्दल मला बरीच माहिती समजावून सांगितली; पण त्या चबुतऱ्याचा उद्देश काही केल्या माझ्या लक्षात येईना. मी माझ्या मनाने त्या ठिकाणाला 'काथवटींचा कळस' असे नाव देऊन टाकले.

दुसऱ्या दिवशी सकाळी मी जरा लवकरच उठलो. बघतो तो मारहेयोच्या घरची सर्व माणसे उत्सवासाठी तयारी करीत असलेली दिसली. स्वतः मारहेयो

आपल्या शेंड्या विंचरून त्याच्या गाठी मारीत होता. त्याची कर्णभूषणे व भाला दोन्ही त्याच्या जवळ ठेवलेली होती. त्या दोन्ही वस्तू घासूनपुसून ठेवल्यामुळे चकाकत होत्या. इतर तरुण मंडळीही आपापल्या तयारीत पूर्ण गुंग होऊन गेली होती. फयावे आणि तिच्या सहेल्या तर विचारूच नका! कुणी सुगंधी अरका अंगाला लावीत होत्या, कुणी केसांचे पेड कुरवाळून त्यांना कुरळेपणा आणीत होत्या. केस विंचरून व बांधून झाल्यावर, त्या सर्व मुली आपापले ठेवणीतले पोशाख परिधान करू लागल्या व पोशाख झाल्यावर त्या फुलांचा साज शरीरावर चढवू लागल्या. फुलांचे गजरे त्यांनी केसांत व गळ्यात घातले. केसांतील फुलांचे गजरे त्यांनी खांद्यांवरून खाली रुळत ठेवले. त्या नैसर्गिक परिवेषात त्या सुंदरी खरोखरच मोठ्या मायाविनीच दिसू लागल्या. आणि फयावे, तिच्या सौंदर्याचे वर्णन करायला तर मला शब्दच आठवेनात! सुधारलेल्या जगातल्या कुठल्याही सौंदर्यवतीशी तिची तुलना करता आली असती आणि तशा तुलनेत तिचे सौंदर्य मुळीच थिटे पडले नसते.

हळूहळू घरातील सर्व मंडळी सजून, नटूनथटून 'टी' मंदिराकडे आणि 'टी'च्या समोरील वनराईत निघून गेली. आता फक्त कोरीकोरी आणि मीच काय तो मागे राहिलो. कोरीकोरीही तिथे जायला इतका उतावळा झाला होता की, विचारूच नका. माझा पाय लवकर निघेना म्हणून तो सारखा कुरकुरत होता. अखेर त्याच्या कटकटीला कंटाळून मी 'टी' मंदिरात जायला बाहेर पडलो. राईतून जाताना वाटेतील प्रत्येक घरात मी डोकावून पाहत होतो. पण एकाही घरात मला माणसाचे अस्तित्व जाणवले नाही. प्रत्येक जण 'टी' मंदिरातील उत्सवासाठी निघून गेला होता.

'टी' मंदिराच्या वाटेवर मध्येच एक प्रचंड खडक होता. त्या खडकामुळे पलीकडच्या बाजूला काय चालले आहे, हे समोरून नजरेस येत नसे. आम्ही त्या खडकापर्यंत जाऊन पोचलो, तेव्हा पलीकडच्या बाजूने लोकांचा मोठा जल्लोश ऐकू येत होता. त्या आवाजावरून मी ओळखले की, तिथे लोकांचा प्रचंड जमाव जमला असावा. तो खडक ओलांडून जाण्यापूर्वी कोरीकोरी जरा थांबला. एखाद्या नाट्यगृहात अगर नृत्यमंदिरात प्रवेश करण्यापूर्वी तरुण स्त्रिया जशा किंचित थबकून आरशात डोकावतात व केशपाश ठाकठीक करतात, त्याप्रमाणे त्याने आपल्या पोशाखावरून एकदा हात फिरवला व जामानिमा ठीक केला. त्याचा तो नखरा पाहून मलाही जरा स्फुरण चढले. टैपी लोकांसारखाच साधारण पोषाख करावा असे ठरवून मी माझा पोशाख उतरवला व टप्पा नेसून उघड्या अंगाने पुढे सरसावलो.

त्यांच्या पद्धतीचा पोशाख करून वावरण्याची तयारी मी दाखवल्याचे बघून

कोरीकोरी तर एकदम खूश झाला. आणि माझा टप्पा अधिक चुणीदार दिसेल अशा तऱ्हेने तो त्याच्या घड्या पाडू लागला. त्याचे हे काम चालू असता समोरच बसलेल्या काही तरुणी माझ्या नजरेला पडल्या. त्या गवतावर बसलेल्या असून त्यांच्या सभोवार फुलांच्या राशी पडलेल्या होत्या. त्यांनी तयार केलेल्या माळा व पुष्पगुच्छ घेऊन येण्यास मी त्यांना खुणावले आणि एका क्षणात माझ्या पुढ्यात हारांचा ढीग येऊन पडला. त्यांतील एक उचलून मी माझ्या डोक्याभोवती गुंडाळला. एक गळ्यात घातला. माझ्या हातांतही मी एक-दोन हार सलकड्यांप्रमाणे गुंडाळले. फुलांचा पेहराव केल्यावर मी अगदी थाटात तो खडक ओलांडून पलीकडे आलो.

२३

त्या राईच्या आसमंतात आख्ख्या खोऱ्यातील झाडून सगळे लोक जमा झालेले दिसले. दूरवर 'टी' मंदिराचा लांबलचक अग्रभाग दिसत होता. त्याच्या मंडपात तर लोकांची हीऽ गर्दी उसळली होती. त्यांनी अनेक प्रकारचे पोशाख केले होते. मी उभा होतो त्या जागेपासून मंदिराच्या द्वारापर्यंत स्त्रियांचे थवेच्या थवे उभे होते. त्यांचे पोशाख तर हरतऱ्हेचे व त्यांची केशभूषा सौंदर्यपूर्ण होती. त्या हसत होत्या, नाचत होत्या, मोठमोठ्याने बोलत होत्या. मी त्यांच्या नजरेला पडताच त्यांनी मोठ्या उत्साहाने माझे स्वागत केले. आणि त्यांच्यातील काही जणी गाणी गातगात माझ्याभोवती गोळा झाल्या. माझ्या पोशाखातील बदल पाहून त्या अगदी खूष झाल्या. त्या माझ्या अवतीभोवती जमून 'टी'च्या दिशेने चालू लागल्या. पण 'टी' जवळ येताच मात्र त्या हळूहळू मागे सरू लागल्या आणि त्यांनी माझी वाट मोकळी केली. मी 'टी' मंदिरात प्रवेश केला.

मंदिराच्या ओसरीत पाऊल टाकताच तिथे मेजवानीचा बहार उडालेला, माझ्या नजरेस आला. ओ! काय बहार! काय रेलचेल होती! मंदिराच्या ओसरीत होड्यांच्या आकाराची भांडी रांगेने मांडण्यात आली होती. नाही तरी वीस-पंचवीस फूट लांबीची ही रांग असावी. ही भांडी पोईपोईने भरलेली होती. त्यांवर ऊन पडून ती खराब होऊ नयेत म्हणून त्यावर केळीच्या पानांचे झाकण घातलेले होते. मधूनमधून भाकरीची फळे उतरंडीसारखी रचून ठेवलेली होती. ओसरीच्या दगडी बांधकामातील फटीतून झाडांच्या मोठाल्या डहाळ्या उभ्या करून ठेवण्यात आल्या होत्या. केळीच्या पानात गुंडाळलेली पुडकी त्या डहाळ्यांना सगळीकडे लटकावून ठेवण्यात आली होती. या पुडक्यांत डुकराची सागुती होती. जमलेल्या लोकांना ती पुडकी सहज काढून घेता यावीत म्हणून ही खास योजना केलेली असावी. ओसरीच्या कठड्याला टेकून मधूनमधून बांबूंचे फेक उभे करून ठेवण्यात आले होते. हे सगळे बांबू पाण्याने भरलेले होते. प्रत्येक बांबूत नाहीतरी चार-दोन गॅलन पाणी असावे.

मेजवानीचे पदार्थ असे विखरून ठिकठिकाणी मांडून ठेवण्यात आल्यामुळे,

प्रत्येकाला आपल्या सवडीनुसार त्यांवर हात मारता येत होता आणि क्षणाक्षणाला त्या झाडांवरील पुडकी काढून घेण्यात येत असल्यामुळे ती सगळी झाडे सारखी हलत होती. पोईपोईच्या भांड्यातून पुन्हापुन्हा पोईपोई आणून ओतण्यात येत होती. भाकरीची फळे भाजण्यासाठी ठिकठिकाणाी चुली पेटवण्यात आल्या होत्या.

मंदिराच्या मुख्य दिवाणघरात जाडजाड चटया पसरण्यात आल्या होत्या. शे-दीडशे फूट लांबीच्या या बैठकखान्यात मोठमोठाले पाहुणे, प्रमुख व योद्धे बसलेले होते. पुढ्यातील खाद्य पदार्थांवर ते मनसोक्त हात मारीत होते. अधूनमधून धूम्रपान करीत होते. धूम्रपानाच्या गुडगुड्या एकाकडून दुसऱ्याकडे अशा सारख्या हलवण्यात येत होत्या. गुडगुड्यांची भांडी नारळांच्या करवंट्यांची केलेली होती. त्यांवर सुंदर नक्षी काढलेली होती. ते बळकट योद्धे व प्रमुख, धुरांचे लोटही तसेच जोरकस सोडीत होते. जसा काही एखाद्या यंत्रातून धुराचा भपकारा यावा तसे!

टैपी लोक धूम्रपान सपाटून करीत. त्यासाठी वापरण्यात येणारा तंबाखू सौम्य पण सुगंधी असे. तंबाखू नेहमीच पानाच्या स्वरूपात बघायला मिळे. आणि तंबाखूचा तुटवडाही त्यांना कधी पडत नसे. तंबाखू तिथे विपुल मिळत असल्यामुळे, तो तिथेच पिकत असावा, असे माझे मत झाले होते.

कोरीकोरीही तसेच सांगे. पण मला त्या भागात केव्हाही आणि कुठेही तंबाखूचं रोपसुद्धा बघायला मिळाले नव्हते. नूकूहेवा इथे आणि त्या खोऱ्यात इतर भागात तंबाखू क्वचितच हाती पडे. परदेशातून येणाऱ्या खलाश्यांकडून जो काही तंबाखू त्यांच्या हाती पडे तेवढाच! त्यामुळे धूम्रपान ही तिथे मोठी चैनच समजली जाई. यामुळे टैपी प्रदेशात तंबाखूची अशी रेलचेल पाहून मला नेहमी आश्चर्य वाटे. शिवाय टैपी शेती किंवा इतर लागवड करण्याइतके उद्योगी लोक खास नव्हते. सूर्यप्रकाश आणि पाऊस या दोन नैसर्गिक साधनांमुळे जे काही तिथे पिके, तेच त्यांचे पीक! पण मला वाटते, तंबाखू, उसाच्या काड्यांप्रमाणे नैसर्गिक रीतीने या खोऱ्यात कुठे ना कुठे पैदा होत असावा.

त्या भागात, विशेषतः 'टी'च्या प्रांगणात काही लोक असे होते की, त्यांना तंबाखूच्या सेवनामुळेही समाधान वाटत नसे. हे लोक तंबाखूऐवजी आरवा ओढीत असत. आरवा गांजाप्रमाणे एक तऱ्हेचा जास्त मादक पदार्थ होता. त्याचे एक-दोन झुरके घेतले, की चांगला दांडगा माणूसही आडवा व्हायचा.

दक्षिण सागरात पसरलेल्या सर्व द्वीपसमूहांत आरवा सापडतो. आरवा एक तऱ्हेचे मूळ आहे. त्या मुळांचा रस काढून घेतला तर त्याचा शरीरावर उत्तेजक परिणाम होतो. पण त्यामुळे लवकरच आपले स्नायू शिथिल होतात व गुंगी येऊन माणूस झोपून जातो. या खोऱ्यात आरवा बनविण्याची रीत मी पाहिली ती अशी– मध्ये एक मोठी काथवट घेऊन पाच-सहा पोरे सभोवती बसत. आरवाच्या मुळांचे

लहानलहान तुकडे त्यांच्या जवळ ठेवण्यात येत. नंतर नारळ फोडून त्यातील गार पाणी घोटघोट त्यांच्या तोंडात ओतण्यात येई. तोंडात पाणी घेतले की, ती पोरे आरवाचा एकेक तुकडा तोंडात टाकीत व तो चावूनचावून त्याचा रबडा तयार करीत. नारळाच्या पाण्यात चावून तयार केलेला तो रबडा नंतर काथवटीत टाकण्यात येई. काथवट त्या चोथ्याने भरली, की त्यावर पाणी टाकण्यात येई व तो चोथा ढवळून एकजीव झाला की, वापरासाठी घेण्यात येई. दिसायला ही पद्धत थोडी घाणरेडी दिसे; पण आरवामध्ये औषधी गुण खास होते.

सँडविच बेटांवर तेथील लोक आरवाचा उपयोग गंडमाळासारख्या रोगांवर करीत असतात. गंडमाळेच्या रोगाची भेट अर्थातच त्यांना आम्ही युरोपियनांनीच दिलेली आहे. परंतु सुदैवाने टैपींच्या प्रदेशात अजून या रोगाचा प्रादुर्भाव झालेला नव्हता आणि ते लोक आरवाचा उपयोग चैनीसाठी, आरामासाठी करीत.

मी पोशाखात केलेला बदल पाहून मेहवी एकदम खूश झाले. त्यांनी प्रेमाने माझे स्वागत केले आणि कोकूने भरलेले एक पात्र लागलीच माझ्या पुढ्यात ठेवले. कोकू मला विशेष आवडतो, हे त्यांना ठाऊक होते. कोकूच्या पाठोपाठ त्यांनी तीन-चार कोवळी शहाळी, भाजलेली भाकरीची फळे आणि केळ्यांचा एक घड मला खास बहाल केला. एवढे सर्व पदार्थ खाणे मला केवळ अशक्यच होते. पण कोरीकोरीचे म्हणणे निराळेच होते. त्याच्या मते त्या पदार्थांशिवाय मी सागुतीचा एक पुडातरी वर खायला हवा होता. त्याच्या आग्रहाला मान तुकवणे अर्थातच मला भाग होते. ती सागुती मात्र भलतीच रुचकर व खमंग होती, यात शंका नाही.

मार्कीसस द्वीपसमूहामध्ये अन्न म्हणून डुकराच्या सागुतीला फारसे महत्त्व नसे. त्यामुळे डुकरांची वाढ व पैदास करण्याकडे तेथील लोकांचे फारसे लक्ष नसे. डुकरे तिथे कुरणातून व राईतून सर्रास भटकत असत. तिथे माडांवरून खाली पडणाऱ्या नारळांवर ती चरत असत. पण नारळ सोलून व फोडून आतील खोबरे खाण्यासाठी त्यांना अतिशयच मेहनत करावी लागे. एकदा एक डुक्कर नारळ सोलीत असलेला मला बघायला मिळाला होता. नारळाची साल चावून कुरतडून तो इतका दमला की, त्यामुळे शेवटी तो चिडला. आपले फेंदारलेले नाक नारळाखाली घालून, त्याने नारळ अलगद वर उडवला व जमिनीवर जोराने आदळला. जमिनीवर आदळताच तो नारळ दूरवर उडाला. धावत जाऊन त्याने पुन्हा त्या नारळाला चावा घेतला. पुन्हा तो वर झुकारला. पुन्हा तो दूर जाऊन पडताच त्याच्या मागे धावून गेला. मला वाटते, तो नारळ घेऊन तो डुक्कर अर्धेअधिक खोरे पायाखाली घालीत नाचला असेल.

काथवटींच्या कळसाच्या उत्सवाच्या दुसऱ्या दिवशी तर जास्तच धमाल

उडाली. ढोलक्याच्या आवाजाने आसमंतातील सगळा प्रदेश दुमदुमून गेला होता. त्या आवाजाने जागा होऊन मी ताडकन उठून बसलो. पाहतो तो घरातील सर्व मंडळी नटूनथटून जायला निघालेली. मीही लागलीच माझी निघण्याची तयारी केली. आणि तो विचित्र आवाज कसल्या वाद्यांचा आहे ते पाहण्यासाठी मी त्यांच्याबरोबरच घराबाहेर पडलो.

वाटेतील कालच्या त्या खडकांपासून ते 'टी' मंदिराच्या प्रवेशद्वारापर्यंत, आज एकही पुरुषमाणूस दिसत नव्हता. ते सर्व मैदान म्हणा पाहिजे तर, आज संपूर्णपणे स्त्रियांनी कबजात घेतले होते. त्या सर्व जणी नाचत होत्या, ओरडत होत्या, हावभाव करीत होत्या. त्यांना झाले होते तरी काय, ते समजण्याला मार्ग नव्हता. चार-पाच वृद्ध स्त्रिया तर जागच्या जागी उंच उड्या मारीत होत्या. त्यांच्या अंगात अवसर आला असावा. गर्दीतील मंडळी त्यांच्याकडे लक्ष देत नव्हती; पण मला मात्र त्यांचे हसू येत होते, गंमत व कुतूहलही वाटत होते.

अंगात वारे आलेल्या त्या स्त्रियांना तेथेच सोडून आम्ही हूला हूला मैदानात पुढे गेलो. तेथे चौरस मैदानात लोकांची तुफान गर्दी उडाली होती. तेथील दृश्य तर अवर्णनीयच होते. मैदानाभोवतालच्या बांबूंच्या छायेत, मुख्य मुख्य मंडळी व योद्धे लवंडून पडलेले होते. त्यांच्याभोवती सेवेकरी मंडळी जमून बसलेली होती. वृक्षांच्या सावलीत जागजागी इतर मंडळी आरामशीरपणे पडलेली होती. समोरच्या उंचवट्यावर माडांच्या झावळ्यांवर टप्पा पसरून त्यावर शहाळी, मामी व आरटूची फळे राशी करून ठेवलेली होती. शेजारी मोठाल्या काथवटींतून डुकराची सागुतीही भरून ठेवलेली होती. अंतराअंतरावर बांबू उभे करून त्यांनाही फळांचे झुबके टांगून ठेवलेले होते.

त्या बांबूंच्या पलीकडे दोन प्रचंड नगारे उभे करून ठेवलेले होते. ते इतके उंच होते की, वाजवण्यासाठी त्यांच्या शेजारी दोन चबुतरे कायमचे बांधण्यात आले होते. हे नगारे वाजविण्यासाठी पाळीपाळीने तरुण पुढे येत व ते थकले की, दुसरे त्यांची जागा घेत. त्या नगाऱ्यांचा आवाज अत्यंत कर्णकर्कश होता. सकाळी ज्या आवाजामुळे मी जागा झालो तो आवाज याच नगाऱ्यांचा होता, हे माझ्या लक्षात यायला काही वेळ लागला नाही.

मैदानाच्या मध्यभागी ओल्या कळकीचे काही फोक तासून जमिनीत रोवण्यात आले होते. त्यांच्या वरच्या टोकाला टप्पावस्त्रे लावून निशाणे बनविण्यात आली होती. ही निशाणे कशासाठी उभारण्यात आली होती, ते समजावून घेण्याचा मी प्रयत्न केला, पण व्यर्थ!

मैदानाच्या दुसऱ्या बाजूला काही धर्मगुरू बसलेले होते. तोंडाने ते सारखे मंत्र बोलत होते. त्यांच्या प्रत्येकाच्या हातात एकेक पंखा होता नि दुसऱ्या हातात एक

छोटी छडी होती. दोन्ही हातांतील या वस्तू ते मंत्र म्हणत असताना सारख्या हलवीत होते. पण या धर्मगुरूंकडे, नगारे वाजवणाऱ्यांकडे अगर अवसर काढणाऱ्या त्या म्हाताऱ्या बायांकडे कुणीसुद्धा पाहत नव्हते. जो तो खाण्यापिण्यात, धूम्रपान करण्यात गुंग होऊन गेला होता; जत्रेच्या आनंदात पूर्ण गढून गेला होता.

हा सगळा उत्सव व गर्दी, जत्रा, कशासाठी आहे, हे मी त्या गर्दीतील प्रत्येक माणसास विचारून पाहिले. पण ते जी उत्तरे देऊ लागले, त्यांवरून मला काहीच अर्थबोध होईना. त्या दिवशी सर्व दिवसभर नगारे वाजत होते. धर्मगुरू मंत्रोच्चार करीत होते. सायंकाळपर्यंत तो जल्लोष सारखा चालला होता. सायंकाळी सर्व गर्दी मोडली. वनराईंत शांतता पसरली. सर्व निःशब्द झाले. पुन्हा दुसऱ्या दिवशी कालच्याप्रमाणेच कार्यक्रमांची पुनरावृत्ती झाली आणि तो उत्सव समाप्त झाला.

२४

त्या मेजवानीच्या उत्सवाचे मूळ शोधून काढण्याच्या माझ्या प्रयत्नांत जरी मला फारसे यश आले नाही, तरी तो उत्सव बराचसा धार्मिक स्वरूपाचा होता, हे लक्षात आल्यावाचून राहत नाही. पोलिनेशियन लोकांची माहिती देणाऱ्या पुस्तकांतून मात्र त्यांच्या धार्मिक उत्सवाची जी वर्णने देण्यात आलेली आहेत, त्या वर्णनांशी हा उत्सव मुळीच जुळत नाही, एवढे मात्र खरे. मिशनरी लोकांनी लिहिलेल्या या पुस्तकांतून दिलेली या लोकांची वर्णने पूर्ण भडक आहेत, यात काहीच शंका नाही.

उत्तर मार्किसस द्वीपसमूहांपैकी वॉशिंग्टन नावाच्या बेटाबद्दलच्या पुस्तकात मी वाचले होते की, तेथील लोक आपल्या देवतांच्या वेदीवर माणसांचे बळी देतात. त्याच पुस्तकात त्यांच्या खुळ्या धार्मिक समजुती व धर्मगुरू यांबद्दलसुद्धा खूप माहिती होती. त्या पुस्तकात त्यांचे मुख्य धर्मगुरू, पुजारी, बडवे वगैरेंची अनेक नावे व नामावळी देण्यात आली आहे. त्यावरून असे वाटते की, तेथील एकूण लोकसंख्येपेक्षा हे धर्मगुरू व पुजारीच तिथे अधिक असावेत. हे पुस्तक वाचणाऱ्याला असे वाटेल की, तिथे रोज माणसांचे बळी देण्यात येतात व त्यांचे मांस शिजवले जाते. बळी देताना त्या माणसांना अत्यंत क्रूरपणे मारले जाते. या पुस्तकांतील हकिगत वाचून वाचकांचे मन अगदी खिन्न होऊन जाते.

पण या विषयात तुम्ही जास्त लक्ष घातलेत तर आढळून येते की, हे पुस्तक लिहिणारा मनुष्य दक्षिण सागरातील अनेक बेटांपैकी केवळ एकाच बेटावर गेला होता. तो तिथे फक्त दोन आठवडे काय तो राहिला आणि राहिला तोही आपल्या जहाजावरच. दिवसा फक्त तो किनाऱ्यावर उतरायचा व बरोबर सशस्त्र शिपायांची तुकडी घेऊन इकडेतिकडे हिंडायचा.

मी आता टैपी खोऱ्यात दोन-तीन महिने तरी खास राहिलो असेन. त्या खोऱ्यात मी सर्वत्र हिंडलो; पण तेवढ्या काळात त्या लोकांनी दिलेले असले मनुष्यबळी वा क्रूर मानववध मला कुठेही बघायला किंवा ऐकायला मिळाले

नाहीत. मार्किसस बेटांवर जर ते कुठे घडून येते, तर माझ्या तेथील प्रदीर्घ वास्तव्यात ते माझ्या कानांवर आल्यावाचून राहते ना. आणि तरीही हे आदिवासी लोक सगळ्या दक्षिण सागरातील प्रदेशातील लोकांपेक्षा अधिक क्रूर समजले जात होते. आता ते आपल्या प्राचीन परंपरेपासून मुळीच ढळले नव्हते, हे मात्र खरे!

पोलिनेशियन लोकांच्या धार्मिक समजुतींबद्दल लिहिली गेलेली (अगदी शास्त्रीय संशोधकांनी लिहिलेली) माहितीही बरीचशी खोटी आहे. या संशोधकांना मिळालेली बहुतेक माहिती त्या द्वीपकल्पांच्या आजूबाजूने सफरी करणाऱ्या खलाशी लोकांकडून मिळालेली असते. जॅक नावाचा एक खलाशी यांपैकी एका बेटावर काही दिवस उतरून राहिला होता व तेथील लोकभाषेतील काही शब्द तो शिकला होता. तेवढ्या भांडवलावर तो तिथल्या लोकजीवनाबद्दल मोठ्या अधिकारवाणीने बोलणारा तज्ज्ञ ठरला. असले लोक आपणास माहिती असल्यानसल्या गोष्टीही आठवणींत दडपून देतात. आणि पोलिनेशियन लोकांच्या क्रूर धर्मसमजुती व नरबळींच्या रीतीबद्दलची माहिती अशाच लोकांच्या टाळक्यांतून निघालेली असते. मी वर म्हटले आहे ते केवळ कल्पनेनेच नव्हे. असे दोघे-तिघे बाताडे नंतर मी प्रत्यक्ष पाहिले आणि त्यांच्या मुलाखती घेणाऱ्या लोकांना त्यांनी सांगितलेल्या अशा हकिगतीही ऐकल्या.

आता एखादा शास्त्रीय संशोधक अशा लोकांच्या आणि खलाश्यांच्या बाता ऐकून जेव्हा सफरीवरून स्वगृही परत येतो, तेव्हा सफरीत पाहिलेल्या नव्या-नव्या प्रदेशांची व तेथील लोकजीवनाची वर्णने तो लिहून प्रसिद्ध करतो. आणि त्यांच्या साध्या सुखी, आनंदी जीवनाचे दर्शन घडवण्याऐवजी वाचकांना तो त्यांच्या दुष्ट, क्रूर धार्मिक समजुतींची, अंधश्रद्धांची, नरबळींची माहिती देऊ पाहतो. आणि त्याबद्दल त्याला फक्त ऐकीव माहिती असते. तेथील लोकांची राहणी, खाणे, कपडे, गाणी यांबद्दल त्याला काहीच माहिती नसते. त्यांचे सारे वर्णन केवळ कल्पनेने रेखाटलेले असते. अशा पुस्तकांची तेथील लोकांच्या भाषेतून भाषांतरे करून जर ती त्यांना ऐकवली, तर तो त्यांना विनोदाचा एक मोठा ठेवाच सापडल्यासारखा होईल.

त्या लोकांच्या धार्मिक समजुती व धर्मपंथ यांबाबत मला तिथे राहूनही काही माहिती उपलब्ध झाली नाही, हे कबूल करायला कसलीच दिक्कत वाटत नाही. धर्माबाबत त्या लोकांना काही कल्पना आहे की कसे, हेही मला सांगता येणार नाही. धर्माची उठाठेव करण्याइतके ते लोक चिकित्सक नाहीत. खावे, प्यावे, चैन करावी हाच त्यांचा नित्यधर्म. मी तिथे असताना एकदाही कसला धर्मनिर्णय घेण्यासाठी त्यांची सभा झालेली, की लोक जमलेले मला दिसले नाहीत. ज्याने-त्याने स्वेच्छेने मन मानेल तसे वागावे, ही त्यांची समाजपद्धती. हां, काही

ठिकाणी ते लोक विशिष्ट मूर्तींची पूजा करताना दिसत. पण त्या मूर्ती कसल्या होत्या आणि कशा निर्माण झाल्या, हेही तिथे कुणाला ठाऊक नव्हते. आकाशातील अगर पृथ्वीवरील कसल्याच गोष्टींचा त्या मूर्तींशी कुणी संबंध जोडीत नसे. ते लोक ज्या अर्थी कधी माझ्या धर्माची चौकशी करीत नसत, त्या अर्थी त्यांच्या धर्माची चौकशी करण्याचे मलाही काही कारण नव्हते.

त्या लोकांच्या धर्मासंबंधी मला काही माहिती झाली नाही हे खरे असले, तरी त्यांच्या भक्तिपरायणतेची एक हकिगत देणे कदाचित सयुक्तिक होईल. त्या खोऱ्यातील अगदी एकीकडच्या भागात, जिथे मी जलविहारासाठी जात असे– त्या तलावाला मी 'फयावे' असेच नाव दिले होते– तिथे नारळीची एक बाग होती. ही नारळीची बाग नदीच्या दोन्ही किनाऱ्यांवर दूरवरपर्यंत पसरलेली असून, सदा हिरवीगार व छायाळ अशी होती. या नारळीच्या बागेत एका थोर योद्ध्याचे स्मृतिस्थान बांधलेले होते. इतर सर्व स्मृतिस्थानांप्रमाणेच हेही स्थान दगडी चिऱ्यांचे बनविलेले होते. त्याची उंची दूरवरूनही सहज लक्षात येण्यासारखी होती. त्यावर ताडाच्या पानांची छत्री उभारलेली होती. पण जी जवळ गेल्याशिवाय दिसून येत नसे. त्या स्मृतिस्थानाभोवती चौफेर मोकळी जागा सोडलेली होती. त्या जागेच्या चारही कोपऱ्यांवर माडांची खोडे बसवून कुंपण केलेले होते. हे स्मृतिस्थान पवित्र समजले जाई. त्या जागेजवळ कुणी जाऊ नये, असा प्रघात होता. बांबूच्या वरच्या टोकाला पांढऱ्या टप्प्याचे कापड लावून तिथे एक निशाण लावलेले होते. त्या जागेच्या पावित्र्याची ती निशाणी होती. त्या स्थानाचे पावित्र्य नष्ट करण्याचा कुणी कधीही प्रयत्न केला नव्हता. तेथील शांतता उल्लेखनीय होती. भोवतालचे उंच ताडवृक्ष व नारळीच्या छायेतून सूर्यकिरणांनाही तिथे सहसा प्रवेश मिळत नसे.

या निवांत ठिकाणाजवळ तुम्ही आलात की, तुमच्या नजरेला एका मुख्याचा पुतळा पडतो. पी-पी च्या कडेवर बसवलेल्या एका होडीच्या सुकाणूजवळ तो बसवलेला आहे. होडी सहा फूट लांबीची आहे. ती लाकडात कोरून तिला सुरेख रंग दिलेला आहे. तिच्या काठावर रंगीबेरंगी शिंपले बसवलेले आहेत. पुतळ्याचे शरीर धातूचे वा कोणत्या पदार्थाचे बनविलेले आहे, ते कळत नाही; कारण त्यावर टप्प्याच्या कापडाचा पोषाख चढविलेला आहे. फक्त त्या पुतळ्याचे हात व चेहरा हेच दोन भाग काय ते उघडे आहेत आणि ते भाग तेवढे लाकडाचे बनविलेले आहेत. त्या पुतळ्याच्या शिरावर पाखरांची पिसे बसविलेली आहेत. हा पिसांचा तुरा वाऱ्याच्या झुळकीबरोबर सारखा डुलत असतो.

त्या ठिकाणी मी प्रथमच गेलो, तेव्हा माझ्याबरोबर कोरीकोरीही होता. त्या पुतळ्याबद्दल सांगताना कोरीकोरी म्हणाला, ''तो मुख्य स्वर्गाच्या वाटेने नौका वल्हवीत नेत आहे. या स्वर्गसाम्राज्यात दुःखाचे नाव नाही. सर्व आबादीआबाद

आहे. तिथे भाकरीच्या फळांना तोटा नाही. नारळ आणि केळी यांचा तुटवडा नाही.''

मी कोरीकोरीची थट्टा करण्याच्या उद्देशाने म्हटले, ''मग तू त्या योद्ध्याबरोबर त्या स्वर्गसुखाचा आस्वाद घेण्यासाठी का बरे जात नाहीस?''

कोरीकोरी वरमला. तो म्हणाला, ''छे! ते आपल्यासारख्याला जमण्यासारखे नाही. आपण टैपी प्रदेशात आहोत, तिथेच बरे आहोत.'' कोरीकोरी मोठा व्यवहारी माणूस होता, यात शंका नाही.

त्या समाधीच्या आसपासच्या भागात जेव्हाजेव्हा मी फिरायला जाई, तेव्हा त्या जागेला भेट दिल्याशिवाय मी कधीही परतत नसे. का कुणास ठाऊक, पण मला ती जागा आवडू लागली होती. त्या पुतळ्याकडे व त्याच्या माथ्यावरील पिसांच्या थरथरणाऱ्या तुऱ्याकडे मी पाहत राही. त्या आदिवासी लोकांच्या दंतकथेत मी रमून जाई. मला वाटे, खरोखरच तो योद्धा स्वर्गाच्या वाटेने जात असावा. या दंतकथेत मला दुसरे काही सत्य दिसत नसले, तरी एक अबाधित सत्य मी त्यातून शोधून काढले होते आणि ते म्हणजे माणूस अज्ञात भवितव्याच्या पडद्याआड डोकावून पाहण्याचा सतत प्रयत्न करीत असतो, हे होय.

टैपी लोकांच्या धार्मिक कल्पना व आचरण यांबाबत मला तशी काही माहिती झाली नव्हती, हे वर सांगितलेच आहे. पण त्यांचे धार्मिक विधी मात्र मला रोज बघायला मिळत. टाबू उपवनातून जाताना, तेथील छोट्याछोट्या मंदिरांत आणि पवित्र घरांत दैवतांपुढे ठेवलेले नैवेद्य आणि तर्पणे मला बघायला मिळायची. नैवेद्य बहुतेक फळांचेच असत. हूला हूला येथे झालेल्या उत्सवाच्या वेळी मात्र या देवळांकडे कुणी फिरकले नाही. त्यांच्या धार्मिक पूजासमारंभात स्त्रिया तर कधीच भाग घेत नसत. त्यांना मज्जावच होता त्यांत.

त्या खोऱ्यात ज्यांना धर्मगुरू म्हणून ओळखण्यात येई, त्यांपैकी एक माझ्या पूर्ण लक्षात आहे. आयुष्याच्या पूर्वार्धात तो गृहस्थ अगदी उमदा दिसत असावा. 'काथवटींचा कळस' उत्सव झाला, त्या वेळी सर्व धर्मगुरूंवर त्याची सत्ता चालत असल्याचे मी पाहिले होते. त्याचे नाव कोलोरी असे होते. कोलोरीमध्ये धर्मगुरू आणि योद्धा या दोहोंचेही गुण एकत्र झाल्यासारखे दिसत होते. त्याच्या हातात एक लांबलचक भाला असे; पण त्या भाल्याच्या दुसऱ्या टोकाला वल्ह्याचा आकार देण्यात आला असून त्यावर अनेक धार्मिक चिन्हे कोरलेली होती. त्याच्या हातात मुद्‌गलासारखे दुसरे एक आयुध असे. त्याला टप्पावस्त्र गुंडाळलेले असे व त्यावर काही आकृती कोरलेल्या होत्या. या आकृती मोआ आर्तुवा देवतेच्या होत्या. आणि या 'मोआ आर्तुवा' देवतेच्या प्रीत्यर्थ एक मजेदार समारंभविधी टैपी प्रदेशात होत असे.

दुपारच्या वामकुक्षीनंतर मेहवी आणि इतर प्रमुख नुकतेच उठून बसले आहेत. सामाजिक स्वरूपाची कामे सगळी उरकली होती. सकाळपासून दोन- तीनदा खाणे-पिणे झाल्यामुळे आता भूकही कुणाला उरली नव्हती. आता झोपून उठल्यानंतर रिकाम्या वेळात करायचे काय, हा प्रश्न त्यांच्यापुढे उभा राहिला. त्यांनी धूम्रपान केले, गप्पासप्पा केल्या; पण वेळ कसा तो संपेच ना! अखेर त्यांच्यातील एकाला नवी कल्पना सुचली. तो 'टी' मंदिराच्या ओट्यावरून उडी मारून बाहेर धावला आणि समोरच्या राईत दिसेनासा झाला. थोड्याच वेळाने तो परत आला. येताना आपल्याबरोबर त्याने कोलोरीला आणले होते. आणि कोलोरीने 'माओ आर्तुवा'चा मुद्‌गल हातातून आणला होता. कोलोरीच्या दुसऱ्या हातात होडीच्या आकाराचे एक पात्र होते. ते दोघेही आत आले. कोलोरी मेहवीच्या समोरच एका चटईवर बसला. प्रमुख मंडळी त्याच्या सभोवार बसली आणि कोलोरीने आपल्या कामास सुरुवात केली.

मोआ आर्तुवाची मूर्ती त्याने खाली ठेवली. नंतर तो हळूहळू गुणगुणून त्या मूर्तीच्या कानात काही सांगू लागला; पण ती मूर्ती काही ऐकेना की बोलेना. मग त्याने ती त्या लाकडी पात्रात ठेवली व आर्जवे करून तो बोलू लागला. माओ आर्तुवा तरीही प्रसन्न होईना, तेव्हा रागारागाने कोलोरी त्या मूर्तीला उद्देशून काही गूढ बोलू लागला. मूर्ती त्याने आपल्या कानाशी धरली आणि त्याचा चेहरा एकदम प्रसन्न झाला. मूर्ती जणू त्याच्या कानात काही गुणगुणू लागली.

कोलोरीच्या कानात त्या मूर्तीने काय सांगितले कोण जाणे! पण तो त्याचा अर्थ त्या प्रमुखांना समजावून सांगू लागला. हळूहळू सभोवतालचे लोक 'मोआ आर्तुवा'ला आपापले प्रश्न विचारू लागले. प्रश्न विचारला गेला की, कोलोरी ती मूर्ती आपल्या कानाशी धरी व त्या प्रश्नाचे उत्तर ऐकून, विचारणाऱ्याला ते बोलून दाखवी. बराच वेळ प्रश्नोत्तरे झाल्यावर मंडळी खूश झाल्यासारखी दिसली. कोलोरीने मूर्ती टप्प्यामध्ये गुंडाळून त्या पात्रात ठेवली व गुडगुडीचे झुरके मारून तो जायला निघाला. मला त्या प्रकारात काहीएक समजले नाही, की कसला बोध झाला नाही. लहान मुला-मुलींचा बाहुलीचा खेळ चालावा, तसा तो सगळा प्रकार मला वाटला.

त्या बेटावरील माझ्या वास्तव्यात रोज असले काही ना काही गूढ आणि धार्मिक प्रकार बघायला मिळायचे. मी ते प्रकार बारकाईने पाहायचो; पण मला त्यांचा काही अर्थबोधच होत नसे. थोडक्यात, टैपी लोक काही विशिष्ट धर्माचे अनुयायी होते व त्या धर्माचे आचरण ते विशिष्ट रीतीने करीत, असे मुळीच नव्हते.

२५

टैपी लोकांच्या धार्मिक आचरणांची व धर्माची जरी मला विशेष माहिती उपलब्ध झाली नाही, तरी तेथील वास्तव्यात माझ्या सर्वसाधारण ज्ञानात भर पडेल, अशी इतर माहिती मला बरीच झाली.

त्या लोकांचे शरीरसौष्ठव व सौंदर्य यांचे मला मोठे आश्चर्य वाटले. शेजारच्या नूकूहेवा प्रदेशातील लोकांपेक्षा टैपी याबाबत खरोखरच श्रेष्ठ होते. इतकेच नव्हे, तर टैपी टैपींमध्येही वर्ण व रंग यांबाबत पुष्कळदा फरक दिसून येत असे. त्यांच्या शरीराचा एकंदर डौल व सौष्ठव मोठे आकर्षक असत. तसा डौल व बांधेसूदपणा इतरत्रही मी कुठे पाहिलेला नव्हता. उत्सवासाठी तिथे जमलेल्या असंख्य लोकांमध्ये शारीरिक व्यंग असलेला एकही माणूस मला आढळला नाही. अर्थातच काही जणांच्या अंगावर लढायांत झालेल्या जखमांचे वण उठावदारपणे मला दिसून आले. क्वचित डोळा, हात, बोटे वगैरेही तुटलेली मला बघायला मिळाली. पण हा प्रकार वगळला, तर दुखण्यामुळे पंगुत्व किंवा शारीरिक विकृती आलेला एकही माणूस त्या गर्दीत मला आढळला नाही. सर्व जण निकोप, निरागस आरोग्याचे व बांधेसूदपणाचे प्रतीकच होते जणू! प्रत्येकाचे शरीर कष्टांमुळे व मेहनतीमुळे इतके बांधेसूद बनलेले असायचे की, जणू एखाद्या शिल्पकाराने दगडात खोदलेल्या मूर्तीप्रमाणे तो रेखीव वाटावा!

या बेटावरील लोक विशेषसा पोशाख वापरीत नसून जवळजवळ अर्धनग्न स्थितीत असतात. तरीही नखशिखान्त पोषाख केलेल्या आमच्या युरोपियन लोकांपेक्षा ते शारीरिक तुलनेत सौष्ठवपूर्ण ठरले असते.

त्या आदिवासींच्या चेहरेपट्टीतील वैशिष्ट्य जे काही प्रमुखपणे जाणवत असेल, ते म्हणजे त्यांच्या दातांची चमक व स्वच्छता होय. आमच्याकडे कादंबरीकार आपल्या नायिकांच्या दातांच्या शोभेचे वर्णन कुंदकळ्या असे करतात. पण मी निश्चितपणे सांगू शकतो की, टैपी जमातीतील कुठल्याही माणसाचे दात या कुंदकळ्यांपेक्षाही जास्त शुभ्र व रेखीव असतात. तेथील म्हाताऱ्यांचेही दात व

दातखिळ्या सुधारलेल्या देशातील तरुणांच्या दातांपेक्षाही अधिक आरोग्यपूर्ण व चमकदार आहेत. त्यांच्या दातांचे हे आरोग्य व शोभा केवळ त्यांच्या अन्नामुळे, नैसर्गिक राहणीमुळे व निरागस आरोग्यामुळेच त्यांना मिळालेली आहे.

टैपींतील पुरुष धडेल उंच असत. सहा फुटांपेक्षा कमी उंचीचा पुरुष तिथे अपवादात्मक मिळायचा. मात्र पुरुषांच्या मानाने स्त्रिया मात्र हमखास ठेंगण्या असत. या उष्ण प्रदेशात स्त्री-पुरुष वयातही लवकर येत. तेरा वर्षांची मुलगी जगातील इतर कुठल्याही देशात अगदी पोर समजलं जाईल; पण टैपी प्रदेशात मात्र या वयात मुलींना मुले होत असतात. आणि सोळा-सतरा वर्षांचे मुलगे एखाद मुलाचे बाप झालेले असत.

टैपी प्रदेशात मी आलो तेव्हा खाडीकाठच्या प्रदेशातील लोकांपेक्षा तेथील लोक पुष्कळच निराळे असलेले मला आढळून आले. खाडीकाठच्या प्रदेशातील पुरुष वर्गाचे शरीरसौष्ठव व चेहरेपट्टी इतकी आकर्षक नसायची. तेथील एखाददुसरी स्त्री वगळली, तर स्त्रिया मात्र बऱ्यापैकी दिसायच्या. खाडीमध्ये नेहमी युरोपियन खलाश्यांचे वास्तव्य व्हायचे, त्यामुळे त्यांचे मिश्रणही त्या लोकांत थोडेफार झालेले दिसायचे. विशेषतः नूकूहेवामध्ये हे मिश्रण बरेच झालेले होते. आणि या संपर्कामुळे सुधारलेल्या देशातील रोगराईचे, विशेषतः गुप्तरोगाचे– मानवतेच्या शापांचे– लोण नूकूहेवापर्यंत येऊन थडकले होते.

या शापांपासून टैपी खोऱ्यातील लोक अजूनतरी मुक्त होते. आणि ईश्वराच्या दयेने पुढेही ते तसेच राहोत. त्यांची सुधारणा होऊन ते या रोगांचे भक्ष्य बनण्यापेक्षा ते रानटी अवस्थेत राहिलेले बरे. सँडविच बेटांवरील लोकांकडे बघा ना तुम्ही. ते सुधारले, त्यांनी ख्रिश्चन धर्माचा अंगीकार केला; पण त्याबरोबरच सुधारलेल्या ख्रिश्चनांचे दुर्गुण, व्यसने व रोगराईंचाही त्यांना अंगीकार करावा लागला.

हप्पार आणि टैपी या दोन आदिवासी जमातींमध्ये अगदी मूलभूत वांशिक भेद आहे. आणि हा वांशिक भेदच त्यांच्या चिरंतन वैमनस्याचे कारण आहे.

टैपी खोऱ्यातील लोकांतही अंगकांती व रंग यांचे अनेक नमुने व भेद बघायला मिळतात. पण त्यांची कारणे शोधून काढणे व सांगणे सहज शक्य नाही. या उत्सवाच्या वेळी तिथे आलेल्या कित्येक तरुणींचा वर्ण जवळ जवळ पूर्ण गोरा होता. किंचित तांबसर रंगाची त्यात झाक मारी इतकेच काय ते! रंगातील हा फरक बहुतांशी अगदी नैसर्गिक होता. सूर्याच्या उन्हापासून पूर्णपणे अलिप्त राहिल्यामुळे आणि एक तऱ्हेच्या उटण्याचा वापर केल्यामुळे हा फरक त्यांच्यामध्ये पडला होता. डोंगराच्या माथ्यावर रुजणारी पापा झाडांची मुळे येथील स्त्रियांना फार प्रिय होती. त्यांच्या उटण्याचा लेप त्या सर्वांगाला लावीत. या उटण्याचा सतत उपयोग केल्यास माणसाची त्वचा उजळत जाते व कांतिपूर्ण

होत असते. या उटण्याचे लेप लावणाऱ्या मुली उन्हात जाण्याचे अजिबात टाळतात. रानात वावरणाऱ्या त्या मुलींना हे कसे शक्य आहे, असे एखाद्याला वाटेल. पण त्यात काही विशेष नाही. त्या खोऱ्यातील काही भाग इतका गर्द झाडीचा आहे की, त्यातून वावरताना सूर्यकिरणांचा कवडसाही अंगाला जाणवत नाही.

पापा मुळांचे उटणे अंगाला तासन् तास चोपडून ठेवावे लागते. त्या रोगणाचा रंग हिरवा गर्द असतो. त्यामुळे ते हिरवे रोगण अंगास चोपडल्यानंतर सर्वांग उघडे असलेल्या त्या मुली एकाद्या फुलझाडाच्या ताटव्यासारख्या दिसतात.

तेथील सर्वच स्त्री-पुरुष अंगाला कसले ना कसले चोपडण हे करीतच असत. स्त्रिया अकर किंवा पापा लावीत आणि पुरुषमंडळी खोबऱ्याचे तेल चोपडीत असत. मेहवी तर आपल्या सर्वांगाला नेहमीच खोबऱ्याचे तेल चोपडीत असे. कधीकधी तर त्याच्या अंगातून सुगंधी तेल बाहेर पाझरत आहे, असा भास होई. अंगाला तेल व उटणी लावण्याच्या त्यांच्या या पद्धतीमुळेच त्यांची त्वचा इतकी तुकतुकीत व मुलायम राहायची.

साधारणपणे तेथील स्त्रियांचा वर्ण फिकट काळसर असे. आणि याच वर्णाची फयावे बेफाम सुंदर दिसे. बऱ्याच स्त्रिया त्यापेक्षा काळ्या होत्या व काही पिवळसर रंगाच्या असत.

मार्किसस बेटाचा प्रथम शोध लावणाऱ्या मेंडाना या प्रवासी खलाश्याने आपल्या प्रवासवर्णनात लिहून ठेवले आहे की, येथील स्त्रिया व पुरुष दिसायला मोठे सुरेख व आकर्षक असून, त्याबाबत त्यांची तुलना दक्षिण युरोपातील लोकांशी करता येईल. मेंडाना याला प्रथम ला माडलेना हे बेट सापडले. हे बेट नूकूहेवा येथून फारसे दूर नाही आणि तेथील लोकही इकडच्या लोकांपेक्षा फारसे निराळे नाहीत.

मेंडानाच्या सफरीची हकिगत लिहिणारा फिग्वेरो याने आपल्या पुस्तकात येथील वर्णन पुढीलप्रमाणे दिले आहे – 'ज्या दिवशी सकाळी जमीन दिसली, त्याच दिवशी स्पॅनियर्ड लोक त्या भूमीवर उतरू शकले. त्यांचे जहाज किनाऱ्याकडे येत असताना, त्या बेटावरील कित्येक लोक होड्यांतून त्यांना सामोरे आले. त्यांत कित्येक स्त्रिया पण होत्या. पण त्या होड्यांतून न येता पोहत येत होत्या. त्या सर्व स्त्रियांचा वर्ण गौर होता. त्यांच्या अंगावर मासे आणि इतर चित्रे गोंदलेली होती. त्यांच्या मागून दोन छोटे छोकरे होडी वल्हवीत आले. त्यांचे चेहरे इतके सुरेख होते की, स्पॅनिश जहाजाच्या मुख्याला वाटले की 'अरेरे, या होतकरू मुलांचे आयुष्य या अज्ञात प्रदेशात विनाकारण वाया जात आहे.'

फिग्वेरोने लिहिलेल्या या हकिगतीला आता दोनशेहून अधिक वर्षांचा काळ लोटून गेला आहे. तरीही ते वर्णन तेथील परिस्थिती पाहता जणूकाही कालच

लिहून ठेवल्यासारखे वाटते. त्या बेटावरील लोक अजूनही त्याच स्थितीत तसेच राहत आहेत. आणि तेथील मुलांच्या तोंडाकडे बघून अजूनही बाहेरच्या लोकांच्या मनात तेच विचार आल्यावाचून राहणार नाहीत.

आपल्या समुद्रसफरीच्या हकिगतींत कूकने मार्किसन लोकांना दक्षिण सागरातील बेटांपैकी सर्वांत देखणे म्हटले आहे. युनायटेड स्टेट्सचा व्हिन्सेस जहाजावरील पाद्री स्टेवर्ट याने 'दक्षिण सागरातील देखावे' या आपल्या पुस्तकात म्हटले आहे की, येथील स्त्रिया अत्यंत सुंदर आहेत. नूकूहेवा येथे पाहिलेल्या सुंदरीची तर मला नंतर कित्येक दिवस आठवण येत असे. अमेरिकन युद्धनौका 'इसेक्स'-वरील मुख्याधिकारी कमोडर डेविड पीटर यांनीही येथील स्त्रियांच्या सौंदर्याची स्तुती केलेली आहे. पॅसिफिक महासागरातील बेटांची सफर करणाऱ्या दर्यावदी लोकांना पोलिनेशियन लोकांसारखे देखणे लोक इतरत्र क्वचितच बघायला मिळाले असतील. त्यांच्याशी तुलनाच करायची, तर ती फक्त ताहीती लोकांचीच करता येईल. हवाई बेटांतील व फिजी बेटांवरील लोक त्यांच्याइतके देखणे व उमदे मुळीच नाहीत. मार्किसस द्वीपसमूहातील लोकांचे वैशिष्ट्य हे की, त्यांची चेहरेपट्टी युरोपियन लोकांच्या चेहरेपट्टीशी मिळतीजुळती असते. एका बाजूने पाहिल्यास त्यांचे चेहरे तर अप्रतिम सुंदर दिसतात. आणि टैपी खोऱ्यात अशा सुंदर चेहरेपट्टीची माणसे मी कितीतरी पाहिली असतील.

कळसाच्या उत्सवाच्या वेळी टैपी लोकांपैकी कित्येकांनी युरोपियन पद्धतीचे कपडे परिधान केलेलेही मी पाहिले. मात्र ते कपडे त्यांनी आपल्या पद्धतीने परिधान केले होते. हे कपडे ते लोक सणाउत्सवांसाठी राखून ठेवीत. पण असले कपडे आणि इतर वस्तू तिथे इतक्या कमी प्रमाणात दिसून येत की, त्या लोकांचा युरोपियनांशी फारच कमी प्रमाणात संबंध येत असावा, हे मी ओळखले.

कपड्यांशिवाय युरोपातून आलेल्या इतर ज्या गोष्टी मी तिथे पाहिल्या, त्या म्हणजे 'टी' मंदिरात ठेवलेल्या सहा बंदुका होत. असलीच आणखी दोन-तीन हत्यारे दुसऱ्या घरातून मी पाहिली होती. याशिवाय बंदुकीची दारू व गोळ्यांनी भरलेल्या पिशव्या व काही फरश्याही मी पाहिल्या होत्या तिथे. या फरश्यांची धार पार बसून गेल्यामुळे त्या साफ निकामी झालेल्या होत्या. कधीकधी ते लोक त्या फरश्या मला दाखवून, त्यांबद्दल तुच्छता प्रकट करीत. पण बंदुका, त्यांची दारू आणि गोळ्या यांच्यावर मात्र त्यांचे आत्यंतिक प्रेम होते. 'टी' मंदिरातील त्या बंदुका खरे म्हटले तर अत्यंत जुनाट व पुराणवस्तुसंग्रहालयात ठेवण्याच्या योग्यतेच्या होत्या. त्यांतील एक बंदूक मेहवीने एकदा माझ्या हाती दिली होती. ती मी दुरुस्त करावी, असे त्याच्या मनात असावे. ती बंदूक अगदी जुन्या तऱ्हेची– ज्यांना टॉवरहील बंदुका म्हणतात त्या तऱ्हेची– होती. आणि वॉलेस, कार्टेरट, कूक

आणि व्हॅनकुवर बेटांवर टाकून दिलेल्या हत्यारांपैकी ती होती. त्या बंदुकीचे बहुतेक भाग पार गंजून गेले होते. अशी गंजून गेलेली बंदूक दुरुस्त करण्यासाठी लागणारी आवश्यक ती हत्यारे मजजवळ नव्हती हे एक; आणि मला बंदूकदुरुस्तीचे कामही तितकेसे अवगत नसल्यामुळे, ते काम मला जमणार नव्हते, हे स्पष्ट होते. पण जेव्हा मी ते मेहवीला सांगितले, तेव्हा तो मजकडे पाहतच राहिला. मी अगदी कमी प्रतीचा गोरा माणूस असावा, असे त्याला वाटले – 'छे या गोऱ्या माणसाला टैपीपेक्षा काहीएक जास्त येत नाही,' असेच तो मनात म्हणाला असावा.

पण ते काम किती कठीण आहे हे अखेर मी त्याला समजावून सांगितले, तेव्हा कुठे त्याने ती बंदूक परत नेली.

त्या उत्सवाच्या वेळी तेथील लोकांच्या अंगचे काही विशेष गुण माझ्या सहज अवलोकनात आले. अगदी साधी वागणूक, मनावर संयम ठेवण्याची धडपड, कामाचा उरक व आवड हे त्यांचे काही शिकण्यासारखे गुण होते. कुणी कुणाशी उद्धटपणे वागला नाही. त्यांचे मुख्य व साधे लोक यांच्या परिवेशात फारच थोडा फरक होता. सगळे मिळूनमिसळून वागत. प्रमुखही आपले हुकूम अगदी सौम्य भाषेत सहज असे सांगत आणि ते पाळण्यासाठी प्रत्येक जण पुढे येई. त्या प्रमुखांची त्या लोकांवर सत्ता कितीशी होती, हे सांगता येत नाही; पण माझ्या तेथील वास्तव्यात मी जी वस्तुस्थिती पाहिली, त्यावरून ही सत्ता विशेष नसावी, असे वाटते.

मार्किसस बेटातील सामाजिक संस्था व रीतिरिवाजसुद्धा ताहीती व हवाई बेटातील रीतिरिवाजांपेक्षा अगदी निराळे होते. या दोन बेटांत राजाचे किंवा प्रमुखाचे अधिकार अगदी एकमेव असत आणि ते अगदी जुलमीपणाने वापरले जात. ताहीतीमध्ये राजाच्या घराच्या आसपासही कुणी परवानगीशिवाय फिरकू शकत नसे. तसे केल्यास त्याला फाशीचीच शिक्षा व्हावयाची. राजाचे अन्न नेले जात असता कुणी बाजूने गेला, तर त्याला त्या अन्नासही मुजरा करावा लागे. न केल्यास त्यालाही मरणाची सजा व्हायची.

सँडविच बेटातील हकिगत तर यापेक्षाही उल्लेखनीय आहे. तेथील राणी काहूमानू भलतीच जाडजूड होती. तिचे वजन चारशे पौंडांपेक्षा नक्कीच कमी नसावे. ती जर कधी रागावली, तर अपराध करणाऱ्या माणसाला ती सहज धरून ओढायची व त्याला आपल्या गुडघ्यांवर आपटून त्याची पाठच मोडून टाकायची. लाहेनालुना येथे मला एक माणूस दाखवण्यात आला होता. त्याच्या पाठीचा कणा राणीसाहेबांनी अशा तऱ्हेने मोडून टाकलेला होता.

टैपींच्या प्रमुखांमधील दर्जा ओळखणे प्रथमप्रथम मला कठीण जाई. कळसाच्या उत्सवापूर्वी स्वतः मेहवीचा दर्जा काय, तेही निश्चित सांगणे मला कठीण होते.

पण त्या उत्सवात त्याने जी महत्त्वाची भूमिका घेतली, त्यावरून त्या खोऱ्यातील तो सर्वश्रेष्ठ पुरुष आहे, याबद्दल माझी खात्री झाली. त्याच्याशी ज्यांचा-ज्यांचा म्हणून काही संबंध येत असे, तो प्रत्येक जण त्याला मानाने मुजरा करी, हे मी पाहिले. पण समुद्राच्या बाजूच्या प्रदेशात जे काही प्रमुख राहत असत, ते मात्र मेहवीशी बरोबरीच्या नात्याने वागत. त्यांचा दर्जा मेहवीच्या बरोबरीचा असावा, हे कळसाच्या उत्सवातच माझ्या निदर्शनास आले.

त्या उत्सवाच्या प्रसंगी तेथील सर्व योद्धे एकत्र जमले होते. आणि त्यांच्यामध्ये मेहवी अधिकाराने पण मोकळेपणाने वावरत असे. मेहवीकडे मी तोपर्यंत एक आतिथ्यशील गृहस्थ व 'टी' मंदिरातील मुख्य धर्माधिकारी याच दृष्टीने पाहत होतो. पण आता मात्र त्याचा दर्जा मुख्य सैन्याधिकाऱ्यासारखा किंवा राजपुरुषासारखा असावा, हे माझ्या लक्षात आले.

त्याचा वैचित्र्यपूर्ण पोशाख, अधिकारपूर्ण वाणी यांमुळे तो सर्वांत उठून दिसे. त्याच्या डोक्यावरील मोरपिसाऱ्याच्या टोपामुळे त्याची उंची इतर सर्वांपेक्षा अधिक वाटे.

मेहवी त्या सर्व प्रमुखांचा प्रमुख होता. टैपी वंशाचा तो मुख्य होता. त्या खोऱ्याचा राजा होता. त्या उत्सवप्रसंगांपर्यंत मी हे कसे ओळखू शकलो नाही, याचे मला आश्चर्य वाटते. पण आता मेहवीचे सर्व गूढ मला पूर्ण उकललेले होते. 'टी' मंदिर हा त्याचा राजवाडा होता आणि मेहवी राजा होता. ते समजून आल्यापासून मला मोठे समाधान वाटले. टैपींच्या त्या राजाने मला प्रथमपासूनच मोठ्या मानाने व आतिथ्याने वागवले होते. यापुढे त्याला राजाला शोभेसा मान द्यायचा व त्याच्याशी लीनतेने वागायचे, असे मी मनाशी ठरवले. कदाचित त्याच्या कृपेमुळेच झाली तर माझी सुटका होईल, हे मी ओळखले.

२६

राजा मेहवी– हो, टैपी खोऱ्यातील त्या सर्वप्रमुख पुरुषाला मी राजा का म्हणू नये? ओहू येथील मिशनरी लोक राजा कम्माहम्माला राजा म्हणून संबोधतात. राजवंशाचे अनेक गुण त्याच्या अंगी चिकटवतात. त्याच्या नावापुढे अनेक पदव्या जोडतात. आता सँडविच बेटातील धर्मोपदेशकांच्या या बाहुल्याला जर राजा म्हणायचे, तर मेहवीसारख्या सुशील, सुदृढ व उदार प्रमुखाला राजा का म्हणू नये बरे? राजा मेहवी! टैपी खोऱ्यात तुझी राजवट चिरंतन चालो!

टैपी लोकांमध्ये विवाह संस्था असावी की कसे, याबद्दल मला शंका होती. त्यांच्यामध्ये विवाहबाह्य पतिपत्नींच्या नात्याला मान्यता असावी, असे मला वाटते. मी राहत होतो त्या घरात, मारहेयो आणि टिनोर यांमध्ये अशा तऱ्हेचे नाते होते, हे हळूहळू माझ्या लक्षात आले. पण त्या घरी एक बावळट दिसणारा दुसरा एक माणूस अधूनमधून येत असे: तो टिनोरशी लघळपणा करीत असे आणि तोही अगदी उघडपणे मारहेयोच्या समोर. मारहेयो पण जणू त्यात काय आहे, या दृष्टीने त्याच्या त्या प्रेमचेष्टांकडे पाहत असे. त्यांच्या या वागणुकीचे मला मोठे आश्चर्य वाटे.

मेहवी आणि इतर प्रमुख मंडळी बहुतेक अविवाहित असावीत, कारण त्यांची बायको-मुले मी कधीच पाहिली नव्हती. आपल्या कौटुंबिक अडीअडचणी किंवा कामांचा उल्लेखही त्यांच्या बोलण्यात कधी येत नसे. मुले म्हणजे सुखी जीवनातील अडगळ आणि बायको (अर्थात लग्नाची) म्हणजे तुम्ही योजलेल्या सगळ्या गोष्टी उलटसुलट करून टाकणारी शक्ती, असेच त्यांचे प्रामाणिक मत असावे. अर्थात त्यांच्यापैकी बहुतेक जण भोवतालच्या कुमारिकांशी प्रेमप्रकरणे जुळवून होते, यात संशय नाही. पण ती प्रकरणे जाहीर होऊ नयेत, अशी ते काळजी घेत. खुद्द मेहवीला मी एका अत्यंत सुस्वरूप पोरीभोवती रुंजी घालताना चार-पाच वेळा पाहिले होते. मारहेयोच्या घराजवळच ती तरुणी एका म्हातारीसह राहत असे. तिला एक मुलगा झालेला होता आणि तो मुलगा दिसायला हुबेहूब मेहवीसारखा

होता. त्या मुलाला मी प्रथम पाहिले, तेव्हा तो चेहरा कुठेतरी पाहिल्याचा मला भास झाला आणि नंतर माझ्या लक्षात आले की, मी पाहिलेला तो चेहरा मेहवीचा होता. त्या मुलाचा बाप मेहवी होता, यात शंकाच उरली नाही माझ्या मनात. पण ती तरुणी– मुनुमा– एकट्या मेहवीवरच अनुरक्त होती, असे नव्हे. त्याच घरात राहणाऱ्या तिच्याच वयाच्या दुसऱ्या एका तरुणावरही ती प्रेम करीत असे. आश्चर्य म्हणजे तिचे ते प्रकरण मेहवीला माहीत नव्हते, असेही नाही. उलट, कधीकधी तर दोघेही जण प्रेमाची भागीदारी एकदमच करीत असलेले दिसत. मेहवीसारख्या बलाढ्य लढवय्याला आपल्या प्रेमात अशी दुसऱ्याने ढवळाढवळ केलेली चालते तरी कशी, याचे मला कोडे वाटे. पण नंतर त्यांच्या नीतिमत्तेचे नियम जेव्हा हळूहळू माझ्या लक्षात येऊ लागले, तेव्हा त्यात काही विशेष आहे, असे मलाही वाटेनासे झाले.

कळसांच्या उत्सवानंतर कोरीकोरीने त्यांच्या या प्रथेबद्दल व लग्नसंस्थेबद्दल काही माहिती सांगितली. त्याने मला काही स्त्रियांच्या अंगावरील गोंदलेल्या भागांकडे विशेष लक्ष देण्यास सुचविले. तेथील स्त्रियांच्या, विशेषतः पंचविशीनंतरच्या स्त्रियांच्या उजव्या हातावर व डाव्या पायांवर गोंदलेले असे. खांद्यावर थोडेसे व ओठांवर एक दोन ठिपके काढलेले असत. बाकीचे सगळे अंग जवळजवळ मोकळे असे. फयावे आणि इतर काही तरुणी यांच्या अंगावर अशा तऱ्हेने गोंदलेले होते. कोरीकोरीच्या सांगण्याप्रमाणे अशा तऱ्हेची गोंदणी म्हणजे विवाह झाल्याची खूण होती.

कोरीकोरीकडून ही माहिती मला मिळाल्यावर मी त्याबाबत फार सावधपणे वागत असे. त्या खुणांवरून लग्न झालेल्या स्त्रिया कुठल्या, हे मी ओळखू लागलो आणि त्यांच्याकडे चुकूनही वाकड्या नजरेने पाहायचे नाही, असे मनातून ठरवून टाकले.

बहुपती व बहुपत्नीकत्वाची चाल या लोकांमध्ये सर्रास चालू आहे. विशेषतः पुरुषसंख्येचे प्रमाण इथे जास्त असल्यामुळे ही बहुपतिकत्वाची चाल इथे मान्य झालेली असावी आणि यामुळेच पुरुष वर्ग आपल्या प्रियकरणीने दुसऱ्या एका किंवा अनेक पुरुषांशी प्रेमसंबंध ठेवले, तरी त्याकडे काणाडोळा करीत असावा. जगातील इतर कुठल्या देशात असा प्रकार घडून आला असता तर? त्या प्रियकरणीच्या डोळ्यांदेखतच प्रियकरांनी एकमेकांचे मुडदे पाडले असते आणि एखाद्याने तर तिच्याच उरात सुरा खुपसला असता.

त्या लोकांत लग्नविधी कसा काय करण्यात येई, याबद्दल मला थोडीशीच माहिती समजली. पण लग्नविधी अगदी साधा असावा, असा माझा तर्क आहे. कदाचित सूतोवाच आणि लागलीच मिलन! आमच्याप्रमाणे टैपी लोक वर्षानुवर्षे

कंटाळा येईपर्यंत प्रेमाराधन नक्कीच करीत नसत. या खोऱ्यात पुरुषांच्या संख्येचे प्रमाण नेहमीच स्त्रियांच्या संख्येच्या प्रमाणापेक्षा अधिक असते. पोलिनेशियातील सर्व बेटांमधून ही स्थिती आहे. सुधारलेल्या देशांतून अगदी याच्या बरोबर विरुद्ध स्थिती आहे. टैपी खोऱ्यात मुलगी वयात येऊ लागली न लागली, तोच त्या घरात राहणारा कुणी तरुण तिचा अनुनय सुरू करतो. तिचे हे पहिले प्रेम परिणत होते न होते, तोच दुसरा एखादा अधिक अनुभवी व वयस्कर माणूस त्या दोघांशी गट्टी करून त्यांना स्वतःच्या घरी राहायला नेतो. आणि ती तिघेही जण अगदी मजेने एकत्र राहतात. आपल्या बायकोच्या दुसऱ्या नवऱ्याला आपल्याजवळ ठेवून घेण्याची ही रीत मोठी विचित्र होय आणि जगात ती इतर कुठे अस्तित्वात असेल, असे मला वाटत नाही. पण असली ही लग्नेसुद्धा मोडत नाहीत, असे नाही. ती पुष्कळदा मोडतात. पण ती मोडली तरी त्यामुळे कुणाच्याही मनात अप्रीती व विषाद निर्माण होत नाही. काडीमोड घेणं तिथे अगदी सोपं आहे. आणि टैपी बाई काडीमोड घेतल्यावरसुद्धा आपल्या घटस्फोटित नवऱ्याशी खेळीमेळीने वागत असते. लग्नाच्या या सोप्या पद्धतीमुळे टैपी प्रदेशात व्यभिचाराचे प्रमाण अत्यंत कमी आहे.

मार्किसस बेटे आणि पॅसिफिकमधील इतर बेटे यांमधील लोकात याबाबत जो फरक आहे तो उल्लेखनीय आहे. ताहीती बेटात विवाह संस्थाच मुळी कुणास ठाऊक नाही. नवरा, बायको, बाप, मुलगा अशी नातीही तिथे अस्तित्वात नाहीत. असल्या अनिर्बंध जीवनामुळे युरोपियनांच्या संघर्षामुळे जेव्हा गुप्त रोगांचा त्या बेटात शिरकाव झाला, तेव्हा रोग इतक्या झपाट्याने तिथे पसरले, की त्यांना आळा घालणे मानवी प्रयत्नांच्या आवाक्याबाहेरचे झाले. १७६८ मध्ये कॅप्टन डी बोगेनविलेच्या जहाजावरील खलाश्यांमुळे या रोगाचा प्रवेश त्या बेटात झाला आणि प्लेगच्या साथीसारखा तो इतक्या झपाट्याने पसरला की, त्यामुळे तेथे हजारो लोक मृत्यू पावले.

लग्न संस्था अस्तित्वात नसतानासुद्धा टैपी प्रदेशातील जननसंख्या कधी पार घटली आहे, असे मात्र होत नाही. जगातील इतर देशांप्रमाणे तिथे लोकसंख्येची बेसुमार वाढ कधीच होत नाही. एकाच घरात मला तिथे कधीही दोन मुले बघायला मिळाली नाहीत. आणि बालसंगोपन व मुलाच्या खस्ता उपसण्याची दगदग तेथील स्त्रियांना कधीही पडत नसे. बाहेर जाताना कुठल्याही बाईच्या कडेखाद्यांवर पोरांचे लेंढार तिथे कधीही दिसत नसे.

पोलिनेशियन बेटांतील लोकसंख्येच्या वाढीचे प्रमाण अत्यल्प आहे. आणि ज्या बेटात देवदयेने युरोपियनांचे पाय लागले नव्हते, तिथे रोगराईचे प्रमाणही अत्यल्प होते. यामुळे त्या बेटातील लोकसंख्या जननाचे प्रमाण कमी असूनही

पिढ्यान् पिढ्या कायम राहत असे. तेथील लोक अत्यंत आळशी असून शेतीभाती अगर इतर कसलीच लागवड करीत नसतानासुद्धा ते जगू शकत, याचे कारण तेथील अत्यंत अल्प जननाचे प्रमाण हेच होते. माझ्या तेथील सबंध वास्तव्यात सहा महिन्यांपेक्षा लहान वयाची दहाबारा मुले काय ती मला बघायला मिळाली आणि मी तिथे असेतोवर फक्त दोनच काय ती नवी मुले उपजली.

लग्न संस्थेचा अभाव हेच ताहीती बेटातील व सँडविच बेटातील लोकसंख्येच्या ऱ्हासाचे कारण सांगता येईल. दरसाल या बेटांवरील लोकांमध्ये नव्यानव्या रोगांचा जो प्रादुर्भाव व प्रसार होई, त्यामुळे त्यांच्यातील मृत्यूचे प्रमाण वाढे व ते भरून काढण्याइतके जन्माचे प्रमाण मोठे नसल्यामुळे त्यांची संख्या रोडावत गेल्यास नवल वाटायला नको. ताहीतीयन व हवाईयन लोकांची संख्या कमीकमी होत जाण्याचे हेच मुख्य कारण आहे.

टैपी खोऱ्यात मला कुठेही स्मशानभूमीची जागा दिसून आली नाही. सुरुवातीस मला वाटले की, मी अगदी मर्यादित जागेतच वावरत असल्यामुळे व दूरवर भटकत जाण्याची मला संधी मिळत नसल्यामुळे अशी एखादी स्मशानभूमी माझ्या नजरेस पडत नसावी. पण मग मला कळले की, स्मशानभूमीचा भयाणपणा व भकासपणा वारंवार नजरेस येऊ नये म्हणून त्यांनी आपली स्मशानभूमी दूरवर डोंगराच्या पायथ्याशी एकांत स्थळी नियोजित केलेली आहे. नूकूहेवा येथे पी-पी सारखे दिसणारे काही उंचवटे मला दफनभूमी म्हणून दाखवण्यात आले होते. त्यांभोवती झाडांची दाट राई असे व भोवती शेकडो निशाणेही लावलेली असत.

मी त्या खोऱ्यात असेतोवर तिथे कुणाचाच मृत्यू न झाल्यामुळे मृतांचा अंत्यसंस्कार ते लोक कसे करीत, ते मला एकदाही बघायला मिळाले नाही. तथापि इतर बेटांतील लोकांप्रमाणेच टैपी लोकही आपल्या मृतांचे संस्कार करीत असावेत, असे वाटते.

एकदा किनारपट्टीतील प्रदेशात एका घरातील एक तरुण मनुष्य सकाळी उजाडण्याच्या सुमारास निवर्तला. तो प्रसंग पाहण्यास जाण्याची मला खास परवानगी देण्यात आली होती. मृत्यू पावलेल्या तरुणाचा देह नव्या पांढऱ्याशुभ्र टप्पावस्त्रात गुंडाळून बाहेर मांडवात ठेवण्यात आला होता. साधारण दोन फूट उंचीचे एक आसन तयार करून तो देह ठेवण्यात आला होता. त्याच्या दोन्ही बाजूंना दोन दुःखित स्त्रिया हातांत पंखे घेऊन त्याला वारा घालीत होत्या. शेजारच्या राहत्या घरात बरेच लोक जमले होते आणि ते खाण्याचे अनेक पदार्थ शिजवून तयार करीत होते. डोकीला टप्पा बांधून आणि अनेकविध दागदागिने घालून दोघे -तिघे गृहस्थ पुढेपुढे वावरत होते. त्या मृत्युसंस्काराची जबाबदारी त्या दोघांवर होती. दुपारी जेवण तयार झाल्यावर मेजवानीस सुरुवात झाली. आणि आम्हास कुणीतरी

सांगितले की, पुढील दोन दिवस ती मेजवानी सारखी चालूच राहील. प्रेताशेजारी बसलेल्या त्या दोन बायांशिवाय इतर सर्व मंडळी जणू मेजवानीत दंग होऊन तो मृत्युप्रसंग विसरण्याचा प्रयत्न करीत होती. जमलेल्या तरुणी आपल्या वस्त्राभरणांचे प्रदर्शन करीत होत्या. म्हातारे मंत्र बडबडत होते. लढवय्ये गुडगुड्या ओढीत गप्पा मारीत होते. आणि तरुण स्त्री-पुरुष खाद्य पदार्थांवर ताव मारीत होते. एकंदरीत, सगळी मंडळी लग्नप्रसंगी खुशीत मजा करीत असावी, असेच त्या जमावाकडे पाहून त्या वेळी कुणालाही वाटले असते.

प्रेते भरून ठेवण्याची कला त्या लोकांना चांगलीच अवगत असावी. त्यांच्या काही प्रमुखांची मृत शरीरे त्यांनी इतक्या सुरेख रीतीने ठेवलेली होती की, कित्येक वर्षे जशीची तशी कायम राहिली होती. टीओर खाडीला मी गेलो असता अशी जतन करून ठेवलेली काही मृत शरीरे मी पाहिली होती. त्यांतील एक फक्त डोक्याचा भाग उघडा ठेवून, बाकी सगळा टप्पावस्त्रात गुंडाळलेला होता. बाकीची मृत शरीरे बांबूच्या ताटीवर झोपवून ठेवलेली होती.

लढायांमध्ये मारलेल्या शत्रूंची डोकी तर हमखास अशी भरून जतन करून ठेवण्यात येत. ती मारून आणणाऱ्या योद्ध्यांच्या घरात ती लटकावून ठेवण्यात येत. ही प्रेते कशी भरून ठेवण्यात येत, ते मात्र मला कळले नाही किंवा बघायला मिळाले नाही.

ते असो. मृतांकडून पुन्हा एकदा तेथील जिवंत समाजाकडे आपण वळून पाहू. कळसाच्या उत्सवात त्या खोऱ्यातील बहुतेक सर्व मंडळी एकत्र जमली होती. आणि तेथे लोटलेल्या त्या गर्दीवरून एकंदर खोऱ्यातील जनसंख्येची मला कल्पना आली. टैपी खोऱ्यात एकूण दोन हजारांची वस्ती असावी, असा मी त्यावरून अंदाज केला. आणि त्या खोऱ्यात तेवढ्या लोकांची गुजराण चांगल्या तऱ्हेने होत असावी. ते खोरे नऊ मैल लांब व साधारण मैल-दीड मैल रुंदीचे असावे. एवढ्या लांबीरुंदीच्या क्षेत्रफळात घरे सगळीकडे विखुरलेली होती. विशेषतः खोऱ्याच्या माथ्याच्या दिशेने ती घरे होती. खेडी अशी नव्हतीच तिथे. राईंच्या सावल्यातून घरे बांधण्यात आलेली होती. तशीच नदीच्या काठाकाठानेही ती बांधलेली होती. खोऱ्यात कसल्याही तऱ्हेचे रस्ते नाहीत. केवळ माणसांच्या वहिवाटीमुळे मळलेल्या पाऊलवाटा तेवढ्या आहेत.

शारीरिक कष्ट म्हणजे काय, ते त्या खोऱ्यातील लोकांना मुळीच ठाऊक नाही. निसर्गाने त्यांच्यासाठी मुबलक भाकरीची झाडे लावून ठेवली होती. आणि केळीच्या झाडांचीही खैरात केली होती. ते निरुद्योगी, आळशी लोक निसर्गाच्या या लयलुटीचा आस्वाद घेत सुखासीनतेने जीवन कंठीत होते.

२७

समाजातील प्रमुखांचा तसा म्हटल्यास लोकांवर विशेष असा काही अधिकार नसे आणि लोकांनी एकमेकांशी वागण्याबाबतही काही ठरावीक असे नियम टैपी खोऱ्यात नव्हते, हे मी मागे सांगितलेच. फक्त स्त्रियांनी 'टी' मंदिराच्या आसपास फिरकू नये, होडीतून जलप्रवास करू नये, असे काही तुरळक नियम होते तेवढेच. समाजविघातक कृत्य केल्याबद्दल तिथे कुणाही माणसाला कधी शिक्षा झाल्याचे माझ्या ऐकिवात नाही. अपराध्यांना शिक्षा करण्यासाठी कोर्टकचेऱ्या नव्हत्या आणि बंदोबस्तासाठी पोलीसव्यवस्था नव्हती. आणि तरीही त्या खोऱ्यातील लोक सुखासमाधानाने नांदत होते. हे लोक निधर्मी, रानटी, नरमांसभक्षक समजले जात आणि तरीही ते इतके शिस्तीने व शांततेने राहत, हे मोठे कौतुकाचे वाटे.

कायद्याने प्रस्थापित केलेली अशी कुणाचीही सत्ता त्यांच्यावर नसतानासुद्धा ते आपले दैनंदिन व्यवहार सचोटीने करीत. आपल्या भावनांना आळा घालीत. हे त्यांना कसे साधे? मला वाटते, त्यांचे जीवन गुंतागुंतीचे, धकाधकीचे नसल्यामुळेच त्यांना हे साध्य झाले होते. अगदी भयाण अंधेऱ्या रात्रीसुद्धा ते घराची दारे सताड उघडी टाकून झोपू शकत. आपली कुणी चोरी करील किंवा खून करील, अशी सुधारलेल्या देशांतील लोकांसारखी त्यांना कधीच भीती नसे. धनदौलतीच्या चोरीची गोष्टच सोडा. त्यांचा एकमेव मित्र असलेलं हत्यार– भाला– तोही ते खुशाल एखाद्या नारळीच्या झाडाला टेकून ठेवीत आणि दूर कुठेतरी मासे पकडीत अगर पाण्यात डुंबत बसत. जेव्हा ते परत त्या ठिकाणी येत, त्या वेळी भाला तिथेच नारळीला टेकून असलेला त्यांना आढळून येई. कुमारिका अत्यंत आवडीने वापरीत असलेला मुशींचा दात! तिथे त्याची किंमत हिरेमाणकांपेक्षाही अधिक समजली जाई. पण तो पाहा, तोही तिथे घरात अगदी समोर टांगून ठेवलेला आहे. दार सताड उघडे आहे आणि पोरगी आपल्या प्रियकराबरोबर नदीवर डुंबत आहे. पण तिचा तो अमोल दागिना चोरून नेण्याची कुणालाही बुद्धी होणार नाही. तेथील सर्व मालमत्ता, जमीन, झाडेझुडे सर्वांच्याच मालकीची होती. सर्वांनीच त्यांचा उपभोग

घ्यावा, त्यासाठी आपसात भांडायचे कशाला, हे त्यांचे जीवनाचे तत्त्वज्ञान असावे!

आज पाहावे तर कोरीकोरी एक मोठीथोरली काठी घेऊन एका झाडावरील फळे काढीत आहे. आपणास हवी तेवढी फळे पाडून तो टोपली भरून घरी घेऊन येतो. दुसऱ्या दिवशी पाहावे तो दुसरा कुणीतरी त्याच झाडाची फळे तोडून नेत आहे. नदीच्या काठाकाठाने केळींची बने अमर्याद आहेत. या बनात पाहावे तेव्हा कित्येक तरुण-तरुणी पिवळ्याधमक केळ्यांवर ताव मारीत असलेले दिसत. केळ्यांचे लोंगर ते बरोबर घेऊन जात, ते निराळेच.

टैपी खोऱ्यातील लोकांमध्ये काहीकाही लोक इतरांपेक्षा अधिक संपन्न असलेले दिसून येतात. उदाहरणच सांगायचे तर मारहेयोचे देता येईल. त्याच्या घराचे आढे मोठमोठाल्या ओझ्यांनी नुसते ओथंबलेले होते. त्याच्या घरातील बैठका जाडजूड नरम चटयांनी आच्छादलेल्या आहेत. बाहेरच्या बाजूला टिनोरने आपली बांबूची कपाटे लावून ठेवली आहेत. त्यांत लाकडी काथवटी व पराती ठेवलेल्या होत्या. आता त्याच्या पलीकडील घरात रुआरुगा राहतो. रुआरुगाच्या घरात इतके खूप सामानसुमान नाही. कपड्यांनी भरलेले बोजे त्याच्या आढ्याला लटकत नाहीत. चटयांचे फक्त दोन जोड आहेत. काथवटी नि परातींची संख्याही त्याच्या घरात फारशी नाही. अर्थातच त्याचे घर आहे ते सुरेखच आहे, यातही शंका नाही. त्याने जर मनात आणले, तर मारहेयोच्या घरासारखे मोठे विस्तृत घर त्याला बांधता येईल. तसेच खूप सामानसुमानही त्याला जमविता येईल. पण ते तो करीत नाही; त्याची तशी महत्त्वाकांक्षाही नाही. टैपी खोऱ्यातील लोकांमध्ये व आमच्यामध्ये जो काही फरक दिसला, तो हा!

टैपी लोकांच्या स्वभावातील आणखी एक वैशिष्ट्य मला जाणवले ते हे की, त्यांच्यातील आपसातील मतैक्य व एकी! कुठल्याही गोष्टीत त्यांचे एकमत व्हायला कधी वेळ लागत नसे. मतामतांचा गलबला तर त्यांना माहीतच नव्हता.

त्या सर्वांचे विचार व आचरण एकसारखे, एकतऱ्हेचे असे. त्यांच्याकडे कुणी वादविवाद संस्था काढली असती, तर ती एका दिवसातच बंद पडली असती. कारण एकाने मांडलेल्या विचारास इतर सर्वांनी लागलीच संमती देऊन टाकली असती. जीवनातील प्रत्येक गोष्ट ते लोक एकजुटीने, एकमताने करीत.

घरे बांधणे, लाकडे तोडणे, ओझी वाहणे अशी शारीरिक कष्टांची कामे स्त्रियांना कधीही करू देण्यात येत नसत. स्त्रियांना ते याबाबत मोठ्या मानाने वागवीत. एखादा समाज आपल्या स्त्रियांना याबाबत कसा वागवतो, यावरच त्या समाजाचा सुसंस्कृतपणा अवलंबून असतो. आणि ती कसोटी लावून पाहिल्यास टैपी पूर्ण सुसंस्कृत लोक होते, असे म्हणायला हरकत नाही.

त्या बेटातील माझ्या सबंध वास्तव्यात मला भांडण असे एकदाही बघायला

मिळाले नाही; मग वैर कसले? त्या सगळ्या टैपींचे मिळून एक प्रचंड कुटुंबच होते जसे काही. त्या कुटुंबाचे सगळे घटक एका प्रेमाच्या दुव्याने बांधलेले होते. पण इतके शांत, सुस्वभावी आणि मैत्रीला जपणारे टैपी, परक्यांकडे, विशेषतः युरोपियनांकडे, मोठ्या वैरभावाने पाहत, याचे मला प्रथम मोठे आश्चर्य वाटे. पण युरोपियनांनी त्या प्रदेशात उतरून केलेले अत्याचार ऐकले, विशेषतः पॉटरने केलेले अत्याचार लक्षात घेतले की, त्याचे आश्चर्य वाटेनासे होते.

या लोकांबद्दल आजवर इतके वेडेवाकडे सांगितले गेले आहे की, त्यांच्या नरमांसभक्षणाच्या पद्धतीबद्दल अजूनही काही लोकांना संशय येत असतो. आणि म्हणूनच मी त्या लोकांबद्दल जवळजवळ स्तुतीतच जमा होईल असे लिहीत असल्याबद्दल अनेकांना आश्चर्य वाटेल. पण खरे म्हणजे मी त्यांची स्तुतीही करीत नाही आणि निंदाही करीत नाही. मला सांगायचे इतकेच की, आजवर त्यांचे जे भेसूर वर्णन करण्यात आलेले आहे, तितके काही ते क्रूर आणि हिंसक नाहीत. लोकप्रिय कादंबऱ्यांतून त्यांचे वर्णन केलेले आहे, ते तर अत्यंत बीभत्स आहे. बुडणाऱ्या जहाजावरील खलाशी कसेबसे पोहून त्या बेटांवर लागतात आणि किनाऱ्यास आसऱ्याला आलेल्या या खलाश्यांना टैपी व इतर लोक कच्चेच्या कच्चे फाडून खातात, ही वर्णने नि अशी माहिती अत्यंत असंभाव्य नाही, असे कोण म्हणेल? पॅसिफिकमधील या बेटांवर काही ठिकाणचे आदिवासी नरमांसभक्षक असतीलही; नाही, असे नव्हे. पण तेवढे एक न्यून सोडले, तर इतर बाबतींत तेच लोक सद्भावनाशील व प्रेमळ आहेत.

२८

टैपी लोकांच्या सामाजिक व सांघिक भावना ज्यांतून प्रमुखपणे प्रत्ययास येत, अशा गोष्टी कितीतरी सांगता येतील. मासेमारीची मोहीम ही त्यांतील एक उल्लेखनीय गोष्ट होती. मी तिथे असताना, त्या खोऱ्यातील तरुण लोक एकत्र जमून तीन-चारदा मासे पकडण्यासाठी गेले होते. पौर्णिमेच्या सुमारास मासेमारीची त्यांची ही मोहीम होई. मासेमारीसाठी एकदा गेले की, ते दोन दिवस परत येत नसत, त्यावरून ते बाहेर दर्यावर मासेमारीसाठी जात असावेत, असा तर्क मी केला. पोलिनेशियन लोक मासेमारीसाठी गळ व गळदोरा यांचा सहसा उपयोग करीत नसत. ते बहुधा सुताची विणलेली जाळी वापरीत असत. नूकूहेवा येथील किनाऱ्यावर ही जाळी वाळत घातलेली असताना मी तपासून पाहिली होती. ती जवळजवळ आमच्या युरोपियन जाळ्यांसारखीच होती आणि तशीच टिकाऊसुद्धा होती.

दक्षिण सागरातील सर्व बेटांवरील लोकांना मासे फार आवडतात. आणि त्यातल्या त्यात टैपी खोऱ्यातील लोकांना तर ते अतिशयच प्रिय आहेत. दर पौर्णिमेच्या उधाणास त्या बेटाच्या आसपास माशांची मोठी झुंबड उडे व त्याच वेळेस खोऱ्यातील बहुतेक सगळे तरुण लोक मासेमारीसाठी जात असत. या दिवसाची वाट ते नेहमी उत्सुकतेने पाहत असत.

मंडळी मासेमारीसाठी गेली की, त्या खोऱ्यात दुसरी कसली बातच उरत नसे आणि मासे मासे याशिवाय दुसरा शब्द कुठे उच्चारला जात नसे. मासेमारीहून मंडळी परत यायच्या वेळेसही ती बातमी बोलताबोलता सर्व खोऱ्यात तेव्हाच पसरे. त्यांचे तारायंत्र अगदी साधेसोपे होते. लोक खडकांवरून व झाडांवरून चढून बसत व मासेमार परतू लागले की, आरोळ्या मारून सर्वांना वर्दी देत. ते येतात असे समजले की, लोक किनाऱ्याकडे पळत जात. काही जण मात्र 'टी' येथेच मागे राहत आणि येणाऱ्या माशांची विल्हेवाट लावण्याच्या तयारीस लागत. पकडलेले मासे पानांच्या टोपल्यांतून किनाऱ्यावर आणले जात व तेथून ती ओझी

बांबूस लटकावून खांद्यांवरून पुढे आणण्यात येत.

अशा एका मासेमारीच्या मोहिमेच्या वेळी मी 'टी' येथे हजर होतो. आणि त्या वेळी तिथे पाहिलेली गंमत मला मोठी मजेची वाटली. माशांची ओझी आल्यानंतर 'टी' मंदिराच्या दारात ती रांगेने लावून ठेवण्यात आली होती. आणलेले मासे बहुतेक लहान होते. बहुधा बांगडा आणि तारळी याच जातीचे ते मासे असावेत. थोडे निराळ्या रंगाचे होते. त्या माशांपैकी साधारण पाव मासे 'टी' मंदिरातील लोकांसाठी राखून ठेवण्यात आले आणि बाकीच्या माशांची लहान- लहान पुडकी तयार करून ती लगोलग खोऱ्यातील निरनिराळ्या भागांत पाठवून देण्यात आली. तिथे पोचल्यावर पुन्हा त्यांतील मासे काढून ते प्रत्येक घरी सारखे-सारखे पाठवून देण्यात आले. माशांची वाटणी सगळीकडे व सारखी झाल्यावाचून कुणीही अगोदर हाती पडले तरी मासे खात नसे. त्यामुळे वाटणी सम प्रमाणात होई व खोऱ्यातील प्रत्येक पुरुष, स्त्री व मूल यांना त्यांच्या वाटणीचा मत्स्याहार बिनचूक मिळे.

मला आठवते, एकदा मासे मारणारे लोक मध्यरात्रीच्या सुमारास किनाऱ्यावर आले. पण अशा भलत्याच वेळी आले तरी तेथील लोकांचा उत्साह काही कमी झाला नव्हता. ते मध्यरात्रीपर्यंत त्यांची वाट पाहत थांबलेच होते. तशा मध्यरात्रीसुद्धा मासे आल्याची वर्दी सगळीकडे पाठवण्यात आली. माडांच्या झावळ्या तोडून त्यांच्या मशाली पेटवण्यात आल्या आणि मशाली घेऊन निरोप्ये राईराईंतून व नारळीच्या बागांतून धावत जाताना दिसू लागले. मशालींच्या लाल धूसर प्रकाशातून धावत जाणारे ते उघडेबोडके निरोप्ये म्हणजे बघण्यासारखे दृश्य होते, यात नवल नाही.

कोरीकोरीने मला त्या वेळी झोपेतून उठवले. अशा मध्यरात्रीच्या वेळी तो मला का उठवीत आहे, हे कळेना. त्याचे 'पीही पेरनी' (मासे आले) हे शब्द जेव्हा मी ऐकले, तेव्हा कुठे तो मला का उठवीत आहे, हे माझ्या लक्षात आले. मला उबदार झोपेतून त्याने तेवढ्यासाठी उठवावे, याचा मला अगदी राग आला. ती बातमी मला, त्याला सकाळीसुद्धा सांगता आली असती की! पण मी राग आवरला आणि बाहेर आलो. आणि जेव्हा त्या निरोप्यांच्या चुडितांची शोभा मी पाहिली, तेव्हा मी खरोखरच खूश झालो.

मारहेयोच्या वाटणीचे मासे हाती पडले, तशी रातोरात मेजवानीची तयारी सुरू झाली. पोईपोईची भांडी तयार झाली. भाकरीची फळे भाजण्यात आली. अमारचे चौत कापण्यात आले. भोजनाच्या वेळी असंख्य वाती लावण्यात आल्या. त्या प्रकाशज्योती हातात धरून कित्येक मुली जेवणाऱ्यांना उजेड दाखवीत उभ्या राहिल्या. मध्यरात्रीपासून पाहाटेपर्यंत मेजवानीची दंगल उडून राहिली होती.

या मेजवानीच्या निमित्ताने मला टैपी लोकांची मासे खाण्याची एक प्रथा

बघायला मिळाली. आपण लोक जसे एखादे गाजर कच्चेच्या कच्चे खावे, तसे ते लोक मासे उचलून कच्चेच खात. माशांचे खवले, काटे, कानशिले, पोटगळ काहीही साफ न करता ते खात असत. माशाचे शेपूट पकडून ते उभा धरीत व त्याला डोक्याकडून चावून खायला सुरुवात करीत. बाप रे! मी त्यांना तसे मासे खाताना पाहिल्यावर मलातर शिसारीच आली.

कच्चा मासा आणि तोही साफ न करता? मासे तसे कुठे खाल्ले जात असतील, अशी मला कल्पनाही नव्हती. आणि बाप रे! फयावेसारख्या माझ्या आवडत्या सुंदरीने, तसे मासे खाल्लेले पाहिल्यावर तर मी चक्करलोच. पण हळूहळू सगळ्यांनाच तसे कच्चे मासे खाताना पाहिल्यावर मला सुरुवातीला वाटलेली किळस कमी झाली. त्यातल्या त्यात फयावे त्यांतील अगदी निवडक छोटे बोटाएवढे मासे टिपून घेऊन खाताना पाहिल्यावर किंचित बरे वाटले.

टैपींतील माझ्या वास्तव्यात माझी राहणी त्यांच्याप्रमाणे ठेवण्यासाठी मी शिकस्तीचे प्रयत्न करीत होतो. ते ज्या तऱ्हेने पोईपोई खात, त्याच तऱ्हेने मी ती खात असे. मी त्यांच्या पद्धतीचे साधे कपडे घालू लागलो होतो. त्यांच्या सार्वजनिक बैठकीवर मी झोपत असे. आता मासे खाण्याचा जेव्हा प्रसंग आला, तेव्हा ते त्यांच्याच पद्धतीने खाणे म्हणजे मोठा पेचप्रसंगच होता. तथापि फयावेचे अनुकरण करून मी प्रथम लहान मासे उचलून चावून खाऊ लागलो. हळूहळू ते खाणे इतके काही किळसवाणे नाही, हे मला आढळून आले. आणि मग मी ते अगदी आवडीने खाऊ लागलो. मात्र ते खाण्यापूर्वी मी माझ्या चाकूने ते कापून आतील घाणघूण काढून टाकून खाऊ लागलो आणि फयावेलाही माझी ती पद्धत एकदम पसंत पडली!

२९

टैपी खोऱ्यातील निसर्गाबद्दल व प्राणिजीवनाबद्दल इथे थोडेफार सांगणे सयुक्तिक होईल.

प्राण्यांबद्दल सांगायचे, तर प्रथम कुत्र्यांबद्दल बोलले पाहिजे. टैपी खोऱ्यात हे कुत्रे आले कुठून? मोठाले, केस नसलेले, गुळगुळीत पाठीचे आणि भकास चेहऱ्याचे ते कुत्रे कुठून आले असावेत, हा प्रश्न मला नेहमी जाणवे. ते मूळचे या खोऱ्यातील नव्हते, हे तर नक्कीच. ते कुत्रे माणसांच्या वाऱ्यालाही सहसा राहत नसत. कुठेतरी एखाद्या अंधाऱ्या कोपऱ्यात बसून लपून राहत. नेहमी खरजेने कुजलेले, कातावलेले ते कुत्रे नुसते बघणेही किळसवाणे वाटे. मला तर वाटे, त्यांतील एकूण एक कुत्रा मारून टाकावा. मी एकदा मेहवीला तसे सुचवलेसुद्धा; पण त्या दयाळू माणसाला ते रुचले नाही. त्याने माझे म्हणणे शांतपणे ऐकून घेतले पण शेवटी तो म्हणाला, ''छे छे! तसे करणे हिताचे होणार नाही.''

एकदा दुपारी मी घरात झोपलो होतो. बाकीची सर्व माणसे गाढ झोपी गेली होती. झोपेतून अचानक जागा होऊन मी डोळे किलकिले करून दाराकडे पाहिले, तो दारात एका मांजराचे दोन चमकणारे डोळे मला दिसून आले. ते मांजर तिथे दारात बसलेले होते आणि आपल्या निळसर हिरवट डोळ्यांनी ते मजकडे रोखून पाहत होते. मला साधारणपणे मांजरांचा तिटकाराच आहे. त्यामुळे अचानक ते मांजर तिथे बसलेले पाहताच मला आश्चर्याचा झटका बसला. मी त्याच्याकडे टवकारून पाहू लागलो. मी त्याच्याकडे बघत आहे, हे त्या मांजराच्या लक्षात आले असावे असे वाटते, कारण ते लागलीच उठून पळत सुटले आणि मी पण ते कुठे जाते ते पाहण्यासाठी त्याच्या मागे धावत गेलो. ते कुठे नाहीसे झाले, त्याचे त्याला ठाऊक! त्या खोऱ्यात मी पाहिलेले ते पहिले आणि शेवटचेच मांजर होय. माझ्या मते, जहाजावरून निसटून आलेले ते मांजर असावे. टैपी लोकांकडून त्या मांजराबद्दल जास्त माहिती मिळवणे शक्यच नव्हते. त्यांनी ते जनावर पाहिलेच नव्हते, त्या मांजराचे गूढ मला अजूनही उकललेले नाही.

टैपी बेटांमध्ये इतर जनावरे अगदी थोडी आहेत. पिवळ्या सोनेरी रंगाचा सरडा एकदा मी पाहिला होता. त्याचा आकार ठाकठीक होता व तो साधारण पाच इंच लांब होता. घराघरांच्या झापांवर हे प्राणी सूर्याच्या कोवळ्या उन्हात उबारा घेत बसलेले दिसायचे. नारळीच्या शेंड्यांतून व गवताच्या पात्यांतूनही हे सरडे सारखे धावत असायचे. ते अगदी माणसाळल्यासारखे वागत. माणसांची त्यांना भीतीच वाटत नसे. मी दुपारी एखाद्या सावलीच्या जागी जाऊन बसलो की, हे प्राणी माझ्याभोवती जमायचे.

येथील पाखरेसुद्धा अगदी गरीब व माणसाळलेली दिसत. एखादे पाखरू झाडावर बसलेले असले आणि तिथे हात पोचण्यासारखा असला, तर खुशाल त्या पाखराला पकडावे. ते उडून जात नाही. उलट, हात त्याच्या अंगाला लागेपर्यंत तुम्ही काय करीत आहात, ते पाहत ते खुशाल तिथेच बसून राहते. पुष्कळ वेळा ही पाखरे माणसांच्या खांद्यांवर अगर पुढे केलेल्या हातावरही येऊन बसत. माणसांच्या दयाळूपणावर त्यांची श्रद्धा असावी.

दक्षिण सागरातील या बेटांवर युरोपियन लोकांनी ज्या अनेक आपत्ती आणून सोडल्या, त्यांतील एक भयंकर आपत्ती म्हणजे डास होत. सँडविच व इतर दोन-तीन बेटे यांवर तर डासांची आता सार्वभौम सत्ताच चालते आहे. दिवसभर त्यांची गुणगुण यंत्रासारखी चालते व ते लोकांना नामोहरम करून सोडतात. डासांच्या तडाख्यातून अजून टैपी प्रदेश मात्र मुक्त राहिलेला आहे. पण त्याऐवजी इथे एका जातीच्या लहान माश्या सर्वत्र उपद्रव करीत असतात. त्या नाकातोंडातून शिरतात आणि टाळ्यास चिकटून राहतात. आणि मग त्या माणसाची जी काय अवस्था होते, त्याचे वर्णन करणे कठीणच! माझी या माश्यांनी अनेकदा त्रेधातिरपीट उडवलेली आहे.

या बेटांवर कुठल्याही जातीचे हिंस्र पशू नाहीत. इतर जंगली जनावरेही नाहीत. ते दूरवर पसरलेले डोंगर नि सगळी अरण्ये प्राण्यांच्या वास्तव्याशिवाय नुसती भकास आहेत. वाघ-सिंहांच्या डरकाळ्या या रानात तुम्हाला कधीही ऐकू येणार नाहीत. त्या खोऱ्यात विषारी साप नाहीत, की कसलेच साप तिथे आढळून येत नाहीत.

शिळोप्याच्या वेळी आपण जसे हवापाण्याच्या गप्पा करतो, तशा गप्पा करण्याचा प्रसंग मार्किसस द्वीपातील लोकांना कधी येतच नाही; कारण तेथील हवामानात तसा काही विशेष फरक कधी होतच नसतो. पावसाळ्यात पावसाच्या जोरदार सरी येतात हे खरे; पण त्या थांबूनथांबून येतात. आणि त्या थांबल्यानंतर हवा जास्तच आल्हाददायक वाटू लागते. कुणाला कधी बाहेर जायचे असेल, तर हवापाण्याचा त्याला कधी विचारच करावा लागत नाही. हवा चांगलीच असणार,

ही खात्री असते त्याची. अधूनमधून येणारा पाऊस सोडला, तर या बेटांवर सबंध वर्षभर ग्रीष्म ऋतूचाच अंमल असतो.

अशा उत्कृष्ट हवापाण्यामुळे येथे नारळीची झाडे चांगली जोपासली व फोफावली जातात. जमिनीपासून सुमारे शंभर फूट उंचीवर जोपासले जाणारे हे फळ म्हणजे त्या लोकांना जीवनदायी अमृतच होय. येथील लोक माडांवर चढण्यात मोठे पटाईत असतात. अगदी असामान्य उंचीच्या व वाकड्यातिकड्या माडांवरही ते ज्या कौशल्याने उभेच्या उभे चढत जातात, ते त्यांचे कौशल्य पाहून आश्चर्य वाटल्यावाचून राहत नाही.

३०

एकदा कोरीकोरीबरोबर फिरावयास गेलो असता, एके ठिकाणी झुडपात मला निराळाच विचित्र आवाज ऐकू आला. त्या झुडपात शिरताच अंगावर गोंदण्याचे काम कसे करतात हे मला बघायला मिळाले. एक माणूस जमिनीवर अगदी उपडा झोपला होता. त्याच्या चेहऱ्यावर दुःखाचे भाव दिसत नसले, तरी गोंदताना त्याला विलक्षण त्रास होत असावा, हे स्पष्ट दिसून येत होते. गोंदणारा मनुष्य त्याच्या पाठीवर ओणवा होता व एखाद्या पाथरवटाने छिन्नी-हातोडा घेऊन दगडात खोदकाम करावे, तसे त्याच्या पाठीवर काम करीत होता. त्याच्या एका हातात एक लाकडाची दांडी होती. त्या दांडीला खालच्या बाजूस मुशी माशाचा टोकदार बळकट दात बसवलेला होता. त्या हत्यारावर दुसऱ्या हातातील लाकडी हातोड्याने हळूहळू ठोके मारीत तो मनुष्य त्याच्या कातडीवर काही आकृती काढीत होता. त्या हत्याराचे टोक तो मधूनमधून शेजारी ठेवलेल्या करवंटीतील रंगीत शाईत बुडवी व पुन्हा गोंदणे सुरू करी. काही वनस्पतींच्या रसापासून हे रंग बनविण्यात येत असत. त्या गोंदकाम करणाऱ्या माणसाच्या समोर टप्पा कापडाच्या तुकड्यावर हाडे व लाकडे यांपासून बनविलेली आणखी काही हत्यारे ठेवलेली होती. त्यांतील काहींना एक टोक होते, तर काहींना दोन. या निरनिराळ्या हत्यारांच्या साहाय्याने तो माणूस निरनिराळ्या आकृती काढू शकत असे.

गोंदकाम करणारा तो मनुष्य या वेळी नव्या आकृती काढीत नव्हता. त्या माणसाच्या पाठीवरील जुन्या आकृत्या, ज्या आता अगदी पुसट व फिक्कट होत चालल्या होत्या, त्या तो पुन्हा नवे रंग भरून दुरुस्त करीत होता. तो आपल्या कामात इतका गुंग होऊन गेला होता की, आम्ही तिथे केव्हा आलो, हेसुद्धा त्याला समजले नाही. आणि तो कसे काम करतो हे बराच वेळ पाहिल्यानंतर मीच त्याचे लक्ष मजकडे वेधून घेतले.

आमच्याकडे त्याचे लक्ष जाताच माझे सगळे अंग अगदी निर्लेप, कोरे आहे,

हे त्याने पाहिले आणि मलासुद्धा माझ्या पाठीवर, छातीवर चित्रे गोंदून घ्यायची आहेत, अशी त्याची कल्पना झाली. त्याला मनापासून आनंद झाला. त्याने माझा हात धरला व आपले काम सुरू करण्याची तयारी दाखवली; पण जेव्हा मी त्याला सांगितले की, 'छे! मला माझ्या अंगावर गोंदून घ्यायचे नाही', तेव्हा त्याचा विरस झाला. पण तो निराश मात्र झाला नाही. त्याने एक-दोन हत्यारे उचलली व माझ्या चेहऱ्यासमोर ती परजीत, माझा चेहरा चित्रे काढल्यामुळे किती आकर्षक व सुंदर दिसेल, याचे वर्णन करू लागला.

मला कायमचा बेढब व भेसूर बनवून टाकण्याचा त्याचा बेत पाहून मी पुरा गांगरलोच. तिथून निसटून जावे म्हणून मी पाय काढण्याचा विचार केला, तो कोरीकोरीच मला आडवा आला. कोरीकोरी मला अंगावर गोंदून घेण्याची विनंती करू लागला.

माझ्या पांढऱ्या गोऱ्या कातडीवर आपले काळे जर्द गोंदकाम करण्याची संधी हुकणार की काय, अशी त्या गोंदणाऱ्याला भीती पडली असावी. तो आपली हत्यारे घेऊन माझ्या अगदी अंगास भिडला. मी संथ उभा राहिलो. त्याने आपल्या दोन्ही हातांत दोन शस्त्रे घेतली व माझ्या चेहऱ्यावर आडव्या रेषा मारण्यासाठी त्याने आपले हात वर केले. त्याच्या त्या आविर्भावाबरोबर माझे अंग शहारले. भीतीने वेडा होऊन मी मागे सरकलो आणि वाट फुटेल तिकडे वेडावाकडा पळत सुटलो. माझ्या मागे तो जंगलाचा चित्रकार आपल्या क्रूर हत्यारांसह धावून आला. मी तसा चपळ होतो म्हणून त्याच्या हाती लागलो नाही. त्या वेळी कोरीकोरीनेच पुन्हा मध्यस्थी केली आणि त्या कलावंतांच्या हातून माझी सुटका झाली.

त्या गोष्टीमुळे माझे डोळे पूर्ण उघडले. आपल्यावर कसले संकट कोसळू पाहत आहे, याची मला पूर्ण कल्पना आली. मला भीती वाटू लागली की, कधी ना कधी झोपेतसुद्धा ते लोक मला गोंदून विद्रूप करून टाकतील की काय, ही भीती माझ्या मनात कायम घर करू लागली. तसे जर त्यांनी केले, तर मग मला परत स्वदेशी जायलाच नको.

त्या जंगली कलाकाराच्या हातातून मी त्या वेळी निसटलो म्हणून काही तो हताश झाला नाही. त्याने– त्याचे नाव कार्की होते– मेहवीच्या कानांवर त्या दिवसाची हकिगत घातली आणि मग मेहवीनेही मला अंगावर गोंदून घेण्याबद्दल लकडा लावला. मी त्याला दर वेळी 'होय, होय, गोंदतो, गोंदून घेतो,' असे वचन देई. हळूहळू त्या खोऱ्यातील सगळीच माणसे मला गोंदून घेण्याबद्दल आग्रह करू लागली. आणि त्या त्रासामुळे मला पूर्वीसारखे बाहेर पडणेही मुश्कील होऊ लागले. माझ्या मनातील शांतिसमाधान नाहीसे झाले. झोप लागेनाशी झाली.

त्या लोकाच्या तडाख्यातून निसटून पळून जाण्याचे विचार पुन्हा माझ्या मनात उफाळून येऊ लागले. मला गोंदण्याचे कारण एकच होते आणि ते म्हणजे माझे धर्मांतर. मी जेथवर गोंदून घेत नाही तोवर मी त्यांच्या धर्माचा स्वीकार केला असे होत नाही, हे त्यांचे प्रामाणिक मत होते.

३१

टैपींची भाषा शिकायला व समजायला बरीच कठीण आहे. इतर पोलिनेशियन भाषांशी तिचे साधर्म्य आहे व त्या सगळ्या भाषा मूळ एका कुठल्यातरी भाषेतून निर्माण झालेल्या आहेत, हे खरे. लूमी लूमी, पोई पोई, मूई मूई अशी त्याच शब्दांची पुनरावृत्ती हे त्यांच्या भाषेचे एक वैशिष्ट्य असे. बुचकळ्यात टाकणारे त्यांच्या भाषेचे दुसरे एक वैशिष्ट्य म्हणजे एकच शब्द अनेक अर्थांनी वापरण्याची पद्धत होय. एखाद्या मध्यम वर्गातील कुटुंबातील एकच नोकर जसा कपडे धुणे, भांडी घासणे, केर काढणे, बाजारहाट करणे, मुले सांभाळणे वगैरे अनेक कामे करीत असतो, त्याचप्रमाणे टैपी भाषेतील एकच छोटासा शब्द किंवा क्रियापद अनेक अर्थांने वापरता येते. शब्द एकच पण त्याचे अर्थ अनेक होऊ शकतात. फक्त निराळ्या वेळी निराळ्या अर्थाने वापरताना चेहऱ्यावरील भाव मात्र बदलायचे असतात.

त्यांच्या भाषेप्रमाणेच त्यांच्या रीतिभातीही अत्यंत चमत्कारिक व समजायला कठीण अशा आहेत. कधीकधी मला त्यांचे मोठे आश्चर्य वाटे. मारहेयोच्या घरचे लोक रोज रात्री झोपी जाण्यापूर्वी एकत्र जमत. मांड्या घालून गोल बसत आणि अत्यंत हलक्या आवाजात काही स्तोत्रे गुणगुणू लागत. त्यांच्या प्रत्येकाच्या हातात दोनदोन काटक्या असत आणि त्या एकमेकांवर आपटून ती मंडळी मंत्र म्हणताना ताल धरीत असत. अशा तऱ्हेने ती मंडळी रोज तास-दोन तास भजन करीत. मला त्यांच्या त्या भजनाचा हेतू काय, ते कधीच कळले नाही. ते वेळ घालविण्याचे साधन होते की काही धार्मिक विधी होता; की कौटुंबिक सामुदायिक प्रार्थना होती, काही कळेना. या भजनाच्या वेळचे त्यांचे आवाज मोठे विचित्र असत. मी ते जर दुरून ऐकले असते, तर ते माणसांचेच आवाज आहेत, यावर माझा विश्वास बसला नसता.

एकदा कोरीकोरी आणि मी फिरायला गेलो असता वाटेत नदीवर एका खडकावर एक स्त्री बसलेली मला दिसून आली. ती काय करते आहे ते पाहावे

म्हणून मी तिच्याकडे पाहत राहिलो. ती पाण्यात काहीतरी सोडी व सोडलेला पदार्थ वर आला की, जवळ घेऊन पुन्हा पाण्यात सोडी. तिचा कसला खेळ चालला आहे ते जवळून पाहण्यासाठी मी पाण्यातून आवाज न होऊ देता तिच्या अगदी जवळ गेलो. आणि जेव्हा मी ते दृश्य पाहिले तेव्हा माझे काळीज अगदी चर्र झाले. तिच्या हातात नऊ-दहा महिन्यांचे एक मूल होते. आणि त्या मुलालाच ती पाण्यात खालवर बुचकळीत होती. पाण्यात सोडले की, ते मूल धडपडे व वर येई आणि वर आले की, ती बाई त्याला उचलून पोटाशी धरी. त्याच्या नाकातोंडात गेलेले पाणी चुंबडी मारून बाहेर काढून टाकी व पुन्हा त्याला पाण्यात सोडी. मूल धडपडून पुन्हा वर येई आणि त्या कातळाला पकडण्याचा प्रयत्न करी. मुलांना अगदी लहानपणापासूनच पाण्यात तरंगण्याची व पोहण्याची सवय व्हावी म्हणून टैपी आया अशा रीतीने त्यांना पाण्याची सवय करतात आणि पाण्याबद्दलची त्यांची भीती घालवून टाकतात. टैपी लोक पाण्यात उतरल्यावर एखाद्या बेडकापेक्षाही अधिक सुलभतेने व सराईतपणे पोहू शकतात, त्याचे हे मूळ आहे.

३२

कलाकार कार्की याची भेट झाल्या दिवसापासून माझ्या मनातील स्वास्थ्य पार नाहीसे झाले होते. ज्या दिवशी मला एखाद्याने हटकले नाही आणि गोंदून घेण्याची विनंती केली नाही, असा दिवसच कधी आला नाही तेव्हापासून. ते लोक आपली इच्छा माझ्यावर सक्तीने लादल्यावाचून राहणार नाहीत, हे मी ओळखून चुकलो. तरीही माझ्याबाबतची त्यांची वागणूक अजूनही आपुलकीची व सहानुभूतिपूर्ण होती. फयावे अजूनही प्रेमाने वागे. कोरीकोरी तशीच सेवा करी. आणि राजा मेहवीसुद्धा अजून पूर्वीच्याच दयार्द्रतेने वागे. आता त्यांच्या खोऱ्यात येऊन राहिल्याला मला साधारणपणे तीन महिने होऊन गेले असावेत. अजूनही मला ठरल्या ठिकाणाबाहेर फिरता येत नसे. मोकळेपणाने कुणाशीही बोलता येत नव्हते. माझ्या दुःखाची ज्याला कल्पना येईल, असा कुणीही तिथे नव्हता. टॉबी माझ्याबरोबर असता तर हे बंदी जीवन मला थोडेतरी सुसह्य झाले असते. तथापि मनातील सारे दुःख गिळून मी शक्यतो आनंदी वृत्तीने राही. निसटण्याची माझी इच्छा मी कधीही बोलून दाखवीत नसे. त्यामुळे माझा तो बेत एकदम निष्फळ होणार, हे मी जाणून होतो.

तेवढ्यातच माझ्या पायाचे दुखणे पुन्हा सुरू झाले आणि आता तर त्याचा जोर पहिल्यापेक्षाही अधिक जाणवत होता आणि अधिक चांगली वैद्यकीय मदत मिळाल्यावाचून पायाचे ते दुखणे बरे होईलसे वाटेना. पलीकडच्या खोऱ्यात नूकूहेवा येथे ही मदत मिळण्यासारखी होती; पण तिथे जाणे आतातर मला अगदी अशक्यच झाले असते. माझ्या या दुबळ्या अवस्थेचा फायदा घेऊन ते जंगली लोक आपला हेका कदाचित पूर्ण करतील आणि माझा चेहरा विद्रूप करून सोडतील, अशी मला भीती वाटू लागली.

मारहेयोच्या घराच्या आढ्याला तीन मोठी गाठोडी टांगून ठेवलेली होती, हे मी पूर्वी सांगितलेच आहे. यांतील एक-दोन गाठोडी पुष्कळ वेळा खाली काढण्यात येत व आतील वस्तू तपासण्यात येत. या गाठोड्यांशिवाय माझ्या डोक्यावरच दुसरी तीन गाठोडी होती. ती मात्र कधी खाली उतरवण्यात येत नसत. त्या

गाठोड्यांत काय आहे, ते मला कधीच कळले नव्हते. कोरीकोरीला मी कित्येकदा त्यात काय आहे म्हणून विचारले होते; पण कोरीकोरी इतर कुठलीही गोष्ट मला सांगत असला, तरी त्या गाठोड्यात काय आहे, ते मात्र त्याने मला कधीही सांगितल्याचे आठवत नाही.

एके दिवशी 'टी' मंदिरातून मी अनपेक्षितपणे लवकर परत आलो. मी घरात आलो तो तेथील मंडळींची एकच धांदल उडालेली मला दिसली. ते चटईवर एकत्र जमून बसले होते आणि वर म्हटलेली ती तीन गाठोडी त्यांनी खाली काढली होती. मी येताच त्यांची जी धांदल उडाली, त्यावरूनच मला त्या लोकांचा संशय आला. उत्सुकता अनावर होऊन त्यात काय आहे ते पाहण्यासाठी मी पुढे घुसलो. मारहेयो व कोरीकोरी यांनी मला अडवण्याचा प्रयत्न केला; पण त्यांना न जुमानता मी पुढे झालोच. त्या लोकांनी झटकन ती गाठोडी गुंडाळण्याचा प्रयत्न केला, पण तरीही बांधताबांधता माणसांची तीन मुंडकी त्या गाठोड्यांत बांधलेली मला दिसून आली.

त्या तीन डोक्यांपैकी एक मी अगदी स्पष्ट पाहिले. ते अजून चांगल्या स्थितीत होते. धूर दाखवून टिकवून ठेवल्यामुळे ती मुंडकी धुरकटलेली दिसत होती. पण सुकलेली व कडक झालेलीही ती दिसली. त्यांचे गाल बसलेले होते व पांढरे दात चमकत असल्यामुळे ती मुंडकी अगदी भेसूर भासली. त्यांच्या डोळ्यांत चकचकीत शिंपले बसवून मधे एक काळा ठिपका देण्यात आला होता.

त्या तीन मुंडक्यांपैकी दोन तेथीलच लोकांची होती. पण तिसरे, ते मात्र गोऱ्या माणसाचे होते. ती मुंडकी जरी झटकन गुंडाळून माझ्या नजरेआड करण्याचा त्यांनी प्रयत्न केला, तरी तो फरक माझ्या नजरेतून निसटला नाही. आणि बाप रे! त्याबरोबर माझ्या डोक्यात केवढे भयंकर काहूर उठले. गाठोड्यांचे हे गूढ उकलताच आणखी एक गोष्टीचे गूढ उकलल्यासारखे मला वाटले. आणि माझ्या हरवलेल्या मित्राचे– टॉबीचे– पुढे काय झाले, याचे गूढ कळून येऊन मी विषण्ण होऊन गेलो. ते गाठोडे पुन्हा सोडून खात्री करून घ्यावी, असे मला क्षणभर वाटले; तेवढ्यात ती गाठोडी वर ओढून त्यांनी आढ्यास टांगून ठेवली. सर्व मंडळी माझ्याभोवती जमली व ती डोकी लढाईत मारून आणलेली शत्रूंची डोकी आहेत, अशी माझी खात्री करू लागली. बऱ्याच वेळानंतर माझ्या लक्षात आले की, ती गाठोडी त्या जागी पूर्वीपासून– अगदी टॉबी निघून जाण्यापूर्वीपासूनच– तिथे टांगलेली आहेत, तेव्हा कुठे माझा जीव भांड्यात पडला. मला वाटलेले मुंडके टॉबीचे नाही, अशी माझी खात्री पटली.

टॉबीच्या बाबत माझे शंकानिरसन झाले, तरी माझ्या मनातील शंका नि भीती मात्र कमी झाली नाही. त्या गोऱ्या माणसाचे मुंडके पाहून त्याच्या बाकीच्या

शरीराचे काय झाले असेल, या कल्पनेने माझे अंग शहारून आले. माझीसुद्धा स्थिती अखेर तशीच होणार, यात काही शंका उरली नाही. माझ्या शरीरावर हे जंगली लोक ताव मारणार व माझे मुंडके असे जपून ठेवणार! पण माझ्या मनातील हे विचार व भीति त्यांच्या नजरेस येणार नाही, याबद्दल मात्र मी काळजी घेत होतो.

या गोष्टीनंतर साधारण एका आठवड्याने मी 'टी' मंदिरात गेलो असताना, पुन्हा एकदा लढाईची हाक कानांवर आली. आणि प्रत्येक जण हत्यार उचलून, हल्ला करणाऱ्या हप्पार लोकांवर चालून गेला. पुन्हा एकदा मागच्या लढाईचीच पुनरावृत्ती झाली. फक्त या वेळी मी बंदुकांचे पंधरा आवाज ऐकले, एवढाच काय तो फरक. गोळीबाराच्या आवाजानंतर सुमारे तासा-दीड तासाने मोठमोठ्याने बोलल्याचा आवाज कानांवर येऊ लागला आणि त्यावरून विजयी वीर परत येत आहेत, हे आम्ही ओळखले. पी-पीच्या कठड्यावर रेलून मी आणि कोरीकोरी उभे होतो. इतक्यात बेभान झालेले ते लढवय्ये समोरच्या राईतून जयघोष करीत पुढे आले. त्यांच्यामध्ये चार-चार जणांची एक तुकडी, एकामागोमाग एक अशी चालत होती. त्यांच्या खांद्यांवर साधारण एकाच लांबीचे जाड बांबू दिसून येत होते. त्या बांबूंना एकेक ओझे लटकत होते. प्रत्येक ओझे नारळीच्या झापांत घट्ट गुंडाळून बांबूच्या शिपतरांनी घट्ट आवळून बांधलेले होते. त्या हिरव्या ओझ्यांवर अधूनमधून रक्त सांडल्याचे डाग दुरूनही दिसून येत होते. ती ओझी वाहून आणणाऱ्या खांदेकऱ्यांच्या अंगावरही जखमा व रक्ताचे डाग दिसून येत होते. सगळ्यांच्या पुढे जो खांदेकरी होता, त्याच्या गोटा केलेल्या डोक्यावर एक मोठी लांबलचक खोक पडली होती. आणि तिच्या भोवती रक्त साकळून त्याच्या खपल्या होऊन राहिल्या होत्या. खांद्यावरील ओझ्याखाली ते सगळे जण वाकून गेले होते. पाय लटपटत होते, तरी कसेबसे ते पुढे येत होते. बाकीचे लोक जयघोष करून त्यांना चालायला उत्तेजन व जोर देत होते. बाकीच्या खांदेकऱ्यांच्या छातीवर व बाहूंवर अनेक जखमा झालेल्या दिसत होत्या आणि ते त्या जखमांचे प्रदर्शनही करीत होते.

त्या चौघा खांदेकऱ्यांनी आजच्या लढाईत मोठाच पराक्रम गाजवला होता. आणि म्हणूनच लढाईत मारल्या गेलेल्या शत्रूंचे मृतदेह वाहून आणण्याचा मान त्यांचाच होता. राजा मेहवी त्या वीरांच्या बरोबरीने चालत होता. त्याच्या एका हातात बंदूक व दुसऱ्या हातात एक बरछी होती. ती बरछी पळून गेलेल्या एका हप्पाराकडून त्याने हिसकावून घेतली होती आणि तिचे प्रदर्शन तो मोठ्या थाटात करीत होता. मेहवीने त्या पळपुट्या हप्पाराचा डोंगरापर्यंत पाठलाग केला होता.

'टी' मंदिरापासून अगदी थोड्या अंतरावर आल्यानंतर डोक्यावर खोक पडलेला तो वीर चक्कर येऊन एकदम कोसळला. तो नारमोनी होता. पण तो खाली

कोसळण्यापूर्वी त्याच्याऐवजी दुसऱ्या एकाने त्या डोलीला खांदा मात्र दिला होता.

पण ते विजयी वीर डोल्या घेऊन तिथे येतात न येतात, तोच त्यांतील काही जण माझ्या समोर येऊन हत्यारे परजू लागले. चाललेल्या त्या सगळ्या प्रकाराकडे मी मोठ्या कुतूहलाने पाहत होतो. इतक्यात कोरीकोरीने माझा हात धरला व तो म्हणाला, "चल, आपण मारहेयोच्या घरी जाऊ."

मी म्हटले, "नको. पाहू या ना पुढे काय काय होते ते."

पण कोरीकोरीने नकार दिला. तरीही माझा पाय तिथेच घुटमळत राहिला. इतक्यात माझ्या खांद्यावर कुणाचातरी बळकट हात पडल्यासारखे मला वाटले. मी मागे वळून पाहतो तो, तो दुसरातिसरा कुणी नसून एकाक्ष माओ माओ होता. त्याच्या छातीत भाला खुपसल्यामुळे मोठीथोरली जखम झाली होती. त्या बळकट व भयंकर दिसणाऱ्या लढवय्यानी एकदा मजकडे पाहिले आणि मला मारहेयोच्या घराकडे बोट दाखवून दरडावले. जाण्याशिवाय आता मला गत्यंतर नव्हते. त्या महाभयंकर माणसाचा राग ओढवून घेण्यात अर्थ नव्हता.

कोरीकोरीनेही त्या पडत्या फळाची आज्ञा घेऊन मला पाठीवर घेण्याची तयारी दाखवली. पण मी नकोनको म्हणत हळूहळू मंदिराच्या ओट्यावरून खाली उतरलो. ते लोक माझ्याशी इतक्या कठोरपणे का वागत आहेत, हेच माझ्या लक्षात येईना. मला वाटले, आता काहीतरी क्रूर घृणास्पद अशी घटना तिथे घडून येणार आहे. आणि ती माझ्या नजरेस पडू नये, ही त्यांची इच्छा असावी. मी हळूहळू पायऱ्या उतरलो आणि कोरीकोरीसह तिथून बाहेर पडलो. तिथे जमिनीवर ठेवलेल्या तीन ओझ्यांकडे मी हळूच नजर टाकली. त्यात काय आहे, हे मी मनात जाणीत होतो; पण त्यांत असलेले मृतदेह कुणाचे होते, हप्पारांचे की आणखी कुणाचे, हे मला कळले नाही.

कळसांच्या उत्सवाच्या वेळी ज्या नगाऱ्यांच्या आवाजाने मी जागा झालो होतो; त्याच नगाऱ्यांचे आवाज आताही मला दुसऱ्या दिवशी ऐकू येऊ लागले. आणि मी मनात म्हटले की, ते जंगली लोक काहीतरी भीषण उत्सव साजरा करीत आहेत. त्या घरातील सगळी माणसे, फक्त मारहेयो, टिनोर आणि त्यांचा मुलगा एवढी वगळल्यास, रंगीबेरंगी कपडे चढवून त्या वनराईच्या बाजूला जात असलेली मला दिसून आली. मी कोरीकोरीला म्हटले, "चल, आपण रोजच्यासारखे 'टी' मंदिराकडे जाऊन येऊ." तो माझे म्हणणे ऐकणार नाही, हे मला माहीतच होते. पण एकदा त्याचे मन अजमावून तर पाहावे, या उद्देशानेच मी त्याला सुचवले होते.

अर्थातच कोरीकोरीने त्या सूचनेला नकार दिला. आणि त्याने त्याऐवजी नदीकाठी जायचे ठरवले.

त्याप्रमाणे आम्ही नदीवर गेलो आणि खूप अंघोळ केली. आम्ही बऱ्याच वेळाने परत आलो आणि पाहतो तो घरातील सर्व माणसे परत येऊन मारे डाराडूर झोपली आहेत. तिथे 'टी' मंदिरात नगारे तर वाजतच आहेत!

त्या दिवशी मी बहुतेक वेळ कोरीकोरी आणि फयावे यांच्याबरोबर बाहेर भटकण्यातच घालविला. पण 'टी' मंदिराच्या बाजूला आम्ही वळलोसुद्धा नाही. त्या दिशेला मी नुसते पाहिले तरी कोरीकोरी मला म्हणे, "हूं, नाही, नाही!"

त्या दिवशी ज्या ज्या घरी आम्ही गेलो, तिथेतिथे सगळी माणसे अगदी स्वस्थपणे पडून राहिलेली आम्हाला बघायला मिळाली. जणूकाही 'टी' मंदिरात कसला उत्सव चाललाच नव्हता, असे मला वाटू लागले त्यामुळे. मात्र यामध्ये एकही प्रमुख मनुष्य दिसला नाही. मी काही लोकांना विचारले, "तुम्ही, हूला हूलाला गेला नाहीत हे कसे?"

त्या सर्वांनी बहुतेक एकच उत्तर दिले की, 'ती मेजवानी फक्त प्रमुख मंडळींसाठी आहे. मेहवी, नारमोनी, माऊ माऊ, कोलोट, कलो वगैरे सर्व मुख्य मंडळी त्या मेजवानीला जातील. आम्ही नाही.'

या सर्व प्रकारामुळे 'टी' मंदिरात चाललेल्या उत्सवप्रकाराबाबत माझ्या मनात संदेह निर्माण झाला. नूकूहेवा इथे मला समजले होते की, नरमांसभक्षणाच्या वेळी जमातीतील सर्व मंडळी तिथे हजर राहत नसत. फक्त धर्मगुरू व मुख्य मुख्य लोक यांनाच तो अधिकार होता. आणि आता इथे जे घडत होते, ते अगदी त्याबरहुकूमच घडून येत होते.

दुसऱ्या दिवशी नगाऱ्यांचे आवाज थांबले. मेजवानी संपल्याचे ओळखून मी कोरीकोरीला म्हटले, "आज तरी आपण 'टी' मंदिराकडे जाऊ या का?" काल घडलेल्या तिथल्या प्रकाराची माहिती, तिथे उरलेल्या खाणाखुणांवरून माझ्या नजरेस येईल, असे मला वाटले होते. कोरीकोरीने उगवत्या सूर्याकडे बोट दाखवले व नंतर मध्य आकाशाकडे बोट दाखवले. सूर्य मध्यान्हीस आला म्हणजे दुपार झाली की, आपण तिथे जाऊ, असे त्याने मला सांगितले.

दुपारी आम्ही त्या मंदिराकडे गेलो. मंदिराच्या आसमंतात येताच कालच्या भीषण प्रकाराच्या काही अवशिष्ट खुणा वगैरे दिसतात की काय, ते पाहण्यासाठी मी भोवताली पाहू लागलो. पण तिथले वातावरण नेहमीसारखे शांत होते. मेहवी आणि काही मुख्य मंडळी चटयांवर रेलून पडलेली दिसली. मेहवींनी मला नेहमीप्रमाणे सौजन्याने वागवले. कालच्या घटनेबद्दल ते काहीच बोलले नाहीत आणि मी पण त्याबाबत माझे मन आवरले.

'टी' मंदिरात थोडा वेळ गप्पासप्पा केल्यानंतर मी उठलो व जावयास निघालो. ओट्यावरून जाताना मला एक मोठे लाकडाचे भांडे जवळच ठेवलेले दिसले.

त्यावर लाकडाचेच झाकण होते. त्या भांड्यासभोवार बांबूचे कुंपण केलेले होते. ते भांडे नुकतेच तिथे ठेवण्यात आलेले असल्यामुळे मला कुतूहल वाटले आणि कालच्या मेजवानीशी त्या भांड्याचा संबंध असावा, अशी माझी खात्री झाली.

मला मनावर संयम ठेवणे अशक्यच झाले. जाताजाता मी चटकन त्या भांड्यावरील झाकणाचा कोपरा वर उचलला आणि त्याबरोबर आत बसलेल्या सर्व प्रमुख मंडळींनी एकदम मोठ्याने गलका केला, 'नाही, नाही.' पण तेवढ्या वेळातसुद्धा त्या भांड्यातील मानवी शरीराचे तुकडे माझ्या नजरेस आले. हाडे ताजी ओलसर होती. त्यांना अजूनही मांसाचे तुकडे लटकत चिकटून असलेले दिसत होते.

कोरीकोरी माझ्यापुढे चालत होता. त्याने ती ओरड ऐकताच मागे पाहिले. माझ्या चेहऱ्यावरील उमटलेले आश्चर्याचे व घृणेचे सगळे भाव त्याच्या नजरेतून निसटले नसावेत. तो मागे आला व त्या भांड्याकडे बोट दाखवून म्हणाला, "प्वारकी, प्वारकी (डुक्कर, डुक्कर.)"

त्याची ती थाप जणूकाही माझ्या मनाला पटली असे दाखवून मी पण म्हटले, "प्वारकी, प्वारकी." ती प्रमुख मंडळी माझ्या त्या फसवेगिरीला बळीतरी पडली असावीत किंवा 'चला, आता त्याने पाहिलेच आहे तर जाऊ द्या,' अशा वृत्तीने वागली असावीत. कारण त्याबाबत त्यांनी उगाच आकांडतांडव काही केले नाही.

त्या रात्री माझा डोळा कसा तो लागलाच नाही. मी किती भयाण स्थितीत सापडलो होतो, याची मला पूर्ण उमज आली. कोणत्या वेळी मजवर काय प्रसंग कोसळेल, याची मला खात्री राहिली नाही.

सुटकेचा काहीच का मार्ग उरलेला नाही? याबाबत मला काही मदत करू शकेल असा एकच माणूस माझ्या नजरेसमोर होता आणि तो म्हणजे मारनू होय. पण त्याचे कधीतरी पुन्हा या खोऱ्यात आगमन होईल काय? आणि तो परत आलाच तर त्याच्याशी मला पुन्हा बोलताचालता येईल काय? मला वाटले की, तिथून निसटण्याचे माझे सर्व मार्ग खुंटले आहेत. आणि नशिबात जे काही वाढून ठेवलेले होते, ते भोगल्यावाचून काही सुटका नव्हती.

त्या लोकांच्या विचित्र वागणुकीचे मला नवल वाटे. मला असे अडकवून ठेवण्याचा त्यांचा काय उद्देश आहे, तोच मला कळेना. बरे, माझ्याशी इतक्या चांगुलपणाने ते का वागतात बरे? त्यात त्यांचा काही गुप्त हेतू नाही ना?

मला एकच आशा वाटत होती. फ्रेंच लोक त्या खोऱ्याला भेट दिल्यावाचून राहणार नव्हते. आणि त्यांनी जर आपले सैन्यपथक कायमचे इथे ठेवायचे ठरवले, तर मात्र मला लपवून ठेवणे त्या लोकांना शक्य झाले नसते. पण फ्रेंच लोक त्या खोऱ्यात शिरेतोवर मी जिवंत राहीनच, याची काय बरे शाश्वती होती?

३३

त्यानंतर सुमारे दहा दिवसांनी एकाएकी सगळीकडे एकच गर्दी उडाली. 'मारनू, मारनू पेमी (मारनू आला, मारनू आला)', जो तो ओरडू लागला. माझ्या मनावर तर त्या बातमीचा विजेसारखा परिणाम झाला. त्याच्याबरोबर मी आता माझ्या स्वतःच्या भाषेत बोलू शकेन आणि त्याच्याबरोबर विचारविनिमय करून माझ्या सुटकेचा काही बेत नक्की ठरवू शकेन, असा मला विश्वास वाटला.

तो जवळ येऊ लागला तशी मला त्याच्या मागच्या भेटीची आठवण येऊ लागली. आणि तो घरात शिरताना घरातील मंडळी त्याचे कसे स्वागत करतात, याकडे माझे लक्ष लागून राहिले. परंतु त्याचे स्वागत पहिल्यासारखेच मोठ्या उत्साहाने झालेले मी पाहिले आणि मलाही आनंद वाटला. मारनू मला अभिवादन करून माझ्या शेजारी बसला. आणि भोवतालच्या लोकांबरोबर त्याचे बोलणे सुरू झाले. पण या वेळी त्याच्याकडे सांगण्यासारखी काही माहिती नव्हती, असे लवकरच माझ्या निदर्शनास आले. तो नुकताच कुठे जाऊन आला, हे मी त्याला विचारले. तो म्हणाला, ''मी माझ्या स्वतःच्या प्रदेशातून म्हणजे प्युआर्का खोऱ्यातून आलो. आणि लागलीच तिथे परत जाणार आहे.''

मी त्याच्याबरोबर त्याच्या प्रदेशात जाऊ शकेन, हे मी मनात जाणलं. तिथून जलमार्गाने होडीतून मला नूकूहेवा येथे पोचता येईल, हेही मी ओळखलं. मी माझा तो बेत त्याच्या कानांवर अगदी थोडक्यात घातला आणि तो बेत कसा अमलात आणता येईल, याबद्दल त्याचे मत विचारले.

पण त्याने मोडक्यातोडक्या इंग्रजीत म्हटले, ''पण तू जाणार कसा? हे कनक लोक तुला जाऊ देणार नाहीत. आणि तू जातोस तरी कशाला? इकडे तुला काय कमी आहे? भरपूर झोप, यथेच्छ खाणे आणि हव्या तितक्या व्हिहेन्नी तरुण पोरी. खरंच हा टैपी प्रदेश मोठा प्रसन्न, सुखदायक आहे. तुम्ही गोरे लोक विनाकारण या टैपी लोकांबद्दल मनात अढी धरून राहिला आहात.''

पण मी जेव्हा त्याला माझी सगळी करुण कहाणी सांगितली आणि सुटकेसाठी

मदत करण्याची विनंती केली, तेव्हा तो कावराबावरा झाला. तो म्हणाला, "छे छे! तुझे हे बोलणे ऐकून घ्यायलाही मी तयार नाही. हे कनक लोक त्यामुळे चिडतील. ते तुला तर ठार करतीलच; पण मलाही मारल्यावाचून राहणार नाहीत. ते तुला मारतील. तुला खातील. तुझे डोके वर त्या तिथे टांगून ठेवतील. आता मी जातो. पळतो. एक-दोन दिवसांत हे कनक लोक रात्री झोपी गेले, की तू पळ काढ. प्युआर्का प्रदेशाकडे ये. मी तेथील प्युआर्का लोकांना तुझ्याबद्दल सांगून ठेवतो, म्हणजे ते तुला मारणार नाहीत. नंतर मी तुला जलमार्गाने नूकूहेवा येथे नेईन."

घाबऱ्याघाबऱ्या हे शब्द बोलून व मजबद्दल चेहऱ्यावर तिरस्काराचा आविर्भाव आणून मारनू उठला व आत आलेल्या काही प्रमुखांजवळ जाऊन बोलत बसला. त्याने माझ्याबरोबर अधिक बोलण्याचा प्रयत्न करणे दोघांच्याही हिताचे नव्हते. माझ्या स्वातंत्र्यासाठी, कदाचित त्यामुळे त्याच्याच स्वातंत्र्यावर गदा आली असती. पण त्याने सुचविलेला मार्ग अनुसरण्यासारखा होता आणि तो बेत लवकरात लवकर अमलात आणण्याचे मी ठरवले.

आणि म्हणून तो जेव्हा जायला निघाला, तेव्हा इतर टैपी लोकांबरोबर मी त्याला बाहेर दूरपर्यंत पोचवायला गेलो. प्युआर्का खोऱ्याकडे जाताना तो कुठल्या रस्त्याने जात आहे हे नीट पाहून ठेवण्याचा व तो रस्ता ध्यानात ठेवण्याचा माझा इरादा होता. जाताना तो मला म्हणाला, "मी सांगितल्याप्रमाणे नीट कर." पण लागलीच त्या लोकांना संशय येऊ नये म्हणून तो मुद्दामच हात हलवून बोलला, "नको, नको." त्याने हातातील भाला उंच उभारून टैपी लोकांचा निरोप घेतला आणि हप्पार प्रदेशाच्या सरळ उलट बाजूस असलेल्या डोंगरपट्टीकडे तो चालू लागला.

पलायनाचा मार्ग आता मला मिळाला होता. पण मी तो मार्ग कसा काय चोखाळणार, याचाच आता मला प्रश्न पडला. माझ्याभोवती ते जंगली लोक रात्रं-दिवस घुटमळत असत. त्यांच्यापैकी कुणी बरोबर असल्याशिवाय मला एका घरातून दुसऱ्या घरीसुद्धा जाता येत नसे. आणि रात्री झोपेतसुद्धा माझी काही हालचाल झाली, तरी माझ्या शेजारीच चटईवर झोपलेले ते जंगलनिवासी लागलीच डोळे उघडून कानोसा घेत असत. पण या अडथळ्यांना न जुमानता मी प्रयत्न करून पाहण्याचे ठरविले. निसटायचे तर अशा रीतीने निसटले पाहिजे, की निदान त्या लोकांना दोन तास तरी दाद लागता कामा नये. कारण त्या खोऱ्यात हा हा म्हणता सगळीकडे बातमी पसरे आणि त्या लोकांना आपल्या प्रदेशाची इतकी खडा न् खडा माहिती होती की, त्यांना चुकवून निसटून जाणे अशक्यप्राय होते. शिवाय मी लंगडा, अशक्त झालो होतो. रस्ता माझ्या माहितीचा नव्हता. आणि

असे असूनही पलायन साधायचे तर ते केवळ रात्रीचेच साधणे शक्य होते.

मारहेयोच्या घरात आत येण्याजाण्यासाठी एक लहानशी झडप होती. रात्री सर्व जण झोपी गेल्यानंतर ही लाकडी झडप लावून घेण्यात येई. जेव्हा घरातील एखादा मनुष्य काही कामासाठी रात्री बाहेर जाई, तेव्हा त्याने हे कवाड उघडले की तिचा इतका चरचराट होई की, झोपी गेलेला घरातील प्रत्येक माणूस त्या आवाजाने जागा होई. आणि झोपेच्या बाबतीत हे जंगली लोक जागरूक तरी किती असत.

या अडचणीतून वाट काढण्याचे निरनिराळे बेत मी मनात ठरवू लागलो. मी ठरवले, रात्रीच्या वेळी अगदी धीटपणे उठायचे. कवाड उघडून घराबाहेर जायचे, बाहेर ओट्यावर ठेवलेल्या काथवटीतून पाणी पिण्याचे सोंग करायचे. परत आत आल्यावर कवाड ओढून घेण्यास मुद्दामच विसरायचे. टैपी लोक स्वभावाने अत्यंत आळशी आहेत, हे मी पूर्ण जाणत होतो. ते मुद्दाम उठून मी उघडे टाकलेले कवाड लावून घेतील, हे शक्यच नव्हते. परत जागेवर येऊन झोपायचे. बाकीचे सगळे जण गाढ झोपी कधी जातात, याची वाट पाहायची. नंतर गुपचूप उठून बाहेर पडायचे नि प्युआर्काचा रस्ता धरायचा.

मारनू निघून गेल्याच्या दुसऱ्या दिवशी मी माझा हा बेत अमलात आणायचे ठरविले. मध्यरात्रीच्या सुमारास मी उठलो आणि कवाड उघडले. त्या आवाजाने जागे होऊन त्यांच्यापैकी एक जण म्हणाला, ''आरवारे पू आवा, टोमो? (टोमो, तू कुठे चाललास?)''

''वाई, वाई'' (पाणी पाणी) मी म्हटले आणि पाण्याची काथवट उघडून पाणी पिऊ लागलो.

माझे उत्तर ऐकून ते आळशी लोक पुन्हा जागेवर पडले नि झोपी गेले. आणि मी लागलीच माझ्या जागी येऊन, माझ्या या प्रयोगाचा काय परिणाम होतो ते अजमावीत पडून राहिलो. हळूहळू ते सगळे जण पुन्हा एकामागे एक झोपेच्या स्वाधीन झाले आणि सभोवताली सगळीकडे शांत निवांत झाल्यावर मी हळूच उठून बसण्याचा विचार केला तो काय? समोरच कसलातरी सळसळण्याचा आवाज माझ्या कानांवर आला. डोळे ताणून पाहतो तो एक आकृती त्या कवाडाकडे जाताना मला दिसली. त्या आकृतीने ते कवाड होते तसे पुन्हा ओढून घेतले व ती आपल्या जागी पूर्ववत येऊन झोपून गेली. माझ्या बेताचा असा विचका उडाला. पण पुन्हा त्या रात्री तसाच प्रयत्न करणे वेडेपणाचे झाले असते. त्यामुळे त्या जंगली लोकांना संशय आल्यावाचून राहिला नसता. मी माझा बेत पुढे ढकलला.

त्यानंतर आणखी कितीदातरी मी तो प्रयोग करून पाहिला; पण दर वेळी मागच्याप्रमाणेच माझा तो बेत फसत असे. मला पाणी पिण्यासाठी रात्री बाहेर जाण्याची पाळी येते हे पाहून, मग माझ्या नम्र सेवकाने– कोरीकोरीने– माझ्या

उशाजवळच पाण्याने भरलेली एक काथवट ठेवण्याची प्रथा सुरू केली. माझ्या उद्देशाबद्दल त्याला संशय आला होता की काय न कळे!

मारनू निघून गेल्यावर माझ्या पायाचे दुखणे फारच वाढले. इतके, की मला भाला घेऊनही धड चालता येईना. आणि कोरीकोरी मला पूर्वीप्रमाणेच पाठीवरून नदीकाठी घेऊन जाऊ लागला.

माझ्या भवितव्याबद्दल मी आता पार निराश झालो. मला झोप येईना. रात्रंदिवस मी विचारात व दुःखात गढून गेलो होतो. ओट्याच्या समोर अंगणात तीन भाकरीची मोठाली झाडे होती, त्या झाडांकडे विषण्णपणे पाहत मी तास न् तास बसे. त्या झाडांचा हिरवागार विस्तार, माझ्या त्या विषण्ण अवस्थेत मला थोडासा विसावा वाटे.

३४

मारनू येऊन गेल्यानंतर सुमारे तीन आठवड्यांचा काळ लोटला असेल. आणि मी त्या खोऱ्यात आलो त्याला सुमारे चार महिने झाले असतील. एके दिवशी दुपारी सगळीकडे शांतता पसरली असता, एकाएकी माओ माओ– तो एकाक्ष वीर– दारात येऊन उभा राहिला. तो सरळ मजकडे आला आणि अगदी हलक्या आवाजात म्हणाला, "टॉबी आला आहे."

'वा, दैवाने अखेर हात दिलाच तर!' माझ्या मनात अनेक भावनांच्या ऊर्मी एकाएकी उसळून आल्या! माझ्या पायाचे दुखणे आणि वेदना विसरून मी ताडकन उठून उभा राहिलो आणि माझ्या बाजूला झोपलेल्या कोरीकोरीला मी हाका मारू लागलो. चटयांवर झोपलेले सर्व टैपी लोक आश्चर्याने चकित होऊन उठून बसले. त्यांना सर्वांना ती माहिती कळविण्यात आली. आणि मी लागलीच कोरीकोरीच्या पाठीवर बसून 'टी' मंदिराकडे चाललो. जाताना माओ माओ आपल्या सहकाऱ्यांना जी हकिगत सांगत होता, त्या हकिगतीवरून माझ्या इतके लक्षात आले, की नुकतीच बंदरात एक बोट आली असून, त्या बोटीतून टॉबी आला होता. ती बातमी ऐकून मला एकदम बंदरात घेऊन जावे, असे मी त्यांना सांगितले. न जाणो मधेच आणखी काही विघ्न येऊन टॉबीची व माझी भेट लांबणीवर पडायची. पण माझ्या या सूचनेला त्यांनी मान्यता दिली नाही आणि त्यांनी मला राजा मेहवीच्या निवासस्थानी चालविले. आम्ही तिथे जातो, तो मेहवी आणि इतर प्रमुख पुढे आले आणि त्यांनी आम्हाला आत यायला सांगितले.

मी आत जाताच मेहवी आणि इतर प्रमुख मंडळीस सुचवले की, समुद्रकिनारी जाऊन टॉबीस भेटण्याची माझी इच्छा आहे. पण माझ्या सूचनेला राजा मेहवींनी नकार दिला. माझ्या सभोवताली सर्व प्रमुख मंडळी जमून बसली आणि त्यांची आपापसात जोराने बोलणी सुरू झाली. त्यांच्या बोलण्यात टॉबीचे नाव वारंवार निघू लागले. ते निघताच आश्चर्य प्रकट होऊ लागले. त्यांच्या मनात त्याच्या आगमनाबद्दल अजूनही संशय होता आणि समुद्रावरून काही नवी बातमी आली

की, त्यांची चर्चा पुन्हा नव्या जोराने सुरू होऊ लागली.

अशा संशयात ठेवण्यापेक्षा मला दर्याकिनाऱ्यावर जाण्याची परवानगी देण्यात यावी, अशी मी मेहवींना पुन्हापुन्हा विनंती करू लागलो. माझा मित्र आलेला असो अगर नसो; पण माझ्या नशिबाचा काहीतरी सोक्षमोक्ष लागला असता त्यामुळे. मी वारंवार मेहवीची करुणा भाकली. अखेर त्याला काय वाटले न कळे, त्याने माझ्या जाण्याला एकदाचा रुकार दिला.

माझ्याबरोबर सुमारे पन्नास टैपींचा तांडा निघाला. पाळीपाळीने त्यांच्यापैकी एकेकाच्या पाठीवरून माझा प्रवास सुरू झाला. मी प्रत्येकाला झपझप पावले उचलण्यास विनवू लागलो. समुद्रकिनारी जात असताना, तिथे जहाज आल्याची बातमी खोटी असेल, असे एकदाही माझ्याला मनाला चाटून गेले नाही. माझ्या मनात एकच विचार सारखा घोळत होता आणि तो म्हणजे माझ्या मुक्ततेचा क्षण जवळ आला आहे, हाच होय.

बंदराकडे जाताना वाटेत आम्ही उंचवट्याच्या ठिकाणी आलो की, मी मान उंचावून बंदरात जहाज दिसते की काय, ते पाही. टैपी लोकांचा तो घोळका मला घेऊन झपझप चालला होता. जाताना वाटेत कित्येकदा झाडांच्या फांद्या आडव्या येत व खांद्यावर बसलेल्या मला त्या चुकवण्यासाठी खाली वाकावे लागे. अशा रीतीने चार-पाच मैल अंतर काटल्यावर आम्हाला वीस-पंचवीस टैपींची दुसरी एक टोळी वाटेत भेटली. त्यांची भेट होताच मला पोचवणारे टैपी थांबले व त्या दोन्ही टोळ्यांची आपसात चर्चा व बोलणी सुरू झाली. त्या अडथळ्यामुळे मी अगदीच बेचैन होऊन गेलो आणि गप्पांत गुंग झालेल्या माझ्या सहकाऱ्यांना मी पुढे चलण्याची विनंती करू लागलो. इतक्यात कोरीकोरी माझ्या जवळ आला व म्हणाला, "आपणास मिळालेली माहिती खोटी आहे. टॉबी तिथे आलेला नाही." कोरीकोरी अगदी वैऱ्यासारखा वाटला मला.

वाटेत भेटलेल्या त्या लोकांनी आणलेली बातमी कदाचित खरीसुद्धा असेल; पण ती इथे उघड व्हायला नको होती. निदान मी बंदरावर जाऊन पोचेपर्यंत ती गुप्त राहिली असती तर बरे झाले असते, असेही वाटले मला. माझा मित्र टॉबी तिथे आलेला नाही हे ऐकताच ते सगळे जण आता पुढे जायला तयार होईनात. ते म्हणू लागले, "आता कशाला जायचे पुढे?"

माझ्या विरोधाला न जुमानता, जवळच्याच एका घरी नेऊन त्यांनी मला बसवले. आणि त्यांच्यापैकी काही जण पुढे समुद्राच्या दिशेने निघून गेले. मारहेयो, मौमौ, कोरीकोरी आणि टिनोर ही मंडळी मजजवळ राहिली. त्यांच्यापैकी मौमौ हा माझ्या थोडाफार ओळखीचा होता. माझ्या मनातील इतर बेत त्याला कळू न देता मी त्याला म्हटले, "टॉबी तिथे आलेला असावा, असे मला अजूनही वाटत आहे.

मला तिथे जायला तुम्ही परवानगी द्यावी!'' बराच वेळ त्याने माझी टकळी ऐकून घेतली आणि मग त्याने आपल्या सहकाऱ्यांबरोबर काही विचारविनिमय केला. ते सगळे जण माझ्या भोवतालून उठून दूरदूर पांगले.

मी कोरीकोरीला पाहू लागलो. पण आजवर मोठ्या विनम्र भावाने माझी सेवा करणारा कोरीकोरी आता अचानक कुठे नाहीसा झाला. मी जवळच बसलेल्या एकाला मला पाठुंगळीस घेऊन चलण्याची विनंती केली, पण त्याने लागलीच नकार दिला. मी ओळखले की, मोकळीक दिली तरी मी काही बंदरात जाऊ शकणार नाही, हे पाहूनच मौमौने तशी सवलत दिली होती.

निराशेने व संतापाने मी इतका वेडा झालो की, मी माझ्या पायाच्या वेदना विसरलो. मी जवळच असलेला भाला उचलला व त्याच्या आधाराने घराबाहेर पडून रस्त्यास लागलो. मी जातो असे पाहूनसुद्धा त्या लोकांपैकी एक जणसुद्धा माझ्याबरोबर आला नाही. ते आपसात मोठमोठ्याने बोलत मागेच राहिले. त्यांच्या बोलण्यातील गरमागरमीवरून त्यांचे आपसात एकमत होत नसावे, असे मला वाटले. त्यांचे दोन तट पडल्याचे मला स्पष्ट दिसून आले आणि त्यांच्या त्या मतभेदातून माझ्या सुटकेचा काही मार्ग निघेल, असे मला वाटू लागले.

थोडेसे अंतर मी चालून गेलो नाही, तोच पुन्हा या टैपी मंडळींनी मला घेरले. त्यांची आपसातील बाचाबाची अजूनही संपली नव्हती आणि कोणत्या क्षणी त्यांची आपसात मारमारी जुंपेल, हेही सांगता आले नसते. त्याच वेळी मारहेयो माझ्या अगदी जवळ आला. त्याच्या चेहऱ्यावरील दयार्द्रतेचा भाव मी कधीही विसरू शकणार नाही. त्याने आपुलकीने माझ्या खांद्यावर हात ठेवला आणि त्याला ठाऊक असलेले दोनच इंग्रजी शब्द त्याने उच्चारले, 'घर' आणि 'आई'. त्याच्या म्हणण्याचा आशय माझ्या लक्षात आला. मायदेशी तू जात आहेस, हेच त्याला सुचवायचे होते जणू. त्याच्या बाजूबाजूने फयावे आणि कोरीकोरी चालत होते. त्यांचे डोळे अश्रूंनी डबडबले होते. कोरीकोरीने आपल्या मुलाला दोनदा बजावले तेव्हा कुठे त्याने मला पुन्हा पाठंगुळीस घेतले. मी निघून जावे, हे त्या मुलालाही पसंत नव्हते.

आम्ही पुढे जाऊ लागलो तसतसे सागराचे घोंघावणे माझ्या कानांवर येऊ लागले. हळूहळू लाटा फुटण्याचाही आवाज ऐकू येऊ लागला. समुद्रकिनाऱ्याच्या आम्ही अगदी जवळ आलो होतो, हे खरे. आणि थोड्या वेळाने झाडांच्या फटींतून किनाऱ्यावर वाळत घातलेली मासेमारीची जाळी माझ्या नजरेस पडली आणि नंतर तर सागराचे शुभ्र दर्शन घडले. माझे मन आनंदाने उचंबळून आले.

आणखी थोड्या वेळाने किनाऱ्यावर लोकांची एकच गर्दी उसळलेली दिसली आणि त्या गलक्यातून जे तुटकतुटक शब्द माझ्या कानांवर आले, त्यावरून

माझ्याच देशाचे ते जहाज असावे, हे माझ्या लक्षात आले.

किनाऱ्यावरील नारळीच्या बागा आणि समुद्राची कडा यांच्यामध्ये उघडा वालुकामय किनारा होता. किनाऱ्यावर आम्ही येऊन थडकताच प्रथम एक मच्छीमारी पडाव माझ्या नजरेस पडला. तो इंग्लिश बनावटीचा पडाव होता आणि किनाऱ्यापासून अगदी जवळ पाण्यात हेलकावत होता. त्यावर खलाश्यांची पांढरी जाकिटे घातलेले चारपाच टैपी लोकच काम करीत होते. मला वाटले, ते किनारा सोडून मुख्य जहाजाकडे चालले आहेत. 'अरेरे!' मी मनात म्हटले. 'किंचित उशिरा आलो मी.' पण मग मला लागलीच दिसून आले की, तो पडाव नांगर उचलून चालला नसून, जागच्या जागीच हेलकावत आहे. लागलीच त्या पडावावरून कुणीतरी माझे नाव घेऊन हाक मारली.

चकित होऊन मी त्या बाजूला पाहिले, तो काराकोईची धिप्पाड उंच मूर्ती माझ्या नजरेस पडली. आमच्या 'डॉली' बोटीवर काम करणारा काराकोई, हा ओहू कनक जातीचा आदिवासी होता. त्याने हिरव्या रंगाचे खलाशी जाकीट घातले होते. त्याची बटणे झळझळत होती. फ्रेंच युद्धनौका 'रीने ब्लँकी'वरील एका अधिकाऱ्याने त्याला ते जाकीट दिलेले मला माहीत होते. 'डॉली'वर असताना तो नेहमी तेच जाकीट घालीत असे.

काराकोई पडावाच्या काठावर उभा होता. त्याच्या एका खांद्यावर कापडाचा गठ्ठा होता. दुसऱ्या खांद्यास बंदुकीच्या दारूच्या पिशव्या लटकावलेल्या होत्या आणि त्याच हातात एक बंदूक होती. कापड, बंदूक आणि दारू, सगळे काही तो किनाऱ्यावर जमलेल्या प्रमुखांपैकी एकदोघांस दाखवीत होता. पण ते त्याच्याबद्दल तिरस्कार दाखवून त्याला आपल्या समोरून निघून जाण्यास सांगत होते. आपणांपैकी एक कनकाने असे फितूर होऊन परदेशी बोटीवर जावे, हे त्यांना जणू मान्य नव्हते.

पण काराकोई तिथे जागच्या जागी उभा होता. तो त्या वस्तूंच्या बदल्यात माझी मुक्तता करू पाहत असावा. मी त्याला ओरडून जवळ बोलावले. पण त्याने मोडक्यातोडक्या इंग्रजीत मला सांगितले की, त्या आदिवासी जनांचा त्याच्यावर इतका राग आहे की, तो किनाऱ्यावर आल्यास ते त्याला लागलीच भोसकतील.

मी हळूहळू किनाऱ्याकडे सरकतच होतो. माझ्याभोवती टैपींचा अजूनही घोळका होता. काहींनी माझ्या खांद्यावर हात ठेवलेले होते. मी हातातून निसटून जाऊ नये, ही त्यांची मोठी मनीषा होती. काराकोई अजूनही त्या वस्तूंच्या बदल्यात माझ्या सुटकेच्या वाटाघाटी करीतच होता. किनाऱ्यावर टैपींचा एकच गोंधळ उडाला होता. त्या वस्तूंचा मोह तर त्यांना सुटत नव्हता, पण मलाही हातचा जाऊ देणे त्यांना पसंत नव्हते. कदाचित माझ्या सुटकेच्या बदल्यात त्यापेक्षाही अधिक वस्तू

पदरात पाडून घेण्याचा त्यांचा विचार असावा.

त्यांची ती ओढाताण पाहून माझा अगदी संताप झाला. आणि मी होता नव्हता जो जोर एकवटून त्यांच्या हातातून निसटून पडावाकडे धावत जाण्याचा यत्न केला; पण माझ्या पायदुखीमुळे तो प्रयत्न सफल होणे तितकेसे शक्य नव्हते. दोघा-चौघांनी मला लागलीच आवरून धरले.

पण इतक्यात टैपींच्या त्या दोन गटांत पुन्हा बाचाबाची सुरू झाली. बाचाबाचीवरून ते हमरीतुमरीवर आले आणि गुद्दागुद्दी सुरू झाली त्यांच्यात. त्या दंगलीत मारहेयो आणि कोरीकोरीशिवाय इतर सगळे सामील झाले. माझी लाडकी फयावे मला बिलगून उभी होती. सुटकेसाठी आलेली हीच एक सुवर्णसंधी आहे, हे मी मनात ओळखले. मी मारहेयोकडे प्रश्नार्थक मुद्रेने एकदा पाहिले आणि मी बेधडक किनाऱ्याकडे जाऊ लागलो. मारहेयोने किंवा कोरीकोरीने मला पकडण्याचा मुळीच प्रयत्न केला नाही. त्यांचे डोळे आसवांनी डबडबलेले मला दिसले.

कारकोई आणि त्याचे सहकारी माझ्या हालचालीकडे पाहतच होते. मी पाण्याकडे येतोसा पाहून त्यांनी आपला पडाव किंचित पुढे ओढला. पण किनाऱ्यावरील लोकांच्या भाल्यांच्या माऱ्यात आपण येणार नाही, एवढी मात्र त्यांनी काळजी घेतली. फयावे माझ्या मागून पाण्यातून चालत येत होती. पडावाच्या अगदी जवळ येताच, मी त्या पोरीला ओढून हृदयाशी धरले. तिचे सारे अंग थरथरत होते. तिच्या थरथरत्या ओठांच्या पाकळीचे मी हळुवारपणे चुंबन घेतले.

दुसऱ्याच क्षणी काराकोई आणि त्याच्या दोघा सहकाऱ्यांनी माझ्या बगलेत हात घातले आणि मला अलगद वर उचलून पडावात घेतले. काराकोईने लागलीच वल्हेकऱ्यांना वल्ही मारण्यास खुणावले.

मारहेयो, कोरीकोरी, फयावे आणि इतरही काही मंडळी पडावामागून थोडा वेळ चालत पुढे आली. त्यांच्या उपकारांचे ऋण फेडण्यासारखे माझ्या हाती काहीच नव्हते. पण माझ्या सुटकेसाठी काराकोईने ज्या वस्तू पुढे केल्या होत्या, त्या मी त्यांना देऊन टाकल्या. मारहेयोच्या हाती मी सुंदर कापडाचा एक तागाच दिला. फयावेकडे बोट दाखवून, हा तुझ्यासाठी आहे, असे मी तिला खुणावले. भरल्या डोळ्यांनी मागे परतून फयावे किनाऱ्यावरील इतर बायकांत जाऊन उभी राहिली.

किनाऱ्यावरून मी पाण्यात उतरलो आणि पडावाकडे जाऊ लागलो ते मारामारी करणाऱ्या बहुतेक टैपींनी बघितले होते. मी हातचा सुटतोय हे पाहूनसुद्धा त्यांची आपसातील लढाई मुळीच थांबली नाही. आमचा पडाव दर्यात बराच दूरवर गेल्यावर त्यांच्यापैकी काही जण ताळ्यावर आले. मौमौ आणि इतर काही जण पाण्यात घुसून आमच्यावर फरश्या व बरच्या फेकण्याचा यत्न करू लागले; पण त्यांच्या

माऱ्याच्या कक्षेबाहेर आम्ही गेलो होतो.

रागाने पिसाटलेले ते जंगली लोक आता पाण्यात धडाधड उड्या घेऊन पोहत येऊ लागले. प्रत्येकाचा भाला त्याने आडवा तोंडात धरला होता. आणि तरीही त्यांच्या पोहण्याला अडथळा न येता ते आमच्या पडावामागोमाग येत होते. वाऱ्याने तेवढ्यात आमचा घात करण्याचे ठरवले. तोंडासमोरून त्याचे झोत येऊ लागल्यामुळे आमच्या पडावाची गती खुंटली. पतिंगे मारून मारून वल्हेकऱ्यांचे दंड भरून आले; पण पडावाने फारशी वाटचाल केली नाही. आणि ते क्रूर लांडगे अगदी पडावाला येऊन भिडले. मौमौ सर्वांच्या अगदी पुढे होता. त्याचा भाला त्याने तोंडात आडवा धरलेला होता. पडावाजवळ येताच त्याने भाला हातात घेण्याचा प्रयत्न केला, पण त्याला ते साधण्यापूर्वीच मी पडावातील एक छोटा नांगर उचलला आणि त्याच्या अंगावर भिरकावला. नांगराचा तडाखा त्याच्या बरोबर मानेवर बसला. तो खाली पाण्यात डुबला व पुन्हा वर आला. त्याच्या चेहऱ्यावरील भयानकपणा पाहून माझ्या मनात अगदी चर्र झालं. नांगराच्या तडाख्याने हतबल होऊन मौमौ मागे पडला; पण तेवढ्यात दुसऱ्या एका टैपीने पडावाच्या वल्ह्यासच हात घातला. लागलीच दोघा वल्हेकऱ्यांनी हातातील वल्ही थांबवली आणि त्याच्या दोन्ही हातांवर सुऱ्यांनी हल्ला केला. दुसऱ्या क्षणी आम्ही त्यांच्या तडाख्यातून निसटलो. मी किनाऱ्याकडे नजर टाकली. ते हिरवेगार पाचूंचे बेट दूरदूर चालले होते.

टैपी खोऱ्यातून माझी सुटका केवळ योगायोगानेच झाली. टॉबीचा त्यात काहीच संबंध नव्हता.

त्याचे असे झाले– अथांग दक्षिण सागरातून प्रवास करताना एका ऑस्ट्रेलियन जहाजावर खलाश्यांचा तुटवडा भासू लागला होता. नूकूहेवा बंदरात शिरून त्याने माणसे भरती करण्याचा यत्न केला. पण तिथे त्याला जहाजावर यायला तयार असणारा एकही माणूस आढळला नाही. त्या जहाजाचा कॅप्टन अगदी हताशच झाला होता, इतक्यात काराकोई त्या जहाजावर भरती झाला आणि त्यानेच त्या इंग्रज कप्तानाला कळविले की, शेजारच्या टैपी खोऱ्यात एका अमेरिकन खलाश्याला टैपी लोकांनी अडकवून ठेवलेले आहे; आणि कापड, हत्यारे वगैरेंसारख्या काही वस्तू जर त्या लोकांना आपण दिल्या तर ते त्याची सुटका करतील, असेही त्याने त्याला सांगितले. काराकोईला ती माहिती मारनूकडून कळली होती. काराकोईने केलेली ती सूचना त्या जहाजाच्या कप्तानाने मान्य करण्याचे ठरवले. त्याने टैपी किनाऱ्याला आपले जहाज आणले. जहाज बाहेर दर्यात ठेवून काराकोई दोघाचौघा आदिवासी खलाश्यांना बरोबर घेऊन खाडीत आला. 'हा हा' म्हणता ती बातमी टैपी खोऱ्यात पसरली आणि मी राजा मेहवीची विनवणी करून कसाबसा एकदाचा

खाडीकाठी येऊन दाखल झालो.

माझी सुटका करणाऱ्या त्या ऑस्ट्रेलियन जहाजाचे नाव 'ज्युलिया' असे होते. त्या जहाजावर चढल्यानंतर माझ्या साहसाची व त्या खोऱ्यातील विचित्र लोकजीवनाची कहाणी कित्येक दिवसपर्यंत त्या जहाजावरील खलाश्यांना मोठी कुतूहलाची गोष्ट होऊन राहिली होती. जहाजावर माझ्या औषधपाण्याची व खाण्या-पिण्याची चांगलीच बडदास्त झाली, तरीही माझी प्रकृती पूर्ववत सुधारायला तब्बल तीन महिने लागले.

माझा मित्र टॉबी याचे पुढे काय झाले, याचे गूढ कधीच उकलले नाही. त्या बेटावरून निसटण्यात त्याला यश आले, की तेथील जंगली लोकांच्या हातून तो मारला गेला, हे अजूनही मला कळलेले नाही.

३५

मागील प्रकरणात सांगितल्याप्रमाणे टैपी खोऱ्यातून निसटल्यावर, या पुस्तकाचा लेखक दोन वर्षेपर्यंत दक्षिण सागरात सफरीवरच होता. स्वगृही परतल्यानंतर काही काळाने त्याने आपली ही हकिगत प्रसिद्ध केली. यामुळे टॉबीच्या जीवनावर नवा प्रकाश पडला. तोवर टॉबी बहुतेक मारला गेला असावा, असेच प्रस्तुत लेखकाला वाटले होते. पण तो जिवंत होता.

त्याच्या पलायनाची व सुटकेची हकिगत म्हणजे या साहसकथेची परिपूर्तीच होय आणि म्हणूनच ती या पुस्तकाच्या अखेरीस जोडली आहे. ती टॉबीनेच स्वतः या लेखकाला कथन केली होती.

३६

ज्या दिवशी माझा मित्र टॉबी टैपी खोऱ्यातून निघाला, त्या दिवशी त्याच्या बरोबर खोऱ्यातील कितीतरी माणसे गेली होती. बोटीवरील लोकांना विकण्यासाठी त्यांपैकी कित्येकांनी फळे, केळी व डुकरे बरोबर घेतली होती. बंदरात बोटी आल्याचे वृत्त सगळीकडे पसरले होते व त्यामुळेच ही मंडळी बंदराकडे निघाली होती.

खोऱ्यातील लोकवस्तीतून जाताना वाटेत त्यांना आणखी आणखी मंडळी येऊन मिळतच होती. त्या सगळ्यांच्या हाका-आरोळ्यांनी सगळे खोरे दणाणून गेले होते. त्यांचा इतका गोंधळ आणि धांदल उडून गेलेली दिसत होती की, त्यांच्या बरोबरीने चालणे टॉबीलासुद्धा अशक्य होत होते. त्यांच्यापैकी पुढे गेलेले लोक थोडे थांबत, भाले उंच करून मागे राहिलेल्यांना खुणावीत व लवकर चलण्याबद्दल ओरडून सांगत व वेळ न घालवता स्वतः पुढे चालू लागत.

काही वेळाने त्या रस्त्यातून आडवा जाणारा एक नाला लागला. या नाल्याजवळ सर्व मंडळी आली तेव्हा पलीकडच्या राईतून त्यांना निराळाच आवाज ऐकू येऊ लागला. तो आवाज ऐकताच सर्व टैपीमंडळी एकदम थांबली. मौमौ, त्यांच्यापैकी एकाक्ष वीर, सर्वांपुढे गेला होता. तो आपल्या हातातील भाला एका वठलेल्या झाडावर आपटून तो विचित्र आवाज काढीत होता.

तो आवाज म्हणजे भयाची सूचनाच होती. ती ऐकताच सगळीकडे एकदम गलका झाला आणि जो तो ओरडू लागला, 'हप्पार हप्पार' आणि सगळे टैपी आपापले भाले सरसावून तयारीत राहिले. त्यांच्यापैकी बायका आणि मुलेसुद्धा नाल्याच्या पात्रातील दगडगोटे उचलून लढाईच्या तयारीत उभे राहिले. इतक्यात मौमौ आणि दुसरे तिघे-चौघे झाडीतून बाहेर आले आणि त्याबरोबर गलका आणखीनच वाढला.

हप्पार लोक आता टैपींच्या या व्यापारी तांड्यावर हल्ला करणार, हे टॉबीने ओळखले आणि त्याने जवळच उभ्या असलेल्या एका परिचित तरुणाकडे त्याचा

भाला मागितला. पण त्या तरुणाने तो त्याला देण्याचे नाकारले. तो म्हणाला, ''छे! टैपीचा भाला टैपीलाच बरा! गोरा माणूस हातानेच बरा लढतो.''

त्याच्या त्या थट्टेने भोवतालचे सगळे जण हसू लागले. आपल्यावर शत्रूचा घाला येऊ पाहत आहे, हेही ते जणूकाही विसरून गेले. नंतर थोड्या वेळाने ते भानावर आले आणि मौ मौच्या खुणेप्रमाणे ते अगदी चोरपावलांनी दोन टोळ्या करून पुढे सरकू लागले. कानोसा घेत अगदी सावधपणे ती सर्व मंडळी पुढे जात होती. किंचितही आवाज होताच थबकत होती. त्यांची एक टोळी पुढे गेली. आणि एक मागे राहिली.

टॉबीला त्यांचा हा गनिमी कावा आवडला नाही. मारामारी व्हायचीच असली तर ती लागलीच व्हावी, असे त्याला वाटले. आणि त्याच्या मनात तसे येते न येते, तोच एकाएकी चारी बाजूंनी हाका-आरोळ्या उठल्या आणि त्यांच्यावर अज्ञात ठिकाणांहून गोफणींचा मारा सुरू झाला. मारा करणाऱ्या लोकांपैकी कुणाची झुळूकसुद्धा दिसून आली नाही आणि त्याहीपेक्षा आश्चर्याची गोष्ट म्हणजे दगडांचा इतका मारा होऊनही टैपींपैकी एकही कुणी घायाळ होऊन पडला नाही.

एक क्षणभर स्तिमित होऊन टैपींचा तो तांडा अंग मारून उभा राहिला; पण दुसऱ्याच क्षणी ते सगळे लोक भाले परजीत दाट झाडीत घुसले. टॉबीसुद्धा मागे न राहता त्या धुमश्चक्रीत दाखल झाला. दगडाच्या माऱ्याने त्याचे डोकेच फुटायचे त्या वेळी; पण तो थोडक्यात बचावला. त्याने एका टैपीच्या हातातील भाला हिसकावून घेतला व तो सर्वांपुढे धावत गेला; पण एवढ्यात पुन्हा सर्वत्र सामसूम झाली आणि त्यांच्या पुढे घुसलेली पहिली टोळी मोठमोठ्याने हसत पुन्हा त्यांना येऊन मिळाली.

'अरे, ही लुटुपुटूची लढाई होती तर!' पुढे गेलेल्या त्यांच्याच टोळीने हा दगडांचा मारा केला होता. लढाईच्या जोशामुळे फुरफुरलेला टॉबी अगदी हिरमुसला झाला. बंदराकडे घाईने जाण्याच्या अशा प्रसंगी असला खेळ करीत बसायचे त्यांना सुचले तरी कसे, हेच मुळी त्याला कळेना. त्या लुटूपुटूच्या लढाईत कितीतरी वेळ निघून गेला होता आणि ते दर्याकिनाऱ्यावर जाऊन पोचेपर्यंत तेथे लागलेले जहाज नांगर उचलून निघूनही जायचे, असे त्याला वाटले. कदाचित ते जहाज निघून जाऊन आपली त्यावरील खलाश्यांची भेटच होऊ नये, हाही त्यांच्या लुटूपुटूच्या लढाईचा उद्देश असावा. कारण लढाई संपल्यावरही त्या लोकांना पुढे जाण्याची विशेष घाई आहे, असे काही त्याला दिसेना. शेवटी त्यानेच घाई करून त्यांच्यापुढे मार्गक्रमण करण्याचा प्रयत्न चालविला. पण त्यालाही ते तसे करू देईनात. त्यांनी मुळी त्याला गराडा घालून अडवूनच धरले.

त्यांच्यापैकी काही जण पुढे समुद्राच्या दिशेने निघून गेले आणि बाकीच्यांनी

टॉबीला झाडाखाली बसून विश्रांती घेण्यास सुचवले. काही जणांनी बरोबर आणलेली खाद्यपेये बाहेर काढली आणि ते भोजन करू लागले. टॉबीलाही ते खाण्याचा आग्रह करू लागले. भोजनानंतर त्यांनी चिलमी भरल्या आणि धूर काढण्यास सुरुवात केली. टॉबीचा संयम आता सुटला. त्याने काही वेळ धीर धरला; पण नंतर तो एकदम उठला व समुद्राच्या दिशेने धावत निघाला. पण त्या लोकांनी त्याचा पाठलाग करून त्याला लागलीच घेरले. पण मग वेळ न घालवता ते समुद्राच्या दिशेने चालू लागले.

दर्याकिनाऱ्यावर पोचण्यापूर्वी त्यांना वाटेत एक हिरवीगर्द झाडी लागली. ही झाडी हप्पार सरहद्दीवरील डोंगरावर होती. डोंगरावर पोचल्यावर दूर समुद्रकिनाऱ्यावर नजर पोचत होती. पण टॉबीच्या नजरेला तिथे जहाज काही पडले नाही. बायका-पुरुषांची तिथे गर्दी बरीच जमलेली होती आणि त्यात एक निराळा दिसणारा मनुष्य त्यांच्याबरोबर बोलत असलेला टॉबीने हेरला. टॉबी पुढे जाऊ लागला, तस तो मनुष्य गर्दीतून बाहेर पडून पुढे आला. टॉबीने त्याच्याकडे पाहताच त्याला ओळखले. तो आमच्या ओळखीचा एक खलाशी होता. त्याला आम्ही नूकूहेवा इथे पाहिलेले होते. तो तिथेच राजा मोवानाच्या वाड्यात मजेत राहत होता. मला आता आठवले, त्याचे नाव जिमी होते. राजा मोवानाच्या तो मर्जीतला होता. त्याने अंगात टप्प्याचे शिवलेले एक सैलसे जाकीट घातले होते. आणि त्याच्या उघड्या गळ्यातून त्याच्या छातीवर गोंदलेले स्पष्ट दिसत होते. त्याच्या हातात मासे पकडण्याची एक गळदांडी होती.

हा खलाशी बरीच वर्षे नूकूहेवा येथे राहत असे. त्यामुळे तो हप्पारांची भाषा चांगलीच बोलू शके. त्यामुळे तेथे उतरणारे फ्रेंच लोक देवाणघेवाणीसाठी, जिमीला आपल्या नोकरीत घेत असत. तो पक्का बाताड्या होता. आणि बंदरात नांगरणाऱ्या जहाजावरील खलाश्यांना तो तेथील राजाराण्यांबद्दल नाही त्या गप्पा मारून खूश करून सोडीत असे.

टॉबीने त्याला किनाऱ्यावर पाहिल्याबरोबर तो त्याच्याकडे धावतच गेला. जिमीनेही त्याला येताना पाहिले. आणि त्याने टॉबीचे स्वागतच केले. तो टॉबीला म्हणाला, "तुम्ही जहाजावरून निसटलात आणि टैपींच्या प्रदेशात जाऊन राहिलात, हे मला लागलीच ठाऊक पडले होते." आमच्या बोटीच्या कप्तानाने आम्हास पकडून आणणारास मोठे बक्षीसही लावले होते, असे त्याने सांगितले "आणि त्यामुळे राजा मोवानाने त्याला टैपी प्रदेशात एक फेरी मारून येण्यास सांगितले होते, पण आपण त्याचे म्हणणे साफ अमान्य केले," असेही तो म्हणाला.

जिमी पुढे त्याला म्हणाला, 'मी कधीकधी भोवतालच्या प्रदेशात फिरतो व जहाजावरील खलाश्यांना लागणारी फळे वगैरे तेथील लोकांकडून जमवतो आणि

आतासुद्धा मी त्याच कामासाठी आलेलो आहे. उद्या या किनाऱ्यावर फळांचा नुसता ढीग पडेल.''

जिमीने टॉबीला हे बेट सोडून जाणार का, म्हणून विचारले. तो म्हणाला, ''तुला जायचे असेल तर बाजूच्या बंदरात एक जहाज आलेले आहे आणि त्यांना खलाश्यांची जरुरी आहे. तू जात असलास तर मी आजच्या आज तुला भरती करून देतो या जहाजावर.''

पण टॉबी म्हणाला, ''माझ्या मित्राला एकटाच सोडून काही मी जाऊ शकत नाही. मी त्याला पाठीमागे त्या खोऱ्यात सोडून आलो आहे. चल आपण जाऊ आणि त्याला घेऊन येऊ.''

जिमी म्हणाला, ''पण त्याला पायाचे दुखणे आहे, तर तो डोंगर चढून येणार कसा? त्यापेक्षा तो आहे तिथेच राहू दे, मी त्याला उद्या होडीने नूकूहेवा येथे घेऊन येण्याची व्यवस्था करीन.''

टॉबी म्हणाला, ''छे छे! ते शक्यच नाही. काही झाले तरी त्याला आताच आपण घेऊन येऊ, चल.'' टॉबी लागलीच परत फिरला. पण तो मागे वळतो तोच तिथे जमलेल्या अनेक लोकांनी त्याला धरून ठेवले. निराश होऊन टॉबी जागच्या जागी बसला. तो जिमीची विनवणी करू लागला, ''मी नाही तरी निदान तू तरी जाऊन घेऊन ये.'' पण जिमी म्हणाला, ''ते टैपी लोक आता ज्या मनःस्थितीत आहेत त्यावरून पाहता ते तुझ्या मित्राला येऊ देतील, असे मलातरी वाटत नाही. बरे, तिथे त्याच्या जिवाला काही अपाय आहे असेही नव्हे.''

हा जिमी अत्यंत निर्दयी मनुष्य आहे, याची त्या वेळी टॉबीला कल्पनाही नव्हती. आमची दोघांची एकदम सुटका व्हावी, हे त्याला कधीच पसंत पडले नसते. त्याचे कारण अगदी उघड होते; पण ते टॉबीच्या त्या वेळी लक्षात आले नाही.

टॉबी अजूनही त्याला धरून ठेवणाऱ्या लोकांचा प्रतिकार करीतच होता. त्याची धडपड पाहून जिमी त्याच्याजवळ आला नि म्हणाला, ''हे पाहा, तू असा त्रागा केलास, तर हे लोक चिडतील आणि मग त्याचा परिणाम आपणा दोघांसही भोगावा लागेल.''

तथापि टॉबी म्हणाला, ''छे, मी माझ्या मित्राला, तिथे टाकून राहू शकत नाही.''

''मग तुझी धडगत नाही तर!'' जिमीने म्हटले. ''कारण मी तुला इथे सोडून माझ्या कामाला निघून गेलो की, हे लोक तुला धरून पुन्हा त्या खोऱ्यात घेऊन जातील आणि मग तुला आणि तुझ्या मित्राला दोघांनाही जन्मात पुन्हा कधी समुद्रदर्शन घडणार नाही.''

ते ऐकून माझ्या मित्राला काय करावे, तेच कळेना. तो पार गोंधळून गेला. त्याचे धैर्य त्याला जणू सोडून गेले. जिमी म्हणाला, ‘‘बघ, विचार कर. आता बराच वेळ फुकट गेला आहे. नूकूहेवा येथून दूर आहे. रात्र झाली तर मग हप्पार खोरे ओलांडून जाणे आपणास शक्य होणार नाही. तू आता माझ्याबरोबर आलास तरच तुझी व तुझ्या मित्राची सुटका होण्याचा संभव आहे.’’

टॉबी उठला. त्याने निःश्वास टाकला, ‘‘मग दुसरा काही इलाज नाही तर! मी तुझ्यावर विश्वास टाकतो.’’ तो उठून जिमीबरोबर चालू लागला. त्याने एकदा मागे वळून टैपी खोऱ्याकडे नजर टाकली.

अखेर जिमीने टॉबीला गर्दीतून बाहेर काढले आणि ते दोघे चालू लागले. टॉबीबरोबर आलेली टैपी खोऱ्यातील सगळी माणसे त्यांना हात हलवून निरोप देऊ लागली. चालू लागल्यावर जिमी टॉबीबरोबर बोलू लागला. तो म्हणाला, ‘‘मला हे लोक किती मान देतात, हे लवकरच तुझ्या निदर्शनास येईल. मी बरोबर असताना तुझ्या जिवास अपाय होण्याची काही भीती नाही. उद्या सकाळी टोमोला मी होडीतून घेऊन येण्याची व्यवस्था करतो. तू घाबरू नकोस.’’

जिमी, टॉबी आणि एक हप्पार तिघे जण डोंगर चढून पलीकडे जाऊ लागले. चढण तशी काही कठीण नव्हती. पायवाटसुद्धा चांगली धोपट होती. थोड्याच वेळात ते तिघे जण डोंगराच्या माथ्यावर चढून उभे राहिले. डोंगराच्या दोहीकडे दोन जमातींचे दोन प्रदेश होते. एकीकडे हप्पार आणि दुसऱ्या बाजूस टैपी. टॉबीने मागे वळून पाहिले. दूरवर उभे असलेले मारहेयोचे दुपाखी घर त्याला झाडांच्या शेंड्यातून डोकावताना दिसत होते.

जिमी पुढे म्हणाला, ‘‘आमच्यासारख्या प्रमुख लोकांना कितीही बायका करण्याची इथे मुभा आहे. या इथे जवळच माझ्या दोन बायका राहतात. चल, आपण तिथे जाऊन येऊ.’’

त्या डोंगराच्या पायथ्याजवळच्या झाडांच्या राईतील एका घरी ते आले. जिमी आत गेला; पण घरात कुणीच नाही असे पाहून तो रागाने बाहेर आला. त्याच्या बायका काही कामाधामासाठी घराबाहेर गेल्या असाव्यात. पण त्या लवकरच परत आल्या. त्यांनी जिमीचे व टॉबीचे स्वागत केले. जिमीने त्यांना काहीतरी खाण्याचे तयार करण्यास सांगितले. तो म्हणाला, ‘‘संध्याकाळ होण्यापूर्वी आम्हाला नूकूहेवा येथे पोचले पाहिजे.’’ त्यांच्या बायकांनी लागलीच फराळाची तयारी केली. मासे, भाकरीचे भाजलेले फळ आणि केळी! हळूहळू टॉबी आल्याची बातमी लागून बरेच हप्पार लोक तिथे जमले आणि ते टॉबीबद्दल बरीच माहिती जमवू लागले. खाणे झाल्यावर त्या लोकांनी टॉबीला आपल्या गावी राहण्याचा आग्रह चालवला. थोड्याच दिवसांत तिथे मोठा उत्सव होणार होता. त्या वेळी मोठी मजा उडणार होती. पण

टॉबीने त्यांना नकार दिला.

टॉबीबरोबर आलेला टैपी आता अगदी गरीब गाय होऊन राहिला होता. जिमीला अगदी तो चिकटूनच बसला होता म्हणा ना! खाण्याशिवाय त्याने आपले तोंड कसे ते उघडले नाही. हप्पार लोक त्याच्याकडे चमत्कारिक नजरेने बघत होते. जिमीला सोडून तो जरा दूर जाता, तर त्याची काही धडगत लागली नसती.

जिमीने आता आपले खायचे खरे दात दाखवण्यास सुरुवात केली. तो टॉबीला म्हणाला, ''मी तुला जहाजावर भरती करून दिला, तर तुला वाचवल्याबद्दल तू मला काहीतरी बक्षीस दिले पाहिजेस.''

टॉबीने त्याचे म्हणणे कबूल केले. इतकेच नव्हे, तर त्याने मला सोडवून आणले तर आणखीही पैसे देण्याचे जिमीला कबूल केले. त्यानंतर काही वेळाने ते पुढे निघले आणि नूकूहेवाच्या मार्गास लागले. नूकूहेवाच्या वाटेवर अनेक चढणी होत्या आणि वाटेच्या दुतर्फा काटेरी निवडुंग व फडेरीची झुडपे होती. त्या काटेरी झुडपांतून कशीबशी वाट काढीत ते पुढे गेले आणि इथे त्यांना हप्पारांची एक तुकडी ओझी घेऊन जात असलेली दिसून आली. त्यांनी थांबून टॉबीची चौकशी चालविली. ते लोक राजा मोवानाच्या हुकूमावरून रानातून फळफळावळ जमवण्यासाठी आलेले होते. त्यांना मागे सोडून जिमी आणि टॉबी पुढे निघाले. लवकरच ते नूकूहेवाच्या हद्दीवरील डोंगरमाथ्यावर येऊन पोचले. सूर्य आता मावळतीला आला होता. तिथून समोरच खाडीत जहाज नांगरून पडलेले दिसत होते. टॉबीची नजर त्यावर पडताच त्याचे मन हर्षाने फुलले. गेल्या महिन्या-दोन महिन्यांतील विचित्र अनुभव म्हणजे त्याला एक अपूर्व स्वप्नच भासले.

किनाऱ्याच्या बाजूचा डोंगर उतरून ते दोघे जिमीच्या घरी आले. अंधार आता पडू लागला होता. इथे या घरीसुद्धा जिमीच्या दोन बायका होत्या. त्या हप्पारांपैकी होत्या. त्यांनी टॉबीचे स्वागत केले. तिथेही त्यांनी नारळाची मलई व पोईपोईचा फराळ केला आणि ते तिघे जण एका होडक्यात बसून, दूर नांगरून राहिलेल्या एका मोठ्या मच्छीमार बोटीच्या दिशने जाऊ लागले. या बोटीवर खलाश्यांची फार जरूर होती आणि टॉबीसारखा उमदा खलाशी मिळताच त्या बोटीच्या कप्तानाला मोठा आनंद झाला. त्याने टॉबीला तर जहाजावर घेतलेच; पण मलाही जिमीने आणताच बोटीवर घेण्याचे कबूल केले.

टॉबीने मला घेऊन येण्यासाठी हत्यारबंद खलाश्यांची एक तुकडी व एक मजबूत तराफा पाठवावा, म्हणून खटपट केली. पण त्या कप्तानाने ते कबूल केले नाही. तो म्हणाला, ''जिमी आपल्या शब्दाला जागेल. तो तुझ्या सोबत्याला घेऊन आल्यावाचून राहणार नाही.'' टॉबीने जिमीला कबूल केलेले पाच डॉलर्स त्याला देण्यासाठी कॅप्टनला विनंती केली. आपल्या पहिल्या पगारातून ते कापून

घ्यावेत, असा त्याने वायदा केला. न जाणो, कबूल केल्याप्रमाणे पैसे न दिल्यास तो माझी सुटका करून आणणार नाही, असे टॉबीला वाटले आणि म्हणूनच त्याने कप्तानाला गळ घालून ते पैसे जिमीला देववले. इतकेच नव्हे, तर टॉबीने त्याला म्हटले, "कबूल केल्याप्रमाणे तू माझ्या मित्राला टैपी प्रदेशातून सोडवून आणलेस तर तुला मी आणि माझा मित्र आणखी मोठी रक्कम बक्षीस देऊ."

दुसऱ्या दिवशी सकाळी सूर्योदय होताच जिमी आणि त्याचा सहकारी टैपी, दोघे बोटीवरील एक छोटी होडी घेऊन समुद्रमार्गाने टैपींच्या मुलखाकडे निघून गेले. टॉबी अर्थातच त्यांच्याबरोबर यायला धडपडत होता. पण जिमी म्हणाला, "जर तू तिथे आलास, तर तुझ्या मित्राला सोडण्याऐवजी ते टैपी उलट तुलाच पुन्हा पकडून पहिल्यासारखे अटकावून ठेवतील." टॉबीला त्यामुळे त्या बोटीवरच मागे राहावे लागले.

सायंकाळपर्यंत टॉबी त्यांच्या पुनरागमनाची वाट पाहत होता. त्यांची होडी सायंकाळच्या सुमारास परत येत असलेली पाहून त्याला मोठा आनंद झाला. तो डोळे ताणताणून होडीकडे पाहू लागला; पण बिचारा निराश झाला. कारण बोटीवर मी नव्हतोच. जिमी जहाजावर चढताच टॉबीने त्याचा हात पकडला व त्याने मोठ्या उत्सुकतेने विचारले, "कुठे आहे माझा मित्र?"

जिमीने त्याला पुष्कळ खोटीनाटी कारणे सांगून समजावण्याचा प्रयत्न केला. आपण पुन्हा दुसऱ्या दिवशी जाऊन त्याला फ्रेंचांच्या मदतीने जबरदस्तीने सोडवून आणतो, असेही त्याने सांगितले. टैपींनी त्याला सोडायचे नाकारले तर मी फ्रेंचांच्या मदतीने त्यांच्यावर हल्लाही करीन, असे तो म्हणाला. पण टॉबीला मात्र त्याने माझ्या सुटकेसाठी आपल्याबरोबर घेण्याचे साफ नाकारले. आणि टॉबी काय समजायचे, ते समजून चुकला.

टॉबीला दुसरा काही इलाजच उरला नव्हता. जिमीच्या शब्दांवर विश्वास ठेवून वाट पाहत बसण्याशिवाय तो दुसरे काही करू शकत नव्हता.

दुसऱ्या दिवशी फ्रेंचांचा एक तराफा घेऊन जिमी टैपी प्रदेशाकडे जाताना टॉबीला दिसला. त्याला वाटले, आता मात्र तो मला नक्कीच घेऊन परतणार. पण फ्रेंचांचा तो पडाव नजरेआड झाला न झाला, तोच त्या मच्छीमार बोटीच्या कप्तानाने आपल्या खलाश्यांना नांगर उचलण्याचा आदेश दिलेला त्याने ऐकला. तो टॉबीला म्हणाला, "चल आता. आपली बोट हाकारली जात आहे. तुझ्या मित्राची वाट पाहण्यात काहीच अर्थ नाही."

टॉबीचा त्रागा आणि विनवण्या सर्व व्यर्थ गेल्या. कप्तानाने त्याचे म्हणणे ऐकले नाही. टॉबी जेव्हा भानावर आला तेव्हा त्यांची मच्छीमार बोट दर्यात पार मध्यावर आलेली होती. नूकूहेवाचा किनारा दूर क्षितिजाकडे अस्पष्टसा दिसत होता.

टॉबीची आणि माझी जेव्हा दोन वर्षांनी पुनर्भेट झाली, तेव्हा तो म्हणाला, "त्या जहाजावर कित्येक रात्री मला झोप लागली नाही. कित्येकदा अर्धवट झोपेतून मी जागा होई. मला स्वप्ने पडत आणि त्या स्वप्नात मी तुला असहाय स्थितीत टाकून आल्याबद्दल तू मला रागावलेला दिसत असे."

टैपींच्या प्रदेशातून झालेल्या आमच्या सुटकेची ही अशी हकिगत आहे. टॉबीबद्दल पुढे सांगायचे, तर त्याची मच्छीमार बोट न्यूझीलंडला पोचल्यावर त्याने त्या बोटीवरील नोकरी सोडली आणि आणखी काही जहाजांवर नोकरी करून साधारण दोन वर्षांनी तो आपल्या घरी सुखरूप पोचला. मी बहुधा मृत्युमुखीच पडलो असावा, अशी त्याची कल्पना होती आणि त्याचेही काहीतरी बरेवाईट झाले असावे, असे मीसुद्धा धरून चालत होतो.

पण त्या घटनेनंतर दोन वर्षांनी आमची अचानक गाठ पडल्यावर आम्हाला जो काही अमर्याद आनंद झाला, त्याची सर कशालाही येणार नाही. टैपी प्रदेशातून आमची दोघांचीही मोठ्या योगायोगानेच सुटका झाली होती आणि त्या सुटकेची एकमेकांची हकिगत एकमेकांस सांगण्यात त्या दिवशी रात्र केव्हा सरली, तेसुद्धा आमच्या लक्षात आले नाही. पॅसिफिक महासागरातील ते हिरवेगार पाचूचे बेट, तेथील टैपी लोकांचा पाहुणचार आणि कैद आणि त्या कैदेतून अखेर झालेली सुटका– सगळं काही स्वप्नच जणू!

◆